ஆத்தங்கரை ஓரம்

(திருப்பூர் தமிழ்ச் சங்கப் பரிசு பெற்ற சமூக நாவல்)

(மாணவர் பதிப்பு)

வெ.இறையன்பு

நியூ செஞ்சுரி புக் ஹவுஸ் (பி) லிட்.,
41-பி, சிட்கோ இண்டஸ்டிரியல் எஸ்டேட்,
அம்பத்தூர், சென்னை - 600 050.
☎ : 044 - 26251968, 26258410, 48601884

Language: Tamil

Aathankarai Oram

(Tirupur Thamizh Sangam Award Winning Social Novel)

Author: **V.Iraianbu**

First Edition: December, 2004

Twenty Third Edition: June, 2023

Twenty Fourth Edition: August, 2024

Copyright: Publisher

No.of Pages: 168

Publisher:

New Century Book House Pvt. Ltd.,

41-B, SIDCO Industrial Estate,

Ambattur, Chennai - 600 050.

Tamilnadu State, India.

email: info@ncbh.in

Online: www.ncbhpublisher.in

ISBN: 978-81-2340-885-9

Code No. A 1299

₹ 180/-

Branches

Ambattur 044 - 26359906 **Spenzer Plaza (Chennai)** 044-28490027 **Trichy** 0431-2700885 **Pudukkottai** 04322- 227773 **Thanjavur** 04362-231371 **Tirunelveli** 0462-4210990, 2323990 **Madurai** 0452 2344106, 4374106 **Dindigul** 0451-2432172 **Coimbatore** 0422-2380554 **Erode** 0424-2256667 **Salem** 0427-2450817 **Hosur** 04344-245726 **Krishnagiri** 04343-234387 **Ooty** 0423 2441743 **Vellore** 0416-2234495 **Villupuram** 04146-227800 **Pondicherry** 0413-2280101 **Nagercoil** 04652-234990

ஆத்தங்கரை ஓரம்

(திருப்பூர் தமிழ்ச்சங்கப் பரிசு பெற்ற சமூக நாவல்)

ஆசிரியர்: வெ.இறையன்பு

முதல் பதிப்பு: டிசம்பர், 2004

இருபத்தி மூன்றாம் பதிப்பு: ஜுன், 2023

இருபத்தி நான்காம் பதிப்பு: ஆகஸ்ட், 2024

அச்சிட்டோர்: **பாவை பிரிண்டர்ஸ் (பி) லிட்.,**

16 (142), ஜானி ஜான் கான் சாலை, இராயப்பேட்டை, சென்னை - 14

☎: 044-28482441

All rights reserved. No part of this book may be reprinted or reproduced or utilised in any form or by any electronic, mechanical, or other means, now known or hereafter invented, including photocopying and recording, or in any information storage or retrieval system, without permission in writing from the publishers.

காணிக்கை

என்னோடு தங்கள் உணர்வையும்
உணவையும் பகிர்ந்துகொண்ட
அந்த ஆத்தங்கரை வாசிகளுக்கு...

என்.சி.பி.எச். முதல் பதிப்புக்கான பதிப்புரை

தாயின் வயிற்றைவிட்டுத் தரைக்கு வரும்போது குழந்தைகள் அழுகின்றன. அப்போது அந்தக் குழந்தை ஒரு வலியை உணர்கிறது. அணை கட்ட வேண்டும் என்ற ஆணையை அரசாங்கம் பிறப்பித்து, ஆற்றங்கரையில் குடியிருந்தவர்களைப் பலநூறு மைல்களுக்கு அப்பால் குடியமர்த்தப் போகிறது என்ற தகவல் ஆற்றங்கரை வாசிகளான சிந்தூர் கிராம மக்களின் மனங்களில் வலியை ஏற்படுத்துகிறது. குடியிருந்த இடத்தைவிட்டுக் குடிபெயர்வது என்பது அவர்களின் அடிமனத்தைச் சுட்டது. பிரிவு அவர்களுக்குள் பரிவை அதிகப்படுத்தியது.

சுதீர் ஒரு நேர்மையான அரசு அதிகாரி. தன்னை உலர்ந்த எலும்புக் கூடாக மாற்றச் செய்கிற உஷ்ணக் காற்றிலும் ஒடிந்துவிடாத அளவிற்கு நேர்மையும் வைராக்கியமும் தேவை என்பதை உணர்ந்தவர். கதாபாத்திரம் வாயிலாகப் படைப்பாளர் தனது நேர்மை உணர்வை நிலைநிறுத்தத் தேர்ந்தெடுத்த உத்தி கதைக்கு உயிரூட்டுகிறது.

அந்தக் காலத்தில் உயிர்களைக் காப்பது கடவுள் என்று கூறிக் கோயில் கட்டுவதற்குக் கூடக் கர்ப்பிணிப் பெண்களையே பலியிட்டதாக வரலாறு கூறுகிறது. அணை கட்டுவதற்கும் அதே மனிதப் பலி நடத்திக் காட்டப்படுகிறது. மனிதர்கள் மனிதர்களாக இல்லை என்பதும், அரசு அதிகாரிகள் பலர் அன்புடையவர்களாக இல்லை என்பதும் இந்நாவலில் குத்திக்காட்டப்படுகிறது.

ஆற்றங்கரையில் அடர்த்தியாக வளர்ந்திருந்த மரங்கள் வெட்டப் பட்டன; கற்களையும், பெரிய பெரிய இரும்புச் சாமான்களையும் கரை நெடுகப் போட்டு வைத்திருந்தார்கள். மழை நேரத்தில் என்ன பின் விளைவு நேரும் என்று தெரியாமல் வெயில் காலத்தில் செய்திருக்கும் ஏற்பாடுகள் ஆபத்துக்கு அறிகுறியானது என்று கோவிந்த்பாய் சொன்னபடி இடைவிடாது மழை பெய்து ஆற்றில் பெருவெள்ளம் பெருக்கெடுத்தது. அசையா சொத்துக்களெல்லாம் அழியும் நேரம் நெருங்கியது. மனிதர்கள் மட்டுமாவது உயிர் பிழைக்க வேண்டும் என்ற எண்ணம் ஓங்கி நின்றது. ஆனால் கோவிந்த்பாய் மட்டும் "என்னை வளர்த்த ஆறு விரும்பினால் என்னை இழுத்துக்கொண்டு போகட்டும்" என்பதில் வைராக்கியமாய் இருந்து வெள்ளத்திற்குத் தன்னை அர்ப்பணித்துக் கொண்டார். சிந்தூரரை வெள்ள நீர் அள்ளிக் கொண்டு போனது. சிந்தூர் கிராமமே முகவரியைத் தொலைத்தது.

அணை கட்ட ஆரம்பிக்கப்பட்ட சில நாட்களிலேயே பல கிராமங்கள் நீரில் மூழ்கும் நிலை நேர்ந்தது. அணைக்கு எதிராக அரசாங்க அனுதாபமோ, எதிர்க்கட்சிகளின் அனுதாபமோ எழவில்லை.

பழங்குடியினரைப் பொறுத்தவரை பணம் என்பது வெறும் காகிதமாகத்தான் தெரிந்தது. அவர்கள் வளர்க்கும் மாடு கன்றுகள்தான் சேமிப்பாகத் தெரிந்தது. அவற்றையெல்லாம் வெள்ளம் இழுத்துக் கொண்டு போய்விட்டது. வெள்ள நிவாரணப் பணிக்கு அரசு முன் வந்தது. வெள்ளச் சேதம் பற்றிய விளக்கம் கேட்ட அரசு அதிகாரிகளிடம் எதுவும் சொல்ல மறுத்து உதவியை ஒட்டுமொத்தமாக ஏற்க மறுத்தனர். அணை கட்டுவதற்கு ஆணித்தரமான எதிர்ப்பையே தெரிவித்தனர்.

'ஆத்தங்கரை ஓரம்' நாவலைப் படிக்கும் பட்டணத்து வாசிகள் கூட ஆற்றங்கரைக் கிராமத்தில் குடியிருந்த உணர்வைப் பெறும் அளவில் கதை படைக்கப்பட்டுள்ளது. சிந்தூர் கிராமத்தை ஆற்று வெள்ளம் இழுத்துச் சென்றது. 'ஆத்தங்கரை ஓரம்' நாவல் வரிகள் வாசகர்களின் சிந்தனையை இழுத்துச் சென்று கதை முடிவில் நிறுத்துகிறது. "இந்நாவலில் வருகின்ற பாத்திரங்கள் ஒவ்வொன்றும் பிசிறில்லாமல் வார்க்கப்பட்டுள்ளன" என்று படைப்புலகச் சாதனையாளர் **த.ஜெயகாந்தன்** அணிந்துரையில் கூறுகிறார்.

எழுதுகின்ற ஒவ்வொரு எழுத்தும் சமுதாயத்தில் எழுச்சியை ஏற்படுத்த வேண்டும் என்பதில் விழிப்பாக இருந்து துடிப்புடன் எழுதிவரும் **இறையன்பு ஐ.ஏ.எஸ்.,** அவர்களின் பல படைப்புகளில் 'ஆத்தங்கரை ஓரம்' மாறுபட்டது என்பதை வாசகர்கள் படித்தறிந்து உணர்ந்து கொள்வார்கள் என்பதில் மாறுபட்ட கருத்திற்கு இடமில்லை.

•••

2004 முதல் கடந்த பதினெட்டு ஆண்டுகளில் இந்நூல் 20 பதிப்புகளைக் கண்டு பெரும் வாசகப் பரப்பைச் சென்றடைந்துள்ளது குறிப்பிடத்தக்கது. தற்போது திருத்தியமைக்கப்பட்ட வடிவமைப்பில் 21வது பதிப்பாக செம்பதிப்பாகவும் மாணவர் பதிப்பாகவும் என்.சி.பி.எச். வெளியிடுகிறது என்பதை தெரிவித்துக் கொள்வோம்.

- பதிப்பகத்தார்

என்.சி.பி.எச். முதல் பதிப்புக்கான அணிந்துரை

'ஆத்தங்கரை ஓரம்' என்ற இந்த நாவல் சிந்தூர் என்ற கிராமத்தின் அழகையும் அதனூடே நிகழ்ந்த அவலங்களையும் மனிதாபிமான நோக்கில் சித்திரிக்கின்ற கதை.

பெயரில்லாத அந்த ஆற்றில் பெரியதொரு அணை கட்டத் திட்டமிடப்படுகிறது. கதையில் அந்த அணை கட்டும் முயற்சி திடீரெனத் தோன்றுகிறது. அரசாங்கமும் அதிகாரிகளும் சிந்தூர் கிராமத்தை அழித் தொழிக்கிற நோக்கம் தவிர வேறெந்த நன்நோக்கமும் இல்லாமற் செயற்படுகிறார்கள். நகரங்கள் என்பன இந்த தேசத்துக்குச் சம்பந்தமற்ற அந்நியர்கள் வாழும் இடங்களோ என்ற ஐயப்பாட்டினை ஏற்படுத்துகிறது. அதிகாரிகள் என்போர் அரசாங்கச் சம்பளத்துக்காக அடிமைப்பணி புரிகிறவர்கள். சமயமுளபடிக்கெல்லாம் பொய்கூறி அறன் கொல்லும் சுமடர்கள். இவர்கள் மத்தியில் நல்லிதயமும் நற்பண்புகளும் கொண்ட சுதீர் போன்றவர்கள் நாளடைவில் நிர்வாகத்தால் பழிவாங்கப்பட்டு ஒதுக்கப்படுவர். என்னதான் மக்களைத் திரட்டி வன்முறை தவிர்த்து அறவழியில் போராடினாலும் அரசாங்கத்தின் மூர்க்கத் தனத்தோடு அதன் திட்டங்கள் நிறைவேறும். இறுதிவரை அதை எதிர்த்தவர்கள் 'இதுவே கடைசி அணை' என்ற சுய திருப்தி அடைந்து, அடுத்து இன்னொரு இத்தகையதொரு முயற்சியை எதிர்த்து அணி திரட்டிடப் போய் விடுவர்.

இந்த யதார்த்த நிலையை அடிப்படையாகக் கொண்டு மிகவும் மேன்மையாக எழுதப்பட்டிருக்கும் இந்நாவல் தமிழில் எழுதப்பட்ட இந்திய இலக்கியம் எனலாம்.

கதையின் களம் தமிழ்நாடு அல்ல; கதை மாந்தர்களும் தமிழர்கள் அல்லர் என்பதால் படிப்பவர்க்கு ஒரு மொழி பெயர்ப்பைப் படிக்கி றோமே என்னும் மயக்கத்தை ஏற்படுத்துகிறது. இது ஒரு குறையாக அல்ல. நிறைவாகவே அமைந்திருக்கிறது.

இந்நாவலில் வருகிற பாத்திரங்கள் ஒவ்வொன்றும் பிசிறில்லாமல் வார்க்கப்பட்டுள்ளனர். எல்லோருமே மேன்மையானவர்கள். அதிகாரிகள் கூட நமது பரிதாபத்துக்குத் தான் ஆளாகிறார்கள். மக்கள் மீது நேசம் கொண்ட அதிகாரியான சுதீரும் அவரது மனைவியும் அவர்களது தாம்பத்திய இசைவும் அழகாகச் சித்திரிக்கப்பட்டுள்ளன. இந்தக் கதையே அவரது பார்வையில்தான் சொல்லப்பட்டிருக்கிறதாக எனக்குப் படுகிறது.

ராதாபடங்கரும் அவரது கணவரும் சுதீர் தம்பதிகளுக்கு மாறுபட்ட இணை. எனினும் அவர்களது முரண்பாடுகள் அவர்கள் இருவரின் மேன்மையான பண்புகளை வெளிப்படுத்துகின்றன.

கோகுலை நரபலியிட்டதும் நிதின் வன்முறையைக் கைக் கொண்டதும் சிறையில் அவன் தற்கொலை செய்து கொண்டதும் இந்தக் கதையில் வரும் அவலச் சுவைக்கு அழுத்தம் தந்து வாசகன் மனத்தில் வடுவை ஏற்படுத்துகிறது. பெருமூச்செறிய வைக்கிறது. ஆத்தங்கரையோரத்தில் அல்லது அந்த அணைக்கட்டின் பக்கத்தில் எங்கேனும் அந்தக் கோவிந்த்பாய் சுருட்டுப் புகைத்துக் கொண்டு இப்போதும் உட்கார்ந்திருப்பார் என்றே தோன்றுகிறது. அந்த மண்ணைவிட்டு ஒருபோதும் அவரது ஆத்மா பிரிந்துபோகாது.

நாகரிகம் நடந்து வந்த பாதை எங்கணும் இவ்விதம் நொறுங்கிப் போன மனித இதயங்கள் வரலாறு நெடுகிலும் எவ்வளவு எவ்வளவோ?

ஆக்கப்பணிகள் என்ற நம்பிக்கையில் அனைவரின் சம்மதத்தையும் பெற்று இக்காரியங்கள் நடத்தப் பெறவேண்டும். அதற்குக் காலதாமத மாயினும் பரவாயில்லை. விஞ்ஞானிகளும் பொறியியல் வல்லுநர்களும் அரசும் சேர்ந்து திட்டமிட்டு நிறைவேற்றும் இப்பணிகளில் சம்பந்தப் பட்ட அப்பிரதேசத்தில் பன்னெடுங்காலமாக வாழ்ந்துவரும் மக்களின் மனப்பூர்வமான பங்களிப்பும் இருக்கவேண்டுவது எவ்வளவு அடிப்படை யானது, அவசியமானது என்ற கருத்தைத்தான் இந்நாவல் வலியுறுத்துகிறது.

பெருகிவரும் நகரங்களும் நகரங்களின் தேவைகளும் இயற்கை எழிலுக்கும் வளத்துக்கும் விடுக்கின்ற சவாலை நாம் எவ்வாறு சமாளிப்பது என்ற கேள்விக்கு உரிய பதிலை நாம் தேடிக் கண்டு பிடித்தாக வேண்டும்.

நகரங்கள் மட்டும் என்ன வானத்திலிருந்து வந்து குதித்ததா? எழிலும் வளமும் பொருந்திய கிராமங்களிலிருந்து வசதி படைத்தவர்களும் வறியவர்களும் வந்துகூடி உருவாக்கியவை தானே நகரங்கள்? ‘நகரமே வேண்டாம், ஆற்றைக் கடக்க ஒரு தோணியே போதும்; நாங்கள் தனி உலகமாக வாழவே விரும்புகிறோம்’ என்று சிந்தூரைப் போல் சொல்லு கின்ற கிராமங்கள் இந்தியாவில் எத்தனை உண்டு? சிந்தூருக்குப் பிரச்சினை சிந்தூர் மட்டுமே. இந்தியாவின் பிரச்சினை எண்ணற்ற ‘சிந்தூர்’களின் வளர்ச்சியும் வாழ்வும் சம்பந்தப்பட்டது.

‘இந்தியா கிராமங்களில் வாழ்கிறது’ என்பது மாறி இந்தியாவிலுள்ள கிராமங்கள் நகரங்களை நோக்கியும் நகரங்கள் கிராமங்களை நாடியும் நம்பியும் சஞ்சரித்துக் கொண்டிருக்கிற ஒரு சங்கம யுகம் இது.

விஞ்ஞான, தொழில்நுட்ப வளர்ச்சியும், தகவல் தொடர்பு சாதனங்களின் சாதனைகளும் கிராமத்து மனிதனின் தேவைகளையும், நகர மனிதனின் தேவைகளையும் வித்தியாசமில்லாமல் ஒன்றுபடுத்தி வருகின்ற காலம் இது.

எந்தக் கிராமமும் எந்த நகரமும் எத்தகைய மாற்றங்களுக்கும் இடம் தராமல் என்றும் போல் ஒரே மாதிரியாக இருக்க முடியாது. நகரங்கள் கிராமங்களையும் கிராமங்கள் நகரங்களையும் பரஸ்பரம் சார்ந்துதான் வாழ முடியும், வளர முடியும் என்ற நிலையைக் கணக்கில்கொண்டு இந்த இரண்டுக்கும் இசைவும் பரஸ்பரச் சார்பும் சமமாக எந்தப் பகுதிக்கும் பாதிப்பு இல்லாமல் நிறைவேற வேண்டும். அதற்கு அனைத்துப் பகுதி மக்களின் ஆலோசனைகளும் சம்மதமும் வேண்டும். இதைத் தெருவில் வைத்துப் போராடித் தீர்க்க முடியாது. தக்கோர் ஒன்றுகூடி மக்களின் பிரதிநிதிகளை அழைத்து விஞ்ஞானி களோடும் வல்லுநர்களோடும் சகல அம்சங்களைக் குறித்தும் விவாதித்துத் திட்டமிட்டு ஒரு தேசிய கடமையாக நிறைவேற்ற வேண்டும்.

அல்லாமல் அரசாங்கம் என்பது ஏதோ அந்நியர்களின் நலனுக்கான அமைப்பு போன்றும், அதிகாரிகள் என்போர் கொலைத்தண்டனை நிறை வேற்றும் கூலிகள் என்றும், அறிவாளிகள் என்போர் பாமர மக்களைத் தூண்டிவிட்டு ஆக்கப் பணிகளுக்குக் குந்தகம் விளைவிப்போர் என்றும், நகரங்களுக்கும் கிராமங்களுக்கும் ஏதோ பகைமை என்றும் பார்க்கிற போக்கும் நிலையும் பரவுமானால் 'சிந்தூர்' கிராமத்துக்கு ஏற்பட்ட அவலங்கள்தான் தொடரும் என்று இந்நாவல் நயம்பட எச்சரிக்கிறது.

வாசகனின் மனத்தை விசாலப்படுத்திச் சிந்தனையைக் கிளர்த்துகிற அதே சமயத்தில் அழகியல் உணர்வையும் மனித நேயப் பண்பு களையும் வலியுறுத்தி எழுதப்பட்ட ஆசிரியரின் உன்னத நோக்கம் பாராட்டுதற்குரியது.

எவ்வளவோ உற்பாதங்களுக்கும் அழிவுகளுக்கும் காரணமும் களமுமான இரண்டாம் உலக மகாயுத்தம் எண்ணற்ற இலக்கியப் படைப்புகள் உருவாக எல்லா மொழிகளிலும் வித்திட்டதுபோல், சிந்தூரின் அழிவிலிருந்து 'ஆத்தங்கரை ஓரம்' என்ற ஓர் அற்புதமான தமிழ் நாவல் விளைந்திருக்கிறது.

ஆசிரியர் இறையன்பு அவர்களை வாழ்த்துகிறேன். வாசகர்களும் வாழ்த்துவர்.

25.6.97 அன்பு
சென்னை - 78 **த.ஜெயகாந்தன்**

1. செயல்களாலேயே அன்பை, கோபத்தை, வருத்தத்தை வெளிப்படுத்த முடியாதபொழுது தானே வார்த்தைகள் தேவைப்படுகின்றன.

தூரத்தில் ஓடிக்கொண்டிருந்த நதியையே வெறித்துப் பார்த்துக் கொண்டிருந்தார் கோவிந்த் பாயி.

அழகாய்ச் சுழித்து, பூமியை வருடுவதுபோல் வழிந்தோடும் அதன் ஒயிலான நடை அன்று அவருக்கு ரசிக்கும்படியாய் இருக்கவில்லை. தான் பிறந்தது முதல் தனக்கு நெருக்கமானதாய், எல்லாமுமாய் நிறைந்து, வயிற்றைக் குளிர்வித்து நனைத்து ஓடிக்கொண்டிருந்த அந்த நதி, இப்பொழுது முற்றிலும் அந்நியமானதாகிவிட்டதாய்த் தோன்றியது. இந்த நதியைச் சுற்றியே தங்கள் வாழ்வு சுழன்று கொண்டிருப்பதில் பெருமிதம் கொண்டு, ஒரு சருகாய் அதில் விழுந்து, அதன் ஓட்டத்திற்குத் தன்னை ஒப்படைக்கும் மகிழ்வுடன் இதுநாள் வரை வாழ்ந்திருந்த சுகம், மெல்ல மெல்ல தூரப் போய்க்கொண்டிருப்பதாய்ப் பட்டது.

சலசலத்து ஓடும் அந்த நதியின் ஓசையே சங்கீத ஒலியாய் செவிகளில் படும். ஆனால் இப்பொழுது மெல்ல மெல்ல அளவு அதிகரித்து, பெருக்கெடுத்து, தன் கழுத்துவரை நின்றிருப்பது போல் பிரமை. அந்த நினைவே அவருக்கு மூச்சுத் திணறலாயிருந்தது.

அழகுடன் பசுமையைப் போர்த்திக் கொண்டு அங்கங்கே சின்னச் சின்ன குன்றுகளாய்ப் பிரிந்து படர்ந்திருக்கும் அந்தப் பிரதேசம் தவிர, வேறெதுவும் கோவிந்த் பாய்க்கோ, அந்தச் சுற்று வட்டத்தில் இருக்கின்ற கிராமத்தினருக்கோ தெரியாது. அந்தச் சின்ன உலகமே அவர்களுக்குப் போதுமானதாயிருந்தது. தன் மகிழ்ச்சிக்கும், வாழ்வுக்கும் ஜீவாதாரமாய் இருக்கும் சின்ன கர்ப்பப்பையிலே களித்திருக்கும் குழந்தையாய் அவர்கள் மகிழ்ந்திருந்தனர். நாகரிகத்தின் நகம் முளைத்துப் பிறாண்டும் விஷக்கைகளின் நிழல் படாமல் தங்கள் பாரம்பரியத்தின் சுவாசிப்பில் ஒரு நாளும் அவர்களுக்குக் களைப்பு இருந்ததில்லை.

இந்த நதி, குன்றுகள், விதையைத் தூவினால் போதும் விளைவித்துத் தருகின்றேன் எனும்படியான செழுமையான பூமி, அங்கங்கே பூமிக்குள்ளிருந்து பொங்கிப் பிரவாகித்து ஓடும் 'நாளாக்கள்' சுற்றிலும் உயரம் உயரமாய்த் தங்களுக்கு விளங்கத் தெரிந்த நாளிலிருந்தே வளர்ந்து

நிற்கும் மரங்கள், வசந்தருது வருகையில் புஷ்பித்துக் காற்று மண்டலத் தையே நறுமணமாக்கும் பூஞ்செடிகள் இவற்றிலிருந்து அப்படியே தங்களை யாரும் பெயர்த்தெடுத்து தூரமாய் எறிந்துவிடுவார்கள் என்று அவர்கள் ஒருபோதும் எண்ணியதில்லை.

இவையெல்லாம் இன்னும் ஒரு சில நாட்களுக்குத்தான் என்னும் எண்ணமே மரணத்திற்கு இணையானது. நீடித்திருக்கப் போவதில்லை என்கிற உண்மையிலும் அதன் நினைவினால் எழும் பயம்தான் மரணத்தினைப் பூதாகரமாக்கிக் காட்டுகிறது.

இப்பொழுதே அந்தப் பகுதி முழுவதும் சவக்களை வந்து விட்டிருந்தது. எல்லோரும் இறந்து போனவர்களாய் நடமாட ஆரம்பித்திருந்தார்கள். ஐம்பதுக்கும் மேற்பட்ட கிராமங்கள்.

கோவிந்த் பாயிக்கு, தான் உட்கார்ந்திருந்த கயிற்றுக் கட்டிலைப் போலவே தன் உள்ளமும் தொய்வுற்றுப் போயிருப்பது தெரிந்தது. இந்தக் கயிறுகூடத் தன் வீட்டுக்கு முன்னால் தானாக வளருகிற புளித்த கீரையை அறுத்துக்கட்டி நாளாவில் போட்டு அதன் நாரைப் பிரிபிரியாய் எடுத்துத் திரித்ததுதான்.

ஆற்றின் மீது ஒரு சங்கடம் மட்டும் அவர்களுக்கு எப்பொழுதும் இருந்து வந்தது. சுழன்று ஓடும் அதன் கதியில் மறுகரையை அடைவது வரை உயிருக்கு யாரும் உத்தரவாதம் அளிக்க முடியாது. எங்கு வேண்டுமானாலும் சுழலில் மாட்டிக் கொண்டுவிடுவோமோ என்னும் அச்சம் உயிரைப் பிடித்து உலுக்கிக்கொண்டிருப்பதிலும் ஒரு சுகம் இருக்கத்தான் செய்தது. அது கரையை அடைகிறபொழுது ஏற்படும் நிம்மதிப் பெருமூச்சால் வெளிப்படும்.

ஒரே ஒரு தோணிக்காரன்தான் இத்துணைக் காலமாய் இருக்கிறான். அவனுக்கு முன்பு அநேகமாக அவன் தந்தை இருந்திருக்க வேண்டும். அளவுக்கதிகமாய்த் தோணிகள் இருப்பதையும் அந்தப் பகுதி மக்கள் விரும்பவில்லை. பிறகு தேவையில்லாமல் அக்கரைக்குச் செல் வார்கள். அந்தப் பரபரப்பு வாழ்க்கையின் ஆடம்பரங்கள் தங்களைத் தொற்றிக்கொண்டால் என்ன செய்வது?

'இன்னாருக்கு இன்ன நிலம்' என்று எந்தப் பத்திரமும் கிடையாது. காலங்காலமாய் - பரம்பரை பரம்பரையாய் உழுது வருகின்ற நிலத்தில் அந்தந்தக் குடும்பம் விவசாயம் செய்து கொள்ளும். இதில் அவர் களுக்குள் எந்தப் பிரச்சினையும் வந்தது கிடையாது.

தங்களிடம் உபரியாய் இருக்கும் தானியங்களையும் காய்கறி களையும், பழங்களையும் எடுத்துக்கொண்டு போய் விற்றுத்

வெ.இறையன்பு

தங்களிடமில்லாதவற்றை வாங்கி வருவதில்தான் வெளியுலகத் தொடர்பு அவர்களுக்குத் தொப்புள் கொடியாய்த் தொடர்ந்து கொண்டிருக்கிறது.

பழங்குடியினருக்கான பள்ளிக்கூடங்கள் என்ற பெயரில் அங்கொன்றும் இங்கொன்றுமாய் ஆரம்பித்த ஆரம்பப் பள்ளிக் கூடங்களில் எப்பொழுதாவதுதான் பாடம் நடக்கும். அதுவும் நகரத்து வாத்தியார் வசதிக்கேற்ப. அப்படி வாசிப்பதும் தொடர்ந்து அப்பியாசம் பண்ணாததால் மறந்து போய்விடும். தன் பெயரை மட்டும் வெகு நேரத்திற்கு நினைவில் வைத்துச் சிற்பி, செதுக்குவது போல் எழுது கோலைப் பிடித்து எழுதி முடிப்பதே உச்சகட்டக் கல்வியாய் இருந்தாலும், அதனால் அவர்களுக்குக் குறை எதுவும் இருக்கவில்லை.

ஒரு வகையில் இந்தக் கல்வி, இந்த விஞ்ஞானம், இந்த நாகரிகம் எல்லாவுமே மனிதனை மேன்மையுறச் செய்வதற்காகவும் அவன் ஏற்கெனவே மேன்மையானவன்தான் என்பதைக் காட்டுவதற்காகவும் தானே! அப்படி எதுவுமே இல்லாமல் குறைபாடுகளின்றி மகிழ்ச்சியுடன் இருக்க முடியும். தன் இருத்தலிலேயே தன்னை நிறைத்துக் கொள்ள முடியும் என்கிற பொழுது அவைகள் எல்லாம் வெற்று ஆடம்பரங்கள்தானே!

வளர்ச்சி என்று சொல்வதெல்லாம் ஒரு குறிப்பிட்ட பகுதியினரது வாழ்க்கையை மேம்படுத்துவதற்காக மட்டும்தான். அதனிலும் மேலாய் யாரும் அதை மதிப்பிடுவதில்லை. கட்டடங்களின் உயரம், வாகனங்களின் போக்குவரத்து, பொழுதுபோக்கு அம்சங்களின் அதிகரிப்பு இத்யாதி போன்றவற்றால் கணிக்கப்படும் வளர்ச்சி எப்படிப் பெரிய சந்தோஷத்தைக் கொடுக்க முடியும்.

அவர்களுக்கு முன்னால் வெறும் நீராக மட்டுமே ஓடிக் கொண்டிருந்தாலும், அதன் கருணையின் தன்மையால் தாயாய், தெய்வமாய், பெண்ணாய், உயிராய் இயங்கிக்கொண்டிருக்கும் அந்த நதியை விட்டு அகன்று பல நூறு மைல்களுக்கு அப்பால் எங்கேயோ தங்களைக் குடியமர்த்தப்போகிறது அரசாங்கம் என்ற அந்தத் தகவல் அவர்களுக்கு அதிர்ச்சியாயிருந்தது.

வாசித்தறிந்தவர்களுடைய எதிர்ப்பு எப்பொழுதும் கணக்கிடப் பட்டதாய் இருக்கும். ஆனால் பாசாங்குகளை அறிந்திராத அவர்கள், இந்தத் தகவல் தெரிந்ததும் கூடிக் கூடிப் பேசிக் கொண்டார்கள். புலம்பித் தீர்த்தார்கள். சில பெண்கள் மாரில் அடித்துக்கொண்டார்கள். எங்கே போகப் போகிறோம், எப்படிப் போகப் போகிறோம், எல்லோரும்

13

ஒரே இடத்தில் இருக்க முடியாது. அவரவர்களுக்கு ஒதுக்கின இடத்தில்தான் தங்க முடியும், முழு கிராமத்துக்கும் ஒரே இடத்தில் ஒதுக்கமாட்டார்கள். இப்படியாய் அவர்கள் தயக்கங்கள் தாரை தாரையாய் வழிந்து நின்றன.

ஒரு நாளும் தாங்கள் அந்தப் பகுதியில் இருப்பதையே பொருட் படுத்தாத அரசு இயந்திரம், மூன்று நான்கு மாதங்களுக்கு முன்பு அங்குப் பெருந்திரளாக வந்தபொழுது அவர்களுக்கு ஆச்சரியமாய் இருந்தது. அவர்கள் எதற்காக வந்திருக்கிறார்கள் என்பதைக்கூட யோசிக்காமல் அவர்களுக்குத் தாங்கள் சேகரித்து வைத்திருந்த தேனையும் மக்காச் சோளத்தில் சுட்டிருந்த மக்கி ரொட்டியையும், பருப்புக் கரைசலையும் பரிமாறி மகிழ்ந்தார்கள்.

★★★

நதியின் முகப்பில் இருக்கிற சிந்தூர் கிராமத்திற்கு அந்த ஊர்ப்பெரியவர்கள் எல்லாம் வந்து சேர்ந்திருந்தார்கள். எல்லா உபசரிப்பையும் ஏற்றுக்கொண்டு கூடை கூடையாய் அவர்கள் பறித்துத் தந்த பிஞ்சு வெள்ளரிக் காய்களைப் படகுத் துறைக்குக் கொண்டு போகச் சொல்லிவிட்டு எல்லோரும் குனிந்து குனிந்து மரியாதை செய்துகொண்டிருந்த அந்த அதிகாரி பேச ஆரம்பித்தார்.

அவர் யார், என்ன பொறுப்பு, யார் இவர்களில் பெரியவர், யாருக்கு முக்கியத்துவம் தரவேண்டும் என்பதெல்லாம் அவர்களுக்குத் தெரிந்திருக்கவில்லை. முதல் முறையாக அத்தனை பேரையும் பார்க்கிறார்கள். வெள்ளையும் சொள்ளையுமாய் இருக்கிற அத்தனை பேருமே அவர்களுக்கு அதிகாரிகளாகத்தான் பட்டார்கள். அதனால் அதிகாரியிலிருந்து பியூன் வரை ஒரே மாதிரி உபசரிப்பு செய்ததில் கடைநிலை ஊழியர்கள் மிகவும் தவித்துப் போனார்கள்.

சத்தமாய் தன்னுடைய குரலை உயர்த்திக்கொண்டு, "நீங்கள் எல்லோரும் ரொம்ப நல்லவங்க, எவ்வளவு கள்ளம் கபடம் இல்லாதவர் களாய் இருக்கீங்க! நீங்க இவ்ளோ அன்பாய் இருந்ததைப் பார்த்த பொழுது நாங்க ரொம்ப சந்தோஷப் பட்டோம். நகரத்திலிருக்கிறவங்க கிட்ட உண்மையான அன்பு கிடையாது. எல்லாத்திலேயும் ஒரு போலித்தனம். நீங்கள் எல்லாம் எவ்வளவு இயல்பாய் இருக்கீங்க! ஆனா அங்க, பக்கத்து வீட்டுக்காரங்க பேருகூடத் தெரியாது. நீங்க இங்க எவ்வளவு தூரம் கஷ்டப்படுறீங்கனு எனக்குத் தெரியும். உங்களுக்கு இங்கே பள்ளிக்கூட வசதி இல்லை. இங்க மருத்துவ வசதி இல்லை. இங்க நாங்க நியமிக்கிற அதிகாரிகளும் வந்து தங்குகிற மாதிரி வசதியில்லை. இதையெல்லாம் பார்க்கும்போது உங்களுக்கு

மட்டும் இன்னும் சுதந்திரம் வந்து சேரலைனு தோணுது..." இப்படி அவர் ஆரம்பித்துப் பேசியது அவர்களுக்கு அதிசயமாகத்தான் இருந்தது. இப்படி எல்லாம் கூடப் பாஷையைப் பயன்படுத்த முடியுமா? அவர்களுக்குத் தெரிந்த பாஷையெல்லாம் தேவையானதைப் பெறுவதற்கான சாதனம்தான். அதற்குமேல் ஒன்றும் இல்லை. செயல்களாலேயே அன்பை, கோபத்தை, வருத்தத்தை வெளிப்படுத்த முடியாதபொழுது தானே வார்த்தைகள் தேவைப்படுகின்றன என்பது அவர்களுக்குப் புரிந்திருக்க நியாயமில்லை.

"நான் உங்களுக்கு ஒரு நல்ல விஷயத்தைக் கொண்டு வந்திருக்கிறேன். நீங்களும் மத்தவங்க மாதிரி படிச்சி, நல்லா வீடுகட்டி, நாகரிகமாய் வாழணும். எல்லா வசதியும் உங்களுக்குக் கிடைக்கணும். இங்க மின்சார வசதிகூட இல்லாம எவ்வளவு கஷ்டப்படுகிறீங்க. உங்க பெண்களுக்குப் பிரசவ வேதனை வந்தாக் கூட வைத்தியம் பார்க்க முடியாது. உங்க கஷ்டத்துக்கு எல்லாம் ஒரு விடிவுகாலம் வந்திடிச்சு. ஆமா! இந்த ஆத்துல அரசாங்கம் ஒரு அணை கட்டப்போகுது!"

'அணை கட்டினால் தங்களுக்கு என்ன அதில் நல்லது இருக்கிறது' என கிராமப் பஞ்சாயத்தார்கள் எல்லோரும் யோசித்தார்கள். அவர்களுக்கு ஒன்றும் புரியவில்லை. ஒரு கனமான கட்டிப் போடுகின்ற மௌனம் அடர்த்தியாய் அங்கே படிந்திருந்தது.

'நான் சொன்னது உங்களுக்குப் புரியலேனு நினைக்கிறேன். அணை கட்டுறதினாலே நீங்கள் எல்லோரும் இந்தக் கிராமங்களைக் காலி செய்யும்படியாய் இருக்கும். ஆனால் அதுக்காக நீங்க பயப்பட வேண்டியதில்லை. உங்களுக்கு அருமையான நிலத்தை வேறொரு இடத்தில் அரசாங்கமே ஒதுக்கித் தரப்போகுது அது மட்டுமில்லை; நீங்க விவசாயத்தை ஆரம்பிக்கிறதுக்குப் பணம் எல்லாம் தரும். அங்கு உங்களுக்குப் பள்ளிக்கூடம், மருத்துவமனை எல்லாம் கட்டித் தரப் போறோம். உங்க வாழ்க்கையே ரொம்ப மாறிப்போய்விடும்!"

அப்பொழுதுதான் அவருடைய லாவகமான மொழிகளுக்குள் புதைந்து கிடந்த பிடிவாதங்கள் அவர்களுக்குப் புரிந்தது.

"நாங்கள் எல்லோரும் இந்த இடத்தைவிட்டுப் போயிடணுமா?"
கோவிந்த் பாயிதான் முதலில் கேட்டார்.

"இந்த இடம் முழுதுமே தண்ணியால மூழ்கப்போகுது. பெரியவரே! எல்லோரும் காலி பண்ணித்தான் தீரணும். நாங்க என்ன உங்களை அநாதையாவா விடப்போகிறோம். எல்லோரும் எங்களோடு ஒத்துழைக்கணும். அது மட்டுமல்ல; நாளையிலிருந்து அணைகட்டறது

சம்பந்தமா ஆரம்பகட்ட வேலை எல்லாம் துவங்கப் போறாங்க புரியுதா?”

அவர் குரலில் ஒரு கண்டிப்புத் தெரிந்தது.

“நாங்க காலி பண்ண மறுத்தா என்ன செய்வீங்க?...” கூட்டத்திலிருந்து ஒரு குரல் சத்தமாய் வந்து விழுந்தது.

2. எந்தப் பொருளும் இழக்கப்படும் வரை உணரப் படுவதில்லை. இழந்துவிடுவோம் எனும் நிலையில் தான் உயிர்கூட பிரம்மாண்டமானதாய் உருவெடுத்து நிற்கிறது.

கனத்து அடர்த்தியாய் ஆக்கிரமிக்கும்படியாய் விசையுடன் வந்து விழுந்த அந்த வார்த்தைகளை யாரும் எதிர்பார்க்கவில்லை. அதில் அதிகாரம் முழுவதையும் நெட்டித் தள்ளும் வைராக்கியம் இருந்தது.

எல்லோருடைய பார்வையும் சிமன் மீது விழுந்தது. அவற்றைப் பிரயோகித்துவிட்டோமே என்னும்படியான எந்தத் தயக்கமும் அவனிட மில்லை. கோவிந்த்பாயி கூடத் தன் மகன் இவ்வளவு தைரியமாய் எதிர்த்துப் பேசுவான் என்று நினைக்கவில்லை. அக்கரைக்குப் போய்த் தன் படிப்பைத் தொடர்ந்தவன் அந்தப் பகுதியில் அவன் மட்டும்தான்.

“இதுவரைக்கும் யாராச்சும் எங்களைப் பாக்க வந்திருக்கீங்களா? நாங்க செத்தமா பொழைச்சமான்னு யாராவது வந்து கவனிச்சிருக் கீங்களா?” ஆத்துக்கு அந்தப் பக்கத்திலேயே உங்க உலகம் முடிஞ்சி போயிருமே! நாங்க எல்லாம் வேற கிராமத்துல இருக்கற மாதிரிதான் உங்களுக்கு நினைப்பு. எங்களுக்கு எப்ப சுதந்திரம் வந்ததுன்னுல்லாம் தெரியாது. எத்தனையோ வருஷமா இப்படியேதான் இருட்டிலேயே இருக்கறோம். அதெல்லாம் உங்களுக்குத்தான். இப்ப எங்களை எப்படி யாவது காலிபண்ண வச்சாதான் அணை கட்ட முடியும், அதுக்காகக் கரிசனம் காட்டற மாதிரி நீங்க வந்து பேசறீங்க. இந்த அணையால எங்களுக்கு என்ன நன்மை? நீங்க டீ.வி. பாக்கறதுக்கு மின்சாரம் கெடைக்கணும். உங்களுக்குக் குடி தண்ணி கிடைக்கணும். அதுக்காக இங்கக் குடியிருக்கிற அம்பதாயிரம் பேரும் எப்படிப் போனாலும் பரவாயில்லை; அப்படித்தானே?

வந்திருந்த அதிகாரி இப்படியொரு எதிர்ப்பை எதிர்பார்க்க வில்லை. தனியொருவனாய்ப் பெருங்குரலெடுத்துப் பேசிய அவன் திண்மையும், காப்புக் காய்த்திருந்த கம்பீரமான அவன் உருவத்தின்

ஆளுகையும் அவரை ஒரு நிமிடம் தடுமாறச் செய்துவிட்டன. நயமாகப் பேசி அவர்கள் அனைவரையும் சம்மதித்துவிடச் செய்து, காரியத்தைச் சாதித்துக் கொள்ளலாம் என்கிற அவருடைய நம்பிக்கை நீர்த்துப் போயிற்று. இவன் ஒருவன் மட்டுமே பெருந்தடையாய் இருப்பான் என்பது அவருக்குப் புரிந்து போனது. நகரத்தில் இருப்பவர்கள் அவர்களை 'அதுகள்' 'இதுகள்' என்று அஃறிணையாகக் குறிப்பிடுவது தான் பழக்கம். அரிவாளைத் தூக்கிப்பிடித்து அழுத்தி வெட்டியது போன்ற அந்த வாதத்தின் ஒவ்வொரு வரியிலும் உண்மை ஒளிந்திருந்தது அவருக்குத் தெரியும்.

மெதுவாய்த் தொண்டையைக் கனைத்துக்கொண்டு ஆரம்பித்தார்.

"தம்பி! உணர்ச்சி வசப்பட்டுப்பேசறதால் எந்தப் பிரயோஜனமும் இல்லை. நீங்க நெனச்சிக்கிட்டிருக்கிற மாதிரி யெல்லாம் அரசாங்கம் உங்களுக்கு ஓரவஞ்சனை எதுவும் செய்யல. பழங்குடியினருக்கு ஏகப் பட்ட சலுகைங்க செஞ்சிக் கிட்டு இருக்கு, 'இது என்னோட இடம். நான் எங்கேயும் போகமாட்டேன்'னு அடம் பிடிக்க முடியாது. பாக்கப் போனா எல்லா இடமும் அரசாங்கத்துக்குத்தான் சொந்தம். அவங்க நெனச்சா எப்ப வேண்டுமானாலும் எடுத்துக்கலாம். நாங்கல்லாம் எங்கேயோ பொறந்தோம், எங்கேயோ வந்து வேலை செய்யறமில்லையா? வளர்ச்சியடையணுமுன்னா வெளிய போகத்தான் வேணும். நீங்க இந்த இடத்தைவிட்டுப் பெயர்ந்த பிறகுதான் உங்களுக்கு எவ்வளவு தூரம் நல்லது நடக்கப் போகுதுன்னு புரியும்."

கூடியிருந்த கூட்டத்தினர் தங்களுக்குள் இரைச்சலாய்ப் பேசித் தங்கள் அதிருப்தியைப் பரிமாறிக்கொண்ட பிறகு நிலவிய மௌனம் அந்த இரைச்சலிலும் வலுவானதாய் இருந்தது. "அரசாங்கத்தினுடைய பலம் எவ்வளவுன்னு தெரியுமா? அதோட உங்களால் என்னைக்கும் மோத முடியாது. நீங்க எங்களோட ஒத்துழைச்சா, சவுகரியமா உங்க மறுவாழ்வுக்கு நாங்க உதவுவோம். எதிர்த்தா உங்களுக்குத்தான் கஷ்டம்; புரிஞ்சுக்குங்க."

அவர் யாருடைய கருத்தையும் கேட்பதற்குத் தயாராக இல்லை.

படகுத் துறைக்கு அவருடன் மொத்த குழுவும் சென்று நதியைக் கடந்து போய்விட்டது.

கைகளைப் பின்னால் முறுக்கிக் கட்டிய மாதிரியான ஒரு நெருக்கத்தின் நடுவே நின்றிருப்பது போன்ற உணர்வு அங்கிருந்த ஒவ்வொருவருக்கும் ஏற்பட்டது. சிறிது நேரம் யாரும் பேச முற்பட வில்லை. திகைப்பை, பயம் வென்றெடுத்த சலிப்பு அவர்களை ஒட்டு மொத்தமாய்ச் சுருட்டிக் கொண்டது.

சிமன்தான் எழுந்தான். இந்த மௌனத்தை யாராவது உடைத்துத் தான் தீரணும். “நாம்ப இங்க எத்தனையோ வருஷக்கணக்கா குடியிருக்கிறோம். நாம்ப எந்தக் கட்டத்திலயும் இதுக்குச் சம்மதிக்கக் கூடாது. நாம்ப நிச்சயம் ஒன்றாச் சேர்ந்து போராடணும். இந்த அணையைக் கட்ட விடாம தடுக்கணும்.”

“தம்பி! நாலு எழுத்துப் படிச்சிருக்கோமேன்னு ஏதேதோ பேசாதப்பா. நாம்ப எப்படிப்பா இதையெல்லாம் எதுத்துப் போராட முடியும்? இதெல்லாம் நடக்கற காரியமா? அரசாங்கம் சொன்னாக் கேட்டுத்தான் ஆவணும்.”

கோவிந்த் பாயிக்குக் கோபம் வந்தது. “யாருப்பா அரசாங்கம்? நாம்ப எல்லோரும் சேர்ந்து ஓட்டுப் போட்டாத் தானப்பா அரசாங்கம். நம்ப நன்மையிலும் நம்ப சவுகரியத்திலும் அவங்களுக்கு எந்த அக்கறையுமில்லையா? என்னோட உசிரு இந்த மண்ணிலயேதான் பிரியும். நீங்க வேணுமின்னா உயிரைக் காப்பாத்திக்கறதுக்கு ஓடிப்போய் ஒளிஞ்சுக்குங்க.”

★★★

கயிற்றுக் கட்டிலில் சுருட்டைப் புகைத்துக் கொண்டிருந்த கோவிந்த் பாயிக்கு அந்த நிகழ்வுகள் அப்படியே மனதில் ஓடிக்கொண்டிருந்தன.

‘‘எப்படிப் போக முடியும். இந்த இடத்தைவிட்டு இந்த நதியின் அலைகள், அடர்த்தியான நெடுமரங்கள், வழிந்தோடும் வாய்க் கால்கள், ஆரோக்கியத்தைத் தேக்கித் தன்னை உருமாற்றி உண்ணக் கொடுக்கும் கரிசல் மண், இங்கு விளையாடிய நினைவுகள் என்று தன்னை ஒவ்வொரு துளியிலும் முழுவதுமாய்க் கரைத்துக் கொண்டு இவை எவையும் எனக்கென்று சொந்தமில்லை என்றாலும் அந்த ஒரே காரணத்தினாலேயே இவை எல்லாம் எனக்கு மட்டும் சொந்தம் என்று கருதும்படியான உன்னதமான உரிமம் ஆகியவற்றை ஒட்டுமொத்தமாய் இழந்து எப்படி ஜீவித்திருக்க முடியும்?”

ஒவ்வொரு பிரியமான தன் இழப்பும் மரணத்தின் சின்ன பிம்பம்தானே! விருப்பமான மரம் ஒன்றுபட்டுப் போகும் பொழுதுகூட நம்மில் விரிந்திருந்த ஒரு கிளை கருகிப் போகின்ற கசப்புதானே நிகழ்கிறது.

அந்த அதிகாரி வந்துபோன நாளிலிருந்து அந்தப் பகுதியின் அமைதியும் களவாடப்பட்டுவிட்டது. எந்தப் பொருளும் இழக்கப் படும் வரை அருமையானதாய் உணரப்படுவதில்லை. இழந்து விடுவோம் என்னும் நிலையில்தான் உயிர் கூட பிரம்மாண்டமானதாய்

உருவெடுத்து நிற்கிறது. மரணத்திலும் கொடுமையானது அது நிகழப் போகிறதென்பதை உணர்த்துகிற எச்சரிக்கை.

***

இப்பொழுதெல்லாம் கிராமங்களில் வழக்கமாய்த் தென்படுகிற உற்சாகம் தொலைந்துபோய் முழு நிலவு நாட்களில் குக்கிராமம் ஒட்டு மொத்தமாய்க் கூடி, தீ மூட்டிப் பாடிக்கொண்டாடுகிற மகிழ்ச்சியெல்லாம் மறைந்து போய் வெறுமையாகிவிட்டது. இப்பொழுதும் நதி ஓடிக் கொண்டுதான் இருக்கிறது. ஆனால் அவர்கள் அத்தனை பேருக்கும் அது வறண்டு போனது போன்ற ஒரு மாயை, தன்னைத் தொடர்புப் படுத்திதான் நம் சூழலின் தன்மை உணரப்படுகிற காரணத்தால், நம்முடைய உலகம் நமக்குள்ளேயே ஒளிந்திருக்கிறது என்பது புரிந்து கொள்ளலுக்கு உட்பட்டது.

கிராமங்களில் இருவிதமான கருத்துகள், நம்பிக்கையின்மையும், தெளிந்த நீரோடையாய் நில வாகுக்கு ஏற்றவாறு விட்டுக்கொடுத்து ஓடிவிடும் இயல்புத் தன்மையும் இயைந்து அவர்கள் வாழ்க்கையில் போராடுவது என்பது புதுமையாயிருந்தது.

ஒவ்வொரு கிராமத்திற்கும் சிமன் போய் - வந்து கொண் டிருந்தான். அங்குள்ள பஞ்சாயத்தினரிடம் பேச்சுவார்த்தை நடத்திக் கொண்டிருந்தான்.

"இந்தப் பகுதியை விட்டுக் காலடி வெளியே எடுத்து வச்ச நொடி யிலேயே நம்ப சந்தோஷம் மறைஞ்சி போயிடும். நாம்ப ஒண்ணுமே யில்லாம ஆயிடுவோம். நகரத்துல இருக்கிறவங்ககிட்ட நம்ப மக்கள் ஏமாந்து எல்லாத்தையும் இழந்திருவாங்க. கடைசியில கையில் ஒண்ணுமில்லாம கூலிக்காரங்களாக் குறைஞ்சிடுவோம். நீங்க எல்லோருக்கும் இதைப் புரியவைக்கணும்."

அநேகமாக கிராமம் கிராமமாகச் சென்று மக்களிடையே அவற்றைப் பற்றிய அபிப்பிராயத்தை ஏற்படுத்துவதுதான் சிமனுக்கு முழுநேரப் பணியாக இருந்தது.

மூன்றுமாத காலமாகத் தங்கள் பகுதிக்கு அணை விஷயமாக யாரும் வராதது ஒரு குழப்பமாகத்தான் கோவிந்த் பாயிக்கு இருந்தது. 'ஒரு வேளை அணை கட்டுகிற முடிவை மாற்றிக் கொண்டார்களா' என்கிற ஒரு அற்ப சந்தோஷமும் மனதின் விளிம்புகளில் அவ்வப் போது வந்து போய்க்கொண்டிருந்தது.

நிறைய கனவுகளை கோவிந்த் பாயி தன்னுடைய கண்களில் தாங்கியிருந்தார். தன் மகனுக்கு நல்லபடியாய்த் திருமணம் செய்து

வைத்துப் பார்க்க வேண்டும். உள்ளுக்குள்ளேயே பெண் எடுக்கிற வழக்கத்தை மாற்றி வேறு இடத்திற்குச் சென்று உள் கிராமத்திலிருந்து பெண் எடுக்க வேண்டும். சின்ன வயதிலேயே மனைவியை இழந்த பிறகு தன் வீட்டில் மறுபடியும் பெண் புழங்கி வீட்டு வேலைகளைப் பொறுப்புடன் பார்த்துக்கொள்ள வேண்டும், என்றெல்லாம் தனிப் பட்ட முறையிலிருந்த அவருடைய ஆசைகள் எல்லாம் அடிபட்டுப் போய்விட்டன. சமுதாயம் முழுமைக்குமாகத் தன்னை அர்ப்பணித்துக் கொண்டவனை இந்த நேரத்தில் சொந்தக் கட்டுகளில் சிக்கிக்கொள்ள வைப்பது சிறந்ததாயிருக்க முடியாது என்று அவருக்குப் பட்டது.

★★★

மாமல்தார் (தாசில்தார்) மறுபடி வருவார். அப்படி வருகையில் என்ன செய்தியைக் கொண்டுவரப் போகிறார் என்பதில்தான் அவர் மூளை செயல்பட்டுக்கொண்டிருந்தது. அப்பொழுது மறுகரையில் வரிசையாய் நான்கைந்து ஜீப்புகளும், காரும் வந்து நின்றன. அவற்றி லிருந்து நிறைய பேர் இறங்கி ஏதோ கூடிப்பேசிக் கொண்டிருந்தனர். அங்குத் தொலைவில் நடப்பவை தெளிவாய் அவருக்குத் தெரிய வில்லை.

"சிமன் அக்கரையில என்ன நடக்குதுன்னு பாருப்பா."

வெளியில் வந்த சிமன் சற்று உற்றுக் கவனித்துவிட்டு "அப்பா! நான் கொஞ்சம் அக்கரைக்குப் போய்ட்டு வந்துடறேன்" என்று விடுவிடுவெனப் படகுத் துறைக்கு நடந்தான்.

3. மண்ணின் மீது ஆசை எப்படியிருந்தால் என்ன? ஊர் என்றிருந்தாலும் தேசம் என்றிருந்தாலும் ஒரே மாதிரியானவைதான். இதில் உசத்தி, மட்டம் என்று என்ன இருக்கிறது?

வெகுநாட்களுக்குப் பிறகு ஈரம் படாத மண்ணில் பூவாளியாய் மழை தெளிக்கப்படும்பொழுது சுகமாய் எழுகின்ற மணம் நாசி களுக்குப் புதுமையாயிருக்கும். காற்றில் மெதுவாய் கண்ணுக்குப் படாமல் கரைந்து போகின்ற அந்த வாசனை அதிக நேரம் நீடிக்கக் கூடாதா என்னும் ஏக்கம் ஏற்படும்.

வெறுமனே சிலவற்றைச் சாட்சியாக மட்டும் நின்று பார்ப்பதில் அழகு அதிகம். மண்ணில் தோன்றும் இந்த மணம் சுரக்கின்ற ஒரு திரவத்தின் காரணமாகத்தான் என்பது தெரிகின்றபொழுது இந்தச்

சுகமும் அந்நியமாகிவிடுகிறது. மகிழம் பூக்களும் இலுப்பைப் பூக்களும் உதிர்ந்த மண்ணின் மேல் விழுகிற மழைத்துளிகள் எழுப்புகிற அதீதமான இனிய மணம் சிந்தூர் கிராமம் முழுவதுமாய்ப் பரவியது.

மரங்களின் பெயர்களைத் தெரிந்துகொள்ளாமல், பூக்கடைக்குள் இருக்கிற மகரந்தத் துகள்களின் எண்ணிக்கையை ஆராயாமல் அவற்றைத் தங்கள் குடும்பமாய் நேசிக்கிற பக்குவம் பழங்குடியினரது. மரம் அவர்களுக்கு ஒரு உயிர்தான். தேக்கு என்றோ வேம்பு என்றோ விலையின் ரீதியில் வித்தியாசம் இல்லை. பட்டுப்போகும் வரை அவற்றை வெட்டிச் சாய்ப்பதில்லை.

ஒவ்வொரு பகுதியிலும் மண்ணிற்கும் தட்பவெப்பத்திற்கும் நீர் ஆதாரத்திற்கும் ஏற்ப மரம் செடி கொடிகளும் உயிரினங்களும் உண்டாகியிருக்கின்றன. அவை வளர்கின்ற சூழலின் தன்மைக்கேற்ப தனித்தன்மையை தங்களுக்குள் கெட்டியாய்ப் பிடித்துக்கொண்டு சுவாசிக்கின்றன. அங்கிருக்கிற ஒரு புல்லுக்குக் கூட இயல்புத் தன்மை உண்டு. மனிதர்கள் இன்னும் கண்டறியாத எத்தனையோ தாவரங்களும் பூச்சியினங்களும் அந்நியர்கள் அதிகமாய் நுழையாத காரணத்தினா லேயே அந்த மலைப் பகுதிகளில் பாதுகாக்கப்படுகின்றன. மனிதன் எவ்வளவு பாடுபட்டாலும் ஒரு வனத்தை அதன் இயல்புகளுடன் உண்டாக்க முடியாது; அப்படி உருவாக்கும் செயற்கை வனங்களும் காகித மலர்களாய் ஜீவனற்றுப் போகும்.

இப்படித் திடீரென மழையடிக்கும் என்று கோவிந்த் பாயி எதிர்பார்க்கவில்லை. சிமன் துண்டுகூட எடுத்துக் கொள்ளாமல் போய் விட்டானே என நினைத்தார். மூங்கில் கம்புகளைக் கொண்டு சோளத் தட்டைகளை இடையே பொருத்தி குடை போன்று செய்து மழைகளில் தங்களை நனைத்துக்கொள்ளாமல் பார்த்துக் கொள்வார்கள். அந்தக் குடையின் அழகு கலையம்சம் பொருந்தியதாய் இருக்கும். தெரிந் திருந்தால் குடையைக் கொடுத்து அனுப்பியிருக்கலாமே என்று தோன்றியது. அவன் திரும்பி வரும்வரை அவருக்கு இருப்புக் கொள்ள வில்லை. கரடுகளில் பறித்து பதமாய்க் காயவைத்திருந்த புகை யிலையைச் சுருட்டிச் சுருட்டி சதா ஊதிக்கொண்டிருந்தார்.

தெப்பமாய் நனைந்து வெகுநேரத்திற்குப் பிறகு திரும்பினான் சிமன். அவன் முகம் உணர்ச்சிகளற்று இறுகிப்போயிருந்தது. ஒரு தீவிரத்தை திசை காட்டியது. அவன் எதுவும் பேசவில்லை. அவன் ஏதோ ஆழ்ந்த சிந்தனையில் இருக்கிறான் என்பது தெரிந்ததும் அவனைக் கேள்விகளால் இம்சிக்கவில்லை.

கம்பை அரைத்துப் பண்ணிய கூழில் தயிரை வழியவிட்டுக் கரைத்து; வீட்டுக்கு முன்னால் நீளம் நீளமாய்க் காய்த்திருக்கிற சிவப்புப் படிந்த வெண்டைக்காயைச் சுட்டுப் பண்ணிய கறியை ஒரு தட்டில் வைத்து சிமனுக்கு முன் இருத்தினார்.

“தம்பி! சாப்புடுப்பா”

அவன் அதைச் சட்டை செய்யாமல் சிந்தித்திருந்தான். கோவிந்த் பாயிக்கு மகன் மீது எல்லையில்லாப் பிரியம். அவன் மனம் சங்கடப் படுவதை அவரால் சகித்துக்கொள்ள முடியாது. அவன் சுகப்பட வேண்டு மென்பதற்காகத்தான் எல்லாச் சிரமங்களையும் அவர் மேற்கொண்டார். ஆரம்பக் கல்வியுடன் நிறுத்திக்கொள்ளாமல், மேலே படிக்க விரும்பிய பொழுது அக்கரைக்குக் கொண்டுபோய் ‘ஆசிரமம்’ பள்ளியில் தங்கிப் படிக்க வைத்தார். இந்தப் பையனுக்கு இந்த மண்ணின் மீது பிடிப்பு இவ்வளவு தூரம் இருக்குதே என்று அவ்வப்பொழுது ஆச்சரியப் பட்டும் போனார்.

மண்ணின் மீது ஆசை எப்படியிருந்தால் என்ன? ஊர் என்றிருந் தாலும் தேசம் என்றிருந்தாலும் ஒரே மாதிரியானவைதான். இதில் ‘உசத்தி’, ‘மட்டம்’ என்று என்ன இருக்கிறது. வட்டத்தின் மீது உள்ள பிரியம் ஒன்றுதான் வட்டங்களின் அளவுகள் மட்டும்தான் வேறுபடு கின்றன.

“சிமன்! சாப்புடுப்பா. எவ்வளவு நேரம் சாப்புடாமே இருப்ப, எதுவா இருந்தாலும் சாப்புடாம இருக்கறதால என்ன பிரயோஜனம்?”

சிமனுக்கு அப்பாவின் மீது ஒரு பெரிய பக்தியிருந்தாலும், அதை எப்பொழுதும் வெளிக்காட்டித் தீரவேண்டும் என்ற கட்டாயம் ஏற்பட்டதில்லை. இன்னொரு திருமணம் செய்து கொள்ளாமல், சுருட்டைத் தவிர வேறெந்தப் பழக்கமும் எந்த உந்துதலிலும் தன்னைப் பற்றிக்கொள்ளாமல் நீரோடையாய்த் தன் வாழ்வை அனுபவித்த அவர் அளவிற்குத் தான் நெறியாய் வாழ்ந்தால் போதும் என்று தனக்குள் சொல்லிக்கொள்ளுவான். அதுதான் அவருக்குச் செய்கிற உச்சமரியாதையாய் இருக்க முடியும் என்று கருதினான்.

“எப்புடிப்பா சாப்புட முடியும்? மனசு கனத்துப் போகும்போது கம்பங்கூழுல ஏது நாட்டம். அவ்வளவு பேரும் ஜீப்புலயும், காருலயும் ஏன் வந்தாங்கன்னு தெரியுமா? அணை கட்டறதுக்கு அடிக்கல் விழா எந்த இடத்தில் நடத்தலாம். எங்க மேடை போடலாம். அப்படி யெல்லாம் இடம் பாக்கறதுக்குத்தான் வந்திருக்காங்க. விழா நடந்து முடிஞ்சா நம்பளால ஒண்ணும் பண்ண முடியாது. புரிஞ்சுக்கங்க.”

★★★

அணை கட்டுவதற்கான அறிவிப்புகள் பெரிய பெரிய எழுத்து களில் செய்தித் தாள்களில் வந்தன. அரசு அங்கீகாரம் கொடுத்துவிட்ட தாகவும், அண்டை மாநிலத்தின் தண்ணீர்ப் பிரச்சினை வெகுவாகத் தீர்ந்துபோகும் என்றும் லட்சக்கணக்கான ஏக்கர்கள் பாசனவசதி பெறும் என்றும் அரசு தரப்பில் வெளியான செய்திக் குறிப்புகள் விவரித்தன. அணைக்கு ஆதரவாயும் எதிராகவும் கொட்டை கொட்டையாய்க் கட்டுரைகள் இரண்டு தரப்புக் கருத்துகளையும் மோதவிட்டு நடந்து கொண்டிருந்த வியாபாரத்தில் எது சரி என்கிற குழப்பம் அறிவு ஜீவிகளிடம் நீடித்தது.

★★★

சிந்தூருக்கு நூறு மைல்களுக்கு அப்பால் துலியா என்கிற மாவட்டத் தலைமையகம் பிரிந்து பிரிந்து லேசான காற்றுக்குக்கூடப் புகையாய் மேலெழும் மண்ணைக் குறிக்கும் அப்பகுதியின் தன்மையைச் சுட்டும் பெயர்.

பனிபடர்ந்திருந்த காலைப்பொழுதில் கீழே வீழ்ந்திருந்த பன்னீர்ப்புஷ்பங்கள் கடைசி மூச்சைப் பெருமூச்சாய் வெளிப்படுத்திக் கொண்டிருந்தன. அந்தக் கலையம்சம் பொருந்திய சின்ன வீடு வராண்டா முழுவதும் பெரிய தலையணை மொத்தப் புத்தகங் களுடனும், ஏராளமான வாராந்தரிகளுடனும் நெருக்கமாய் இருந்தது.

“ராதா! நீங்களெல்லாம் எவ்வளவு போராடியும் என்ன பயன்? கடைசியில் அரசு ஆணை அணை கட்டுவதை அங்கீகரித்துவிட்டதே?”

“அரசு அங்கீகரிப்பதாலேயே அணை அங்கு வந்துவிடும் என்று அர்த்தமில்லை. எங்கள் போராட்டமே இனிமேல்தான் ஆரம்பமாக விருக்கிறது.”

முப்பத்தைந்து வயது மதிக்கத்தக்க ராதா படங்கரும், சுனில் குப்தாவும் செய்தித்தாள்களை நுகர்ந்தபடி கோப்பைத் தேநீருடன் உரையாடிக்கொண்டிருந்தனர். ராதாவின் முகத்தில் ஒரு கலவரம் தெரிந்தது. அதில் ஒரு பெரிய ஆபத்தைச் சந்திக்கத் தன்னை ஆயத்தப் படுத்திக்கொள்ளும் உத்வேகம் நிரம்பியிருந்தது.

“ராதா! இனிமேலும் வீம்பு பிடிப்பதில் பயன் இல்லை. உன்னுடைய கொள்கையை மாற்றிக்கொள். அரசு இயந்திரத்தின் சக்கரத்தில் ஒரு பூ மாதிரி கசங்கிப் போய்விடுவாய். அணையைக் கட்டுவது என்பது வளர்ச்சியின் அறிகுறி. இந்தத் தேசம் மட்டும் அணைகளின்றி இருந்தால் பாதிப்பேர் பட்டினியால் செத்திருப்பார்கள். பொருளாதாரம் படித்தவன் என்கிற முறையில் நான் சொல்லுவதைக் கேள். டாடா

இன்ஸ்டிடியூட்டில் நீ படித்த சமுதாயப்பணி உனக்குச் சில புள்ளி விவரங்களையும் கற்றுத் தந்திருந்தால் பரவாயில்லையே என்று நான் யோசிக்கிறேன்."

தன் கணவன் சுனிலுடைய இந்த நக்கல் ராதாவிற்குப் புதிதல்ல. அணை எதிர்ப்பு வாதத்தை அவள் முன் வைத்த காலத்திலிருந்தே அவர்களுக்குள் லேசாகப் புகைய ஆரம்பித்துவிட்டது. திட்டக் குழுவின் உறுப்பினராக அரசுப் பணியாற்றும் சுனிலுக்கு ராதாவின் இந்தப் போக்கு சுத்தமாகப் பிடிக்கவில்லை. தன் பணிக்குக்கூட இத்தகைய போக்கு ஆபத்தை வரவழைக்கலாம் என்றெல்லாம் தோன்றியது. இரண்டு வருடங்களாக இருவருக்கும் சுமுகமான உறவு இல்லை. விடுமுறை நாட்களில் மட்டும் பம்பாயிலிருந்து துலியா வந்து ராதாவுடன் சுனில் தங்குவான். பல கருத்தரங்குகளில் அரசுக்கு எதிராகவும் அணைக்கு மறுப்பாகவும் குரல் எழுப்புபவர்கள் குறித்து விவாதம் நடக்கும்பொழுது, தன் மனைவியின் பெயரைக் காரசாரமாய் விவாதித்தும், வைத்தும் நடக்கிற நிகழ்வுகள் அவனுக்குக் கசப்பாயிருந்தது. அந்தக் கசப்பு அவன் வார்த்தைகள் மற்றும் செய்கைகள் வழியாக வெளிப்பட்டுக் கொண்டிருந்தது. வாராவாரம் வந்து போய்க் கொண்டிருந்த சுனில் இப்பொழுதெல்லாம் எப்பொழுதாவதுதான் வருகிறான். அவர்களுக்குள் நடக்கிற சம்பாஷணைகளும் மேலோட்டமானதாயிருக்கும், வேர் பிடிக்காமல் ஆழமற்று.

"சுனில் எப்பொழுதுமே நான் வாதிடுவதற்குத் தகுதியானவராய் உங்களை நினைப்பதில்லை. உங்கள் கருத்து எதுவுமே உங்களுக்குச் சொந்தமானது இல்லை. இரவல் வாங்கியவை. யாரோ சொன்னதைத் திருப்பிச் சொல்லுகிறீர்கள். நான் உங்களுக்கு இந்தக் கருத்துக்களைத் தந்தவர்களிடமே தினமும் வாதாடிக்கொண்டிருக்கிறேன். உங்கள் பணியில் நான் ஒருபோதும் குறுக்கிட்டதில்லை. என் பாதையில் உங்கள் தலையீடும் தேவையற்றது."

"ராதா! நான் சொல்வதைச் சரியான கோணத்தில் புரிந்து கொள். அணையே தேவையில்லை என்கிற வாதம் இப்பொழுது லாயக்கற்றது. அணை கட்டுவது உறுதியாகிவிட்டது என்கிற பட்சத்தில் அதனால் இடம் பெயர்கின்ற பழங்குடியினருக்குச் சரியான 'மறுவாழ்வுப் பணிகள்' நடக்க வேண்டும் என்ற கோரிக்கையை முன் வைக்கலாம் என்றுதான் அபிப்பிராயப்படுகிறேன். நான் அரசுப் பணியில் இல்லாமல் இருந்தால் இங்கு இப்படி ஒரு வீடும், வசதியும் தொடர்ந்து பராமரிக்க முடியுமா உன்னால்? நீயே எண்ணிப்பார்."

"ஓ! நான் உங்கள் வருவாயை நம்பித்தான் உங்கள் பணியில் குறுக்கீடு செய்யவில்லை என நினைக்கிறீர்களா?"

"இல்லை! நீ தொடர்ந்து அணை எதிர்ப்பில் தீவிரம் காட்டப் போகிறாயா எனத் தெரிந்துகொள்ளப் போகிறேன்."

"ஆமாம்"

"எப்படி?"

"இனி நான் பழங்குடியினர் பகுதிக்கே சென்று தங்கிவிடப் போகிறேன். இனி என் போராட்டக் களம் அங்கேதான்."

"ராதா! அவசரப்படாதே! இப்படி ஒரு முடிவு எடுத்தால் நாம் இருவரும் பிரிய வேண்டிய கட்டாயம் உருவாகலாம்."

"நான் அதற்குத் தயாராக இருக்கிறேன்."

> 4. வளரும் நாடுகள் வளர்ந்த நாடாகவே மாற முடியாத அளவிற்குச் சுற்றுப் புறச் சூழல் கெட்டுப் போகும் பொழுதுதான் வளர்ந்த நாடுகளுக்கு ஆதாயம்.

நீர்நிலையில் விழுந்த அரசமரத்து இலை மெதுவாகக் கரை யொதுங்குவதுபோல நடைமுறைத் தீர்வுக்கான நினைவுகளுக்கு மீண்டான் சிமன்.

தூரத்தில் ஆற்றிலிருந்து குட்டையாகப் பிரிந்து தேங்கி நின்ற பரப்பில் குழந்தைகளுடன் நீந்தியும் ஒருவர் மீது மற்றொருவர் நீர் தெளித்தும் விளையாடிக்கொண்டிருந்தார்கள். அவர்கள் விளையாடச் சென்றிருந்த பொழுது கலங்கியிருந்த குட்டை சிறிது சிறிதாகத் தெளிந்து சகஜ நிலைக்கு வந்துகொண்டிருந்தது.

சிந்தூர் கிராமத்தின் வேப்பமரத் திடலில் கூடியிருந்த கூட்டம் எண்ணிக்கையில் அதிகரிக்க அதிகரிக்க அமைதியின்றி நின்றது. ஒவ்வொரு கிராமத்திலிருந்தும் முக்கியஸ்தர்கள் வந்திருந்தார்கள்.

சிமன் பக்கத்தில் அந்த ஊர் இளைஞர்களான அர்ஜுன், திலக், ஷம்பு தயாள், ராம்லால் ஆகியவர்கள் அமர்ந்திருந்தார்கள். தன் கிளைகளை அசைத்து இலைகளைச் சப்தித்து நிமிர்ந்திருந்த வேப்ப மரத்தினடியில் அனைவரும் குனிந்து அமர்ந்திருந்தனர்.

"எப்படியும் அணை கட்டறதுன்னு அரசாங்கம் முடிவு பண்ணிடிச்சி. நாம்ப எல்லோரும் என்ன நெனைக்கிறோம்கறதைப் பற்றி அவங்களுக்குக் கவலையில்லை. கூடிய சீக்கிரம் அடிக்கல்

நாட்டப் போறாங்க. நம்ப மாநிலத்து அமைச்சர் வந்து விழாவுல கலந்துக்கறதுக்குக் கேட்டிருக்காங்களாம். இதைப் பத்தி யோசிச்சு என்ன பண்ணலாம்னு தீர்மானிக்கறதுக்குத்தான் ஆள்வுட்டோம்" அர்ஜுன் தீர்க்கமான குரலில் பேசினான். சிமனை நிழல்போல் ஒட்டியிருந்து, ஓரளவிற்கு உலக விஷயங்களைத் தெரிந்து வைத்திருந்தவர்களில் அவனும் ஒருவன்.

"அடிக்கல் நாட்டிட்டா அதுக்கப்புறம் நம்மால ஒண்ணும் செய்ய முடியாது. அணை வேலையை ஆரம்பிச்சு கோடி கோடியாக் கொட்டிட்டாங்கன்னா நம்மைக் காலி பண்ண வைக்கிறது அவங்களுக்குப் பெரிய விஷயமா இருக்காது. நாமெல்லாம் கூடி இதை எதிர்க்கணும். நமக்கு இதுல உடன்பாடு இல்லைங்கறது வெளிப்படையாய் எல்லாருக்கும் தெரியணும், புரியுதா?" எல்லோரையும் ஒப்புக்கொள்ள வைக்கும் குரல், சிமனுடையதாயிருந்தது.

"ரொம்பப் பெரிசா என்ன செய்யமுடியும்? நீங்கள்லாம் சின்னப் பசங்க. சின்ன கன்றுக்குட்டி பயப்படாம இருக்கறமாதிரி பேசறீங்க. ஆனா எங்களுக்கு உள்ளுக்குள் பயமாத்தான் இருக்கு. அவங்க சொல்ற மாதிரி காலி பண்ணுன்னு சொன்ன பொறவு காலி பண்ணிப் போய்த்தான ஆகணும்" தூரத்து கிராமத்திலிருந்து வந்த ஊர்ப் பெரியவர் நைந்த குரலில் கேள்வி கேட்டார்.

வெகுநேரம் விவாதம் தொடர்ந்தது. தங்களுடைய அடிப்படை உரிமைகளையே மறுக்கிற பிரயத்தனமாகப் பெரும்பான்மையானவர்களுக்குப் பட்டது. எதிர்ப்புக் குரல் கொடுத்தவர்கள் சிறிது சிறிதாகப் பணிய நேர்ந்தது.

விவாதம் முடியும்பொழுது சிமன் கம்பீரமாய் அவர்களிடம் பேசினான்: "நாம் எல்லோரும் தாலுகாபீசில வர்ற வெள்ளிக்கிழமை போய் இதுக்கு எதிராகக் குரல் கொடுப்போம். ஒரு குடும்பத்துக்கு ஒருத்தராவது வரணும். நானும் அர்ஜுனும் அக்கரையில லாரியைக் கொண்டுவந்து நிறுத்தறோம். இங்க ஒவ்வொரு கிராமத்துல இருந்து வந்திருக்கிற பெரியவர்களும் யாரு உங்க ஊரில் இருந்து வரணும்னு முடிவு பண்ணிச் சொல்லுங்க. இதுக்கு ஆகற செலவை எல்லா ஊர்க் காரங்களும் பகிர்ந்துக்குவோம். நீங்க பணமாகத்தான் கொடுக்கணும்னு இல்லை. தானியமாகக் கொடுத்தாக்கூட போதும். நாங்க வித்துப் பணம் பண்ணிக்கிறோம். நாளையில இருந்து அர்ஜுன், திலக், ஷம்பு த்யாள், ர்ரம்லால் இவங்க உங்கள வந்து சந்திப்பாங்க. நீங்க முழுசா ஒத்துழைக்கணும். இந்தப் போராட்டம் உடனே முடியற போராட்டம் இல்லை. கிட்டத்தட்ட இது சுதந்திரப் போராட்டம் மாதிரி. பல வருஷம்

ஆகலாம். ஆனா இங்க வந்திருக்கற முக்கியஸ்தர்கள் எல்லாம் மனசு விட்டுறாம ஒண்ணா பாடுபடறதுலதான் நம்ப வெற்றியே அடங்கி யிருக்கு."

கூட்டம் ஒத்துக்கொண்டு பிரிந்து சென்றபொழுது வெள்ளிக் கிழமைக்கு இன்னும் ஐந்து நாட்கள்தான் இருக்கின்றன. அதற்குள் செய்ய வேண்டியவை நிறைய இருக்கின்றன என்கின்ற பாரம் சிமனையும், அவன் தோழர்களையும், மூலையில் அமர்ந்து அனைத்தையும் அமைதி யாகக் கேட்டுக்கொண்டிருந்த கோவிந்த் பாயியையும் அழுத்தியது.

★★★

நேரடியான விவாதம் நடந்து கொண்டிருந்தது. "அணை கட்டுவதைக் கூட யாராவது எதிர்ப்பாங்களா? இந்தப் பெண்மணி என்னதான் காரணம் சொல்கிறாள் பார்ப்போம்" என்று ராதா படங்கர் கூறுவதைக் கேட்கப் பலர் ஆவலாகக் குழுமியிருந்தனர். அந்த மாநிலத்தி லிருந்த முக்கிய தொண்டு நிறுவனங்களிலிருந்தும், சுற்றுப்புறச் சூழல் பற்றிய அக்கறைகொண்ட அறிவு ஜீவிகளும் அந்த பிரத்யேகக் கூட்டத்திற்கு அழைக்கப்பட்டிருந்தார்கள்.

ராதாபடங்கர் பேசியது எளிமையாக ஆடம்பரமில்லாததாக அமைந்திருந்தது. மேடைப் பேச்சுப் போலத் தேவையில்லாத சத்தமோ, எதுகை மோனையோ, ஏற்ற இறக்கமோ தேவையற்ற ஜரிகைகளோ இல்லாமல் நீரொழுக்கு போல் மென்மையாக இருந்தது. அந்தக் குரலில் ஒரு உண்மை இருப்பதை மட்டும் மற்றவர்களால் உணர்ந்துகொள்ள முடிந்தது.

"அணை கட்டுவது என்பது உற்பத்தியைப் பெருக்கக் கூடியது என்பதில் நாங்கள் முரண்படவில்லை. ஒரு அணை எவ்வளவு பெரிதாக இருக்கவேண்டும் என்பதும் பெரிய அணைகள் நம் நாட்டு நலனுக்கு எந்த அளவிற்கு உகந்தன என்பதும்தான் என்னுடைய கேள்விகளாக இருக்கின்றன. நம் நாட்டில் கட்டப்பட்ட பல பெரிய அணைகள் முக்கால்வாசிக்குத் தூர்ந்து போய் இருக்கின்றன. சீனத்தில் சின்னச் சின்ன அணைகளாகக் கட்டப்பட்டு நீர்த்தேக்கங்கள் பராமரிக்கப்பட்டு வருகின்றன. அப்படிச் சின்ன அணைகளாகக் கட்டப்படும் பொழுது நீர் தேங்குதல் (Water logging), உவர் நிலமாதல் (Saline soil formation) போன்ற பிரச்சினைகள் ஏற்பட வாய்ப்புகள் இல்லை. ஒவ்வொரு அணை கட்டப்படும்பொழுதும் எத்தனை ஆயிரக்கணக்கான ஹெக்டேர்களில் உள்ள இயற்கை வனங்கள் அழிக்கப்படுகின்றன? நம் அறிவிற்கே அகப்படாத எத்தனையோ தாவரங்களும், உயிரினங்களும் தண்ணீரில் மூழ்கி மறைந்து போகின்றன தெரியுமா? ஒரு அணை

பெரிய அளவிலே கட்டப்படும்பொழுது எந்த அளவிற்குச் சுற்றுப்புறச் சூழல் பாதிக்கப்படுகிறது தெரியுமா? நம் நாட்டில் ஏற்கெனவே போதிய அளவில் வனங்கள் இல்லை. நம்மால் செயற்கையாக இந்த இயற்கைச் செல்வங்களையெல்லாம் எப்படி ஈடுசெய்ய முடியும்?"

"இந்த இயற்கை வளங்களையெல்லாம் பன்னெடுங் காலமாகப் பழங்குடி மக்கள் பாதுகாத்து வருகிறார்கள். தலைமுறை தலைமுறையாய் இயற்கை சீரழியாமல் அவற்றின் பலன்களை அவர்கள் நுகர்ந்து வருகிறார்கள். அவர்களையெல்லாம் புதிய இடத்திற்குக் குடியமர்த்தி அவர்களை ஒட்டுமொத்தமாக அந்நியப்படுத்துவது என்பது மனித நேயத்திற்கு விரோதமானது. இந்த அணை வரக்கூடாது என்பதில் எங்களுக்கு வேறு எந்த நோக்கமுமில்லை. இந்த நாட்டின் சுற்றுப்புறச் சூழல் மொத்த மாகப் பாதிக்கப்படக் கூடாது என்பதும் நாம் கொஞ்சம் கொஞ்சமாக நம்முடைய பாரம்பரிய சொத்துக்களையும் பண்பாட்டையும் தாரை வார்த்துவிடக்கூடாது என்பதும்தான் எங்களுடைய கோரிக்கை. நாங்கள் எத்தனையோ முறை வலியுறுத்திச் சொல்லியும் இதை யாரும் எடுத்துக்கொள்ளவில்லை.

"இந்த அணையால் குடிபெயர்க்கப்படுகின்ற பழங்குடியினருக்கு என்ன செய்யப்போகிறார்கள்? பாசன வசதி பெறப்போகின்ற நிலங்களையா அவர்கள் தரப்போகிறார்கள்? இல்லை, விழிப்புணர்வு இல்லாதவர்கள் என்பதாலும் கல்வியறிவு இல்லாதவர்கள் என்பதாலும் அவர்கள் வஞ்சிக்கப்படுவார்கள். ஒன்றுக்கும் உபயோகமில்லாத தரிசு நிலங்கள்தான் அவர்களுக்குத் தருவதற்காகக் கையகப்படுத்தப் படுகின்றன. அந்த நிலங்களும் போதிய அளவிற்குத் தரப்படுமா என்பது சந்தேகம். இதுவரை உருவாகியுள்ள நீர்த்தேக்கத் திட்டங்களில் குடிபெயர்க்கப்பட்ட பழங்குடியினர் நிலைமையெல்லாம் எப்படி யிருக்கிறது என்ற புள்ளி விவரங்களைக் கொஞ்சம் பார்க்கலாம்."

ராதா படங்கரின் உரை அங்கிருந்த ஒவ்வொருவருக்கும் சரியெனப் பட்டது. போலித்தனமில்லாத அந்தக் கருத்துக்கள் அங்கிருந்த அனைவரையும் கவர்ந்து ஈர்த்தன. பல குறுக்குக் கேள்விகள் வினவப் பட்டன. ஒவ்வொன்றிற்கும் தெறித்து விழுகிற மாதிரி பதில்கள் கிடைத்தன.

"இப்போது நான் உங்களுக்குக் காட்டப்போவது Price of Progress என்ற ஒரு டாக்குமெண்டரிப் படம். இதை உற்றுக் கவனியுங்கள். நாம் முன்னேற்றம் என்று கருதுபவை எங்கே நம்மைக்கொண்டு போய் விடுகின்றன, பாருங்கள். உயரமான அடுக்குமாடிக் கட்டடங்களும் நட்சத்திர ஓட்டல்களும்தான் முன்னேற்றம் என்றால் அந்த முன்னேற்றம்

தேவையில்லாதது. வருவாயில் Disparity ஏற்படுத்துகிற ஒரு வழி முறைதான். நம் தேக்கு மரங்கள் வெட்டப்பட்டால்தான் மேற்கில் இருப்பவர்கள் கட்டில்களுக்கு மரச்சாமான்கள் கிடைக்கும். அதற்கு உலக வங்கிகள் அணை கட்ட எவ்வளவு கடன் வேண்டுமானாலும் தரத் தயார். வளரும் நாடுகள் வளர்ந்த நாடாகவே மாற முடியாத அளவிற்குச் சுற்றுப்புறச் சூழல் கெட்டுப்போகும் பொழுதுதான் வளர்ந்த நாடுகளுக்கு ஆதாயம். வளரும் நாடுகள் சண்டையிட்டால் தான் வளர்ந்த நாடுகள் ஆயுதம் விற்கமுடியும். இதெல்லாம் வளர்ச்சி என்கிற பெயரில் நாம் காவு கொடுக்கிற சீதனங்கள்...”

பிரத்யேகப் படக்காட்சி முடிந்தபொழுது கூட்டத்தில் இருந்தவர் களுக்குச் சில விஷயங்கள் சட்டென்று புரிந்தது.

ஒரு தொண்டு நிறுவனத்தைச் சேர்ந்தவர் எழுந்து பேசினார்.

“நாங்கள் எல்லோரும் உங்களுக்கு மனப்பூர்வமாக ஒத்துழைக் கின்றோம். இந்த ப்ராஜெக்ட்டுக்கு எதிராக எங்களால் முடிந்த அளவிற்குக் குரல் எழுப்புகிறோம். எங்கள் சக்தியையெல்லாம் ஒன்று திரட்டி இந்த மாநிலம் முழுவதும் விழிப்புணர்வு ஏற்படுத்துகிறோம். இந்தத் திட்டம் பலருக்குப் பல்வேறு காரணங்களுக்காகத் தேவைப் படுகிறது. ஒப்பந்தக்காரர்களுக்கும், நடுவில் இருக்கின்ற தரகர் களுக்கும் அரசியல் ஆதாயம் தேடுபவர்களுக்கும் இது அத்தியாவசியமான ஒன்று. இது இப்பகுதிக்கு நரம்பு மண்டலம் போன்றது என்கிற பொய்ப்பிரச்சாரம் கட்டவிழ்த்து விடப்பட்டுள்ளது. இதற்கு ஒரே தீர்வு நமது ஒட்டுமொத்தமான உழைப்புதான்...”

★★★

அடுத்த சில நாட்களில் செய்தித் தாள்களிலும், வாராந்தரிகளிலும் எதிர்ப்பு உணர்வு எதிரொலித்தது. பல்வேறு மூலைகளிலிருந்து அணையைத் தடை செய்யப் பல குறிப்பிடத்தகுந்தவர்கள் வேண்டு கோள் விடுத்தனர். இந்த வாய்ப்பைத் தங்களுக்கானதாய் மாற்றிக் கொள்கிற ரசவாத வித்தை எதிர்க்கட்சிகளால் கையாளப்பட்டது. மற்றொரு புறத்திலிருந்து இந்த அணை பறிபோய்விடுமோ என்கிற அச்சத்தில் ஈனக்குரல்கள் எழுப்பப்பட்டன. பக்கத்து மாநிலத்தில் திட்டம் கைவிடப்பட்டதால் குடிநீருக்கு ஏற்படக்கூடிய பற்றாக்குறை பெருங்குரலில் வெளிப்பட்டது. திட்டம் பிரச்சினைக்குரியது என்பது இரண்டு மூன்று தினங்களில் வெட்டவெளிச்சமாகிவிட்டது.

★★★

பணத்திற்குப் பதிலாக வந்து குவிந்திருக்கிற விளை பொருட்கள் சிமனுக்கு வியப்பையளித்தன. இதற்கு மேலாய் ஒத்துழைப்புக் கிடைக்குமென்று அவன் எதிர்பார்க்கவில்லை. இவற்றையெல்லாம் அக்கரைக்குக் கொண்டுசென்று புதன்கிழமைச் சந்தையில் விற்று, பணம் வாங்கி, லாரிகளை வாடகைக்குப் பேசிவிட்டு வரவேண்டும்.

சந்தைக்குக் கொண்டு செல்லும் பொறுப்பை அர்ஜுனிடமும் ராம்லாலிடமும் ஒப்படைத்துவிட்டு கோவிந்த் பாயிடம்,

“அப்பா! நான் சந்தைக்குப் போய் வித்துட்டு, லாரி பேசி முடிச்சிட்டு, அப்படியே நான் படிச்சேனில்ல ஆசிரமம் ஸ்கூல், அதுவரைக்கும் கொஞ்சம் போயிட்டு வந்துடறேன்பா...”

“ஆசிரமம் ஸ்கூலுக்கா, அம்புட்டு தூரம் எதுக்குப்பா?”

அங்கே தான் படித்தபொழுது, தன்னை நேசிக்க ஆரம்பித்த மிருதுளாவைச் சந்திப்பதற்காக என்று அப்போது அவன் சொல்ல விரும்பவில்லை.

5. அந்த அன்பு பாசாங்கற்றதாக இருப்பது போன்றே அந்தக் கோபமும் உண்மையாய் இருப்பதே அதற்கான அழகினை மெருகேற்றித் தருவதாய் அமைந்திருந்தது.

வெகுநாட்களுக்குப் பின்னால் சிமனைப் பார்க்கும் மகிழ்ச்சியும், இத்தனை நாட்கள் என்னைப் பார்க்க வரவில்லையே என்பது போன்ற ஒரு வருத்தமும் மிருதுளாவின் கண்களில் ஒருசேர வெளிப்பட்டன.

மிருதுளாவினுடைய அழகு இயல்பானது. அந்தச் சிரிப்பும், கண்களில் தெரிகிற மலர்ச்சியும், குடையை விரித்துப் பிடித்தது போன்ற இமைகளின் படபடப்புமாய் நேசிக்கத் தகுந்த மென்மையின் மொத்த வெளிப்பாடாய் இருப்பவள்.

அந்த அன்பு பாசாங்கற்றதாக இருப்பது போன்றே அந்தக் கோபமும் உண்மையாய் இருப்பதே அதற்கான அழகினை மெரு கேற்றித் தருவதாய் அமைந்திருந்தது.

மிருதுளாவின் கைகளை மென்மையாய்ப் பிடித்துக்கொண்டு சிமன் வெகுநேரம் மௌனமாயிருந்தான். இதயங்கள் இரண்டின் பரிமாற்றங்களுக்கு இடையே பாஷை எதற்கு என்பது போன்ற இறுக்கம் அவர்களிடையே இருந்தது.

மிருதுளாவின் கண்களிலிருந்து திரண்டு ஓடிவந்து ஒரு துளி சூடான கண்ணீர் சிமன் கைகளில் விழுந்து அவனுக்குப் பிரக்ஞை யூட்டியது. அவன் அவள் விழிகளைத் தீவிரமாய்ப் பார்த்தான்.

"ஏன் இப்படி அழுகிறாய்?"

"எனக்கு நம்ப முடியாமல் போய்விட்டது. ஒருவேளை நீங்கள் இங்கே வராமலே இருந்து விடுவீங்களோங்கற சந்தேகம் நாளுக்கு நாள் அதிகமாயிடுச்சி, ஏன் இப்படிச் செஞ்சீங்க?"

"நானு உன்னை நாலஞ்சு மாசமா பாக்க வராததுக்குக் காரணம் இருக்கு மிருது. நீ நெனைக்கற மாதிரி உன்னோட நெனைப்பு இல்லன்னு ஆயிடுமா. நானு ஒரு பெரிய பிரச்சினையை சமாளிக்க வேண்டிய கட்டாயத்துல மாட்டிக்கிட்டு இருக்கேன்."

"ஏன் உங்க அப்பா வேற எடத்துல பொண்ணு பாத்துருக்காரா?"

"அப்படி எதையும் என்னைக் கேக்காம எங்கப்பா செய்வாரா? எங்க ஊரு தண்ணியில மூழ்கப்போவுது; காலிபண்ணுங்கன்னு அணைகட்டற அதிகாரிங்க வந்து சொன்னாங்க. நாங்க அதுக்காகப் போராடிக்கிட்டிருக்கோம். அதுக்காக ராவுபகலா அலைய வேண்டியதாயிருக்கு. அதனாலதான் உன்னை வந்து பாக்க முடியலை. நீயா ஏதாவது கற்பனை பண்ணிக்கிட்டு இருக்காதே; புரியுதா."

"எங்க ஊரும்தான் மூழ்கப்போவுது. காலி பண்ணுங்கன்னு அதிகாரிங்க வந்து சொல்லியிருக்காங்க. எங்க ஊரு பெரியவங்க எல்லாம் ஒத்துக்கிட்டாங்க."

"உங்களை மாதிரி எல்லோரும் கண்மூடி ஒத்துக்கறதுனால தான் அவங்க எங்களைப் புடுச்சி நெருக்கறாங்க."

"சரி சரி போதும், கோபம். நம்பளைப் பத்திப் பேசலாமா?"

"மிருது! கொஞ்சம் என்னைப் புரிஞ்சுக்க. நானு உன்னை அடிக்கடி வந்து பாக்கலேன்னு நெனைக்காதே. நீ நாலு எழுத்துப் படிச்சிருந்தா இப்ப எவ்வளவு வசதியா இருக்கும். நானும் நீயும் கடிதாசி போட்டுக்கலாமே."

"கன்னாலம் பண்ணின பிறகாவது நீங்க எனக்குக் கத்துக்குடுங்க. நானும் எழுதப் படிக்கத் தெரிஞ்சிக்கறேன்."

அவன் அவளது விரல்களை மென்மையாக வருடினான். வெகு நேரம் வார்த்தைகளால் தாலாட்டிக்கொண்டு நேரம் போவது தெரியாமல் இதமாகப் பேசிக்கொண்டிருந்தார்கள்.

ராம்கட் தாலுகாவிலிருந்த ஆசிரமப் பள்ளியில் சிமன் படித்துக் கொண்டிருந்தபொழுது ஏற்பட்ட பழக்கம் அது. பள்ளிக்கு அருகில் உயரமாயிருந்த குன்றின் மேல் தனித்து இருக்கும் குடில் பார்வையில் படும்படியாயிருந்தது. அதிலிருந்து காலை வேளையில் குடிப்பதற்குத் தண்ணீர் எடுத்துச் செல்ல பானையுடன் பள்ளியிலிருக்கும் தொட்டிக்கு அவள் வந்து போவாள். பழங்குடிப்பெண்களுக்கே உரிய மருட்சி, வெட்கம் போன்றவற்றின் பிடியில் அவளது அழகு அதிகரித்தது. சிறிது சிறிதாகப் பார்வைகளால் அறிமுகமாகித் தொடர்ந்த மறைமுகமான நட்பு காதலாகக் கனிந்தது. மிருதுளாவின் தந்தைக்கு அது தெரியாது. சிமனும் திருமணம் என்கிற பேச்சு வரும்பொழுது சொல்லலாம்; அதற்குள் என்ன அவசரம் என்றே நினைத்திருந்தான்.

சிமன் மிருதுளாவை விட்டுப் பிரியும்பொழுது, "உங்கள் தாலுகாவிலுள்ள பெரியவர்களெல்லாம் கிராமத்தைக் காலி பண்ண முடியாது என்று சொல்லறதுக்கு உங்கப்பாகிட்ட வலியுறுத்திச் சொல்லு. அடுத்தமுறை எப்ப வருவேன்னு சொல்ல முடியாது. என் சூழ்நிலையைக் கொஞ்சம் புரிஞ்சுக்க என்றான்."

சிமன் போனபொழுது மிருதுளாவிற்கு நெஞ்சு கனமாக இருந்தது. எப்பொழுதுமில்லாத ஒரு பயம் அவளைக் கவ்விக் கொண்டது. சிமன் முழுவதுமாகத் தன்னை விட்டுவிட்டுப் போனது போன்ற ஒரு வெறுமை மேலிட்டது. அவள் அவன் போன திசையையே பார்த்திருந்தாள்.

ராம்கட் தாலுகாவில் சற்று நாகரிகத்தின் கைகள் என்கிற பெயரில் நகர்ப்புற கலாசாரம் பாக்கெட்டுக்குள் கைகளைத் திணித்திருந்த நிலையில் மக்கள் ஒன்றுபடுவது; போராடுவது என்பது எவ்வளவு தூரம் நடக்கும் என்பது அவளுக்குக் குழப்பமாயிருந்தது. ஏற்கெனவே மாறுவதற்குத் தங்கள் மனநிலையைத் தயார்ப்படுத்திக்கொண்டிருந்த நிலையில், போராடுவதற்கு யாராவது எத்தனிப்பார்களா என்பது சந்தேகமானதாயிருந்தது. அவள் குன்றின்மீது மெதுவாக ஏறி, தன் குடிலுக்குத் திரும்பியபொழுது வீடு இருட்டாயிருந்தது. அவசர அவசரமாய் விளக்கைப் பற்றவைத்துவிட்டு, ராகி மாவை ரொட்டிக்காகப் பிசைய ஆரம்பித்தாள்.

★★★

ஆற்றுமுகப்பில் 5000-க்கும் மேற்பட்டவர்கள் கூடியிருந்தார்கள். அந்தக் கூட்டத்தில் எண்ணிக்கையைக் காட்டிலும், அதன் தன்னார்வம் அதிக மதிப்பு வாய்ந்ததாயிருந்தது. சிமன் ஒவ்வொரு கிராமத்தைச் சேர்ந்தவர்களும் ஒரு கும்பலாய் நின்றிருக்கும்படி அவர்களை வரிசைப்படுத்தினான். திலக், அர்ஜுன், ராம்லால் போன்றவர்கள் அவனுக்கு உதவியாயிருந்தார்கள்.

கோவிந்த் பாயி சுருட்டை வேட்டியில் மடித்துக்கொண்டிருந்ததைக் கவனித்த சிமன், "சுருட்டை யெல்லாம் இங்கேயே போட்டுவிடுங்கள். அங்கே தாலுகாபீஸில் புகைபிடிக்கக்கூடாது" என்று சத்தம் போட்டான்.

அக்கரையில் லாரிகள் நின்றுகொண்டிருந்தன. எதிர்பார்த்திருந்த கூட்டத்தைக் காட்டிலும் அதிகமானவர்கள் வந்திருந்ததால் லாரிகள் இரண்டு மூன்று ட்ரிப் அடிக்க வேண்டியது நேரிடலாம் என சிமன் நினைத்துக்கொண்டான்; போராட்டத்தைக் காட்டிலும் அதிக சிரமம், அவர்களையெல்லாம் பத்திரமாகத் திரும்பக் கொண்டுவந்து சேர்ப்பது என்பதில் தனக்கு இருந்த பொறுப்புணர்வை நினைத்துக்கொண்டான்.

எதிர்த்திசையிலிருந்து தோணி நடுத்தர வயது மதிக்கத்தக்க ஒரு பெண்மணியை ஏற்றிக்கொண்டு வந்தது அவர்களுக்கு எல்லாம் ஆச்சரியமாயிருந்தது. "யாராக இருக்கும்" என்று அவர்களுக்குள் பேசிக் கொண்டார்கள்.

அந்தப் பெண்மணியோடு இரண்டு இளைஞர்கள் ஜிப்பா அணிந்துகொண்டு, தோளில் ஒரு பையணிந்தவாறு தோணியிலிருந்து இறங்கினார்கள்.

அந்தப் பெண்மணி தங்களை நோக்கி வருவதைக் கண்ணுற்றதும் சிமன் அவரை நோக்கிச் சென்று வரவேற்று வணங்கினான்.

அந்தப் பெண்மணி புன்னகைத்தவாறே "நான்தான் ராதாபடங்கர். நான் உங்களுடன் தங்கியிருப்பதற்காக வந்திருக்கிறேன். எனக்கும் இந்த அணை கட்டுவதில் உடன்பாடு இல்லை. இவர்கள் இருவரும் என் நண்பர்கள். நாங்கள் இருபக்கமாக இருந்து அணை கட்டக்கூடாது என்பதற்காக அரசியல், சமூகப் பொருளாதாரக் காரணங்களுக் காகப் போராடி வருகின்றோம். இவர்கள் பெயர்கள் சந்தீப், நிதின் (அவர்கள் இருவரும் நமஸ்கரித்தார்கள்). நான் இனி உங்களோடுதான் வாழப்போகிறேன். இந்தப் போராட்டத்தில் நாம் தனித்தனியாகக் கலந்து கொள்வதைக் காட்டிலும் ஒன்றுசேர்ந்து முயற்சி மேற்கொள்வதுதான் நல்லது. இந்த எதிர்ப்பு உங்களிடமிருந்தே தோன்றியிருப்பது மகத்தானது. உங்கள் உரிமைகளை நீங்களாக வென்றெடுக்கப் போகிற இந்த முயற்சியில் எங்கள் பங்கு சொற்பமானது. நாங்கள் வெறும் ஊக்கிகள் தான். எங்கள் பங்களிப்பு உங்களுக்கு சந்தோஷம்தானே? உங்களுக்கு ஏற்புடையதாக இது இருக்கிறதா?"

அவர் பேசியவற்றில் பெரும்பான்மையான பகுதி அங்கிருந்தவர் களுக்குப் புரியாவிட்டாலும் இவரும் தங்களுக்குச் சாதகமானவர்தான் என்பதில் நிம்மதியும், மகிழ்ச்சியும், மனத்திலிருக்கும் பாரத்தை இறக்கிய திருப்தியும் தெரிந்தன.

இவ்வளவு பெரிய அளவில் விழிப்புணர்வு சிறிதும் இல்லாததாய்க் கருதப்பட்ட பழங்குடியினர் தாலுகா அலுவலகத்தில் கூடுவார்கள் என்பதை மாவட்ட நிர்வாகம் எதிர்பார்க்கவில்லை. அது தானாக வந்த கூட்டம் என்பதும் தருவிக்கப்பட்ட கூட்டம் அல்ல என்பதும் தெளிவாகத் தெரிந்தபொழுது, தாங்கள் நினைத்த மாதிரி எளிதாக அவர்களை இடம்பெயர்த்துவிட முடியாது என்பது தெரிந்தது.

இன்னும் இரண்டு வாரங்களில் நிகழ்த்துவதாக இருந்த அடிக்கல் நாட்டு விழாவை இந்தச் சூழலில் சிந்தூர் கிராமத்தில் நடத்துவது என்பது உகந்த யோசனையல்ல என்பது அரசுக்குத் தெரிவிக்கப் பட்டது. பழங்குடியினர் தாலுகா அலுவலகத்தை முற்றுகையிட்டு அமைதியாக நடத்திய ஆர்ப்பாட்டம் புகைப்படங்களுடன் எல்லாப் பத்திரிகைகளிலும் வெளியானது. இதுநாள்வரை சம்பந்தப்பட்டவர்கள் இதிலே குறுக்கீடு செய்யப் போவதில்லை என்ற போலி சமாதானத்துடன் மேல் நடவடிக்கைகளை மேற்கொண்ட நிர்வாகத்திற்கு இது தலைவலியாய்த் தோன்றியது.

ராதாபடங்கர் வரவு சிமனுக்கு மிகுந்த நம்பிக்கை யளிப்பதாக இருந்தது. தன்னைச் சரியாக வழி நடத்த ஒரு கையைப் பிடித்துக் கொண்டு நடை பயில்கிற குழந்தையாகத் தான் பாவித்துக்கொண்டான்.

நீர்ப்பாசனத்துறை அமைச்சர், மத்தியிலிருந்து இப்படி ஒரு தொலைபேசி அழைப்பு வருமென்று கருதவில்லை. ஒரு சின்ன கூட்டத்திற்குப் பயந்துகொண்டு அடிக்கல் நாட்டுகிற விழாவே வேண்டாம் என்று சொன்னால் அது எப்படி சரியாகும்? ஒரே கட்சியினுடைய ஆட்சி மாநிலத்திலும், மத்தியிலும் தவிர இரு மாநிலங்களுக்கு இடையே உள்ள நீர்ப்பாசனம் என்பது மத்திய அரசின் பொருண்மை. அதுகுறித்து எளிதாக முடிவு எடுக்க முடியாது.

அடிக்கல் நாட்டு விழாவில் ஏதாவது அசம்பாவிதம் நிகழ்ந்தால் அது அணைக்கான எதிர்ப்பைப் பல மடங்காக்கிவிடலாம். உணர்ச்சி வசப்படத்தக்க ஒரு கும்பலின் எதிர் நடவடிக்கை எப்படியிருக்கும் என்பது சொல்லமுடியாது என்பது மேல் தரப்பு வாதம்.

முக்கிய மந்திரியினுடைய அழைப்பு வந்தபொழுது பாசனத்துறை அமைச்சர் வெறுமனே ‘ஆமாம்’ போட்டுக் கொண்டிருக்க விரும்ப வில்லை.

“திடீரென அடிக்கல் நாட்டு விழாவை நிறுத்தச் சொல்கிறீர்களே, அதன் பின்விளைவுகள் எப்படியிருக்கும் என்று யோசித்தீர்களா?”

“உள்ளாட்சித் தேர்தல் நடக்கவிருக்கிற இந்த நேரத்தில் சென்ட்ரல் கவர்ன்மெண்ட், குழப்பம் ஏதும் கூடாது; மத்த இடத்தில கட்சி வீக்கா யிருக்கும் பொழுது, நம்ப மாநிலத்தில அடி வாங்கினா நிலைமை ரொம்ப மோசமாயிடும்னு நெனைக்குது. இதுல நாம்ப குறுக்கப் பேச முடியுமா? நாம்ப எப்பவுமே தலைமைச் சொல்படிதான் கேட்க முடியும். பழங்குடியினர் ஓட்டு இதுவரைக்கும் ஓட்டு மொத்தமா நமக்குத்தான கெடைச்சிருக்கு. இப்ப எதிர்க்கட்சிங்க தூண்டிவிட்டா என்ன பண்ண முடியும்.”

“அதெல்லாம் வாஸ்தவந்தான், பக்கத்து மாநிலத்துக்குக் குடிநீர் தர்றோம்னு வாக்குறுதி தந்திருக்கோமே அதை மாத்த முடியுமா? இப்ப வேலையைத் துவங்கினா முடிய ஆறேழு வருஷம் ஆகும். அங்க இருக்கற தொழிலதிபர்கள் பணம் குடுக்காட்டி நாம்ப எப்படித் தேர்தலைச் சமாளிக்க முடியும். நெனச்சிப் பாத்தீங்களா? அணை கான்ட்ராக்ட் ஒப்படைக்கறதுல வரக்கூடியதையும் கொஞ்சமாவது நாம்ப யோசிக்க வேணாமா.”

“சுக்லா! கொஞ்சம் வாதிடறதை நிறுத்துங்க. ஏற்கெனவே சில ஹிந்து அமைப்புகள், ‘இந்த நதியில அணை கட்டவே கூடாதுன்னு ஐதீகம் இருக்கு’ எந்த அணையுமே இதுவரை கட்டலைன்னு புதுப் பிரச்சினையைக் கிளப்பிக்கிட்டு இருக்கு. அந்த விஷயம் தலைவலி போயி திருகுவலி வந்த மாதிரி இருக்கு. இப்பப் போயி ஆடம்பரமா விழா நடத்தினா நல்லாவா இருக்கும்?”

“அப்ப அணை கட்டறதாச் சொல்லி பல பேருகிட்ட நாம்ப என்னென்னமோ சாதிச்சிக்கிட்டு இருக்கோம்; அதுக்கு என்ன பதில் சொல்லப் போறோம்?”

> **6. தனக்கென்று தனியொரு உலகத்தை சிருஷ்டித்து, அதைக் கெட்டியாகப் பிடித்துக் கொண்டிருக்காமல் இருப்பவர்களால்தான் எல்லா உலகத்திலும் ஐக்கியமாகி விட முடியும். அதனிலிருந்து எந்தப் பாதிப்புமில்லாமல் பிரிந்து செல்லவும் முடியும்.**

தன் முன்னால் சலசலத்து ஓடும், அந்த நதியையே பார்த்துக் கொண்டிருந்தார் ராதா படங்கர். சிந்தூர் கிராமத்திற்கு வந்து தங்கி மூன்று மாதங்கள் முடிந்துவிட்டன. இந்தக் கிராமம் சுற்றிலும் அழகை அள்ளித் தெளித்த மாதிரி கண்களைக் குளுமையாக்கிடும் பசுமை, துளியும் அழுக்குக் கலக்காத தூயகாற்று, சுகந்த மணத்தைப் பரப்பி

மகிழும் மகிழம் பூக்கள் என எல்லாவற்றிலும் தன் பிரதிபலிப்பைக் கண்டார். வாழ்க்கை என்பது தேடுதல், சதா சர்வகாலமும் முடிவில்லாததை, ஆரம்பமென்று அறியமுடியாததைத் தேடுதல், தேடுதலில் பலனில்லை என்றாலும் தேடுகிற சுகத்துக்காகவே தேடுதல். இந்த நதி உறக்கமின்றி ஓய்வின்றி ஓடிக்கொண்டிருப்பதும் ஒரு தேடுதல் நிமித்தமாகத்தானோ. நதி என்பது வெறும் நீர் ஓட்டம் தானா? இல்லை... நேற்று ஓடிய நீரும் இன்று ஓடுவதும் முற்றிலும் வேறாய் இருக்க இதற்கென்று ஒரு பெயர் பொருத்தம்தானா? யார், உற்பத்தியாகின்ற நுனியிலிருந்து கடலில் கலக்கின்றவரை இதோடு நடந்துவந்து எல்லோர் காதுகளிலும் விழுமாறு ஒரே பெயரை உச்சரித்திருக்க முடியும்? இது ஒரு இயக்கம். ஒரு சக்தி, எப்பொழுதும் ஏற்படும் புவியின் சுழற்சியை உலகியல் மாற்றத்தை உணர்த்துகிறது. ராதாவிற்கு இந்த வாழ்க்கை பிடித்திருந்தது. சகலமும் பேதமின்றி முரணின்றி... இது மழைத்துளி நதியில் விழுகிற மாதிரி எதிர்ப்பின்றி நடக்கின்ற சங்கமமாகத் தோன்றியது. கோவிந்த்பாயிடம் ஒரு அன்பான தந்தையின் மென்மையான வருடலை உணரமுடிந்தது. அவர்கள் வீட்டுப் பக்கத்திலேயே உருவான சின்ன சூழல் தன்னை இயற்கை யோடு இயைந்திருக்கப் பண்ணியது போன்ற சுகம் அவருக்கு ஏற்பட்டது. தீயில் சுட்டு வைத்த இளங்கதிர்களும், கம்பங்கூழும், மக்கி அடைகளும் சுவையாக இருந்தன. அவரோடு கிராமத்திற்கு வந்த இரண்டு இளைஞர்களும் சிமனோடு தங்கினார்கள், எவ்வளவு லகுவாக இந்தச் சூழலுக்கு ஏற்ப இவர்களால் மாறிவிட முடிகிறது என்று அங்கிருந்த அத்தனை கிராமத்தினரும் அசந்துபோகும்படியாய் இருந்தது அவர்கள் பண்பு. பாத்திரத்திற்கேற்ப தன்னை மாற்றிக் கொள்ளும் தண்ணீராய் இருப்பவர்களால்தான் தாமரை இலை மீது நனையாமல் படரவும் முடியும்.

கோவிந்த் பாயிக்கு ராதாவின் அதிசயங்கள் ஆனந்த மயமா யிருக்கும். அழகான ஒரு பூவையோ, இதுவரை தான் பார்த்தறியாத பறவையையோ தான் காட்டும் பொழுது பார்த்துவிட்டு மகிழ்ச்சியால் ராதா துள்ளிக் குதிக்கும் பொழுதும், அதிசயப்பட்டு வியக்கும் பொழுதும் அவருக்கு சந்தோஷமாயிருக்கும். இந்தக் குஷியின் பரிமாணத்தில்தான் அவரது கோபமும் எகிறிக் குதித்து வெளிவருகிறதோ என்று கூட எண்ணத் தோன்றும்.

இந்த மூன்று மாதங்களில் அணைக்கு எதிராகத் தான் கொண்டிருந்த எண்ணங்கள் இன்னும் இறுதித் திடமாயிருப்பதை ராதாவால் உணர முடிந்தது. இவ்வளவு வளங்களும் தண்ணீரில் மூழ்கி அழுகிவிடக் கூடாது என்கிற அவரது வைராக்கியம் வைரம் பாய ஆரம்பித்தது.

லட்சக்கணக்கான வருடங்களாய் இயற்கை சல்லடை செய்து செய்து சேர்ப்பித்த சொத்துக்களைக் கண நேரத்தில் தூக்கி எறிந்துவிடத் தோன்ற வில்லை.

சின்னச்சின்னதாய்ப் பல போராட்டங்கள் இதுவரை நடந்து முடிந்துவிட்டன. சிந்தூரில் ஆரம்பித்த அந்தச் சின்னப் பொறி, பிழம்பாய் மாறி அந்தத் தாலுகா முழுவதுமாய்ப் பரவி நின்றது. ராதாவுக்கு மகிழ்ச்சியாயிருந்தது. தொண்டு நிறுவனங்களின் உதவியும், சுற்றுப்புறச் சூழல் மீது அக்கறை கொண்டிருந்தவர்களுடைய நிதியுதவியும் பெருமளவுக்குக் கைகொடுத்தது.

கரையில் அமர்ந்துகொண்டு சின்னச் சின்ன கற்களை நதியில் எறிந்து அந்தச் சலன வட்டங்கள் விரிந்து விரிந்து பெரிதாகும் அழகில் இறந்த காலத்தையும் எதிர்காலத்தையும் மீறியவராய் நிகழ்காலத்தில் தன்னை முழுமையாக நிறைத்துக்கொண்டிருந்தார். இந்த நதியைப் போல் கடலில் கலந்துவிடுகின்ற நிச்சயம் இருந்தாலும், தன் வாழ்க் கையை ஓட வைக்கின்ற சங்கல்பத்தை நினைந்துகொண்டிருந்த பொழுது தண்ணீரில் ஓருருவம் நிழலாட மெல்லத் திரும்பியபொழுது சிமன் நின்றிருந்தான்.

வழக்கமாய் உற்சாகமாகவும் விழிகளில் வழியும் துடிப்புடனும் இருக்கின்ற சிமனின் அன்றைய சோர்வு ராதாவுக்குப் புதிதாக இருந்தது.

"ஏன் சிமன்! என்ன பிரச்சினை...?"

தாமதமாகப் பதில் வந்தது. "ஒன்றுமில்லை."

"இல்லை! நீ பொய் சொல்ற. உன்னைப் பாத்தா ஏதோ பறிகொடுத்த மாதிரி தெரியுது. எதுவா இருந்தாலும் சொல்லு."

"அதெல்லாம் ஒண்ணுமில்லை. கொஞ்சம் களைப்பாயிருந்தது. அதுதான்."

சிமன் உண்மையைக் கூற விரும்பவில்லை. சிவந்த தன் நிறத்தைத் தண்ணீரில் பிரதிபலிக்கும் வானத்தின் வண்ணமாய்த் தெரியும் தன் பிரியமானவளின் நினைவு இப்பொழுதெல்லாம் அடிக்கடி வந்து கொண்டிருக்கிறது. கடைசியாக அவளைப் பார்த்தபொழுது அவள் கண்களில் கசிந்த கண்ணீர்த்துளி அவன் இதயத்தில் ஈரம் மாறாமல் இருக்கின்றது. அவளைப் பார்க்கத் தூண்டிய நினைவுகளை - கவனமாய்ப் புதைத்து வந்தான். அவளைப் பார்க்கச் சென்றால் இன்னும் தீவிரமாய் மனம் அவளைக் கற்பனை பண்ணுமோ என்ற அச்சம் அவனுக்கு இருந்தது. ஆனால் கிராமங்களில் அவன் வயதையொத்த இளைஞர்களுக்குத்

திருமணம் நடந்துகொண்டுதானிருந்தது. அந்த ஒவ்வொரு திருமணத்தின் நிகழ்விலும் தன்னையும் மிருதுளாவையும் அந்தச் சூழலில் எண்ணிப் பார்த்து மனம் கனத்துப் போனான்.

மணப்பெண் வீட்டாருக்கு மாப்பிள்ளை வீட்டார் கணிசமான தொகையைக் கொடுத்தால்தான் திருமணம் நிச்சயமாகும். இது அவர்கள் வழக்கம். இதுவரை அந்தக் கிராமத்தில் யாருமே தராத அளவுக்குத்தான் பணம் கொடுத்து மிருதுளாவை மணந்துகொள்ள வேண்டும் என்று தான் சேமித்து வைத்திருக்கும் பணத்தை அடிக்கடி எண்ணிப் பார்த்தான்.

இதையெல்லாம் எப்படி அவனால் ராதாவிடம் பகிர்ந்துகொள்ள முடியும்?

"சிமன்! உன்னை மாதிரி விழிப்புணர்வு இருக்கிற இளைஞர்கள் எண்ணிக்கை மட்டும் நம்ப நாட்டில் அதிகமாயிட்டா, நம்மை யாராலேயும் ஏமாத்த முடியாது. உடல் சோர்வடைஞ்சா அதைப் பத்தி எனக்குக் கவலையில்லை. என்னோட உள்ளம் சோர்வடைஞ்சுடக் கூடாதுங்கறதுதான் என்னோட அக்கறையே."

முறுவலித்துச் சிரித்தான். "அதைப்பத்தி நீங்க எப்பவுமே கவலைப்படவேண்டாம்."

தோணியிலிருந்து இறங்கி வந்த நிதின் களேபரப்பட்ட மாதிரி காணப்பட்டான். கரைக்குத் தாவி அவன் வந்த அவசரத்திலும், பதட்டத்திலும் அது பட்டவர்த்தனமாய்த் தெரிந்தது. ராதா, சிமன் இவர்களிடமெல்லாம் தோணிக்காரன் இப்பொழுது தொகை வசூலிப்பதில்லை.

"நிதின்! என்ன சமாசாரம்?" ராதா.

"நம் போராட்டம் எந்த அளவுக்குப் பலனளிக்கப் போகுதுன்னு எனக்குப் பயமாயிருக்கு."

"ஏன் அப்படிச் சொல்றே."

"நாம்ப போய்க்கிட்டிருக்கற பாதை சரியானதுதானான்னு எனக்குப் படுது. சாத்வீகமாக நாம்ப போராடி எந்தப் பலனும் விளையாதுன்னு தோணுது. என்னை நீ எவ்வளவு தூரம் கன்வின்ஸ் பண்ண நெனைச்சாலும் என்னால ஒத்துக்க முடியலை."

"நிதின் உனக்கு என்ன பயித்தியமா பிடிச்சிருக்கு. நீ நெனைக்கற மாதிரி எந்தக் கணத்துலயும் வன்முறையில் ஈடுபட நான் ஒத்துக்க மாட்டேன். இதுதான் உன்னோட உறுதியான முடிவா இருந்தா தயவு

செஞ்சு போயிடு. நீயில்லாமலும் இந்தப் போராட்டம் தொடரும். இன்னொரு முறை இந்த வார்த்தையை நீ உபயோகிச்சாகூட என்னால் பொறுத்துக்க முடியாது."

சிமனுக்கு இந்தச் சம்பாஷணை வித்தியாசமாக இருந்தது. புரிந்ததும் புரியாத மாதிரியுமான உரையாடல்கள் தான் பெரும்பாலும் அவர்களுக்கிடையே நடப்பதாக அவனுக்குத் தோன்றியது. அவன் கலந்து கொள்ளாமல் ஒதுங்கி நிற்பதுபோல் தெரிகின்ற கணத்தில் அவன் தன் பங்களிப்பின் பொருட்டு எதையாவது சொல்லி வைப்பான்.

"நிதின்! எதற்காக இப்படியொரு வேகம். நான் தெரிஞ்சுக்கலாமா?"

"சிமன்! நம்முடைய எதிர்ப்பைப் பத்தி அரசாங்கம் கொஞ்சம்கூடக் கவலைப்படற மாதிரி தெரியலை. அடிக்கல் நாட்டு விழாவை ரத்து செஞ்சாங்களே தவிர அணை கட்டறதை இல்ல. சில தாலுகாக்கள்ல ஏற்கெனவே மக்களை குடிபெயர்த்துகிட்டு இருக்காங்க. அது மட்டு மில்லாமல் அணை கட்ற வேலை இன்னும் கொஞ்ச நாள்லயே ஆரம்பமாகப் போவுது. இப்ப லேட்டஸ்ட் தகவல் என்ன தெரியுமா? உங்களையெல்லாம் குடியமர்த்தறதுக்காகவும், புனர்வாழ்வு தருவதற் காகவும் ஒரு புதிய அதிகாரியைப் போட்டிருக்காங்க. அவருக்குச் சகல அதிகாரங்களையும் வழங்கியிருக்காங்க. இதையெல்லாம் பார்க்கும் பொழுதுதான் எனக்குக் கோபம் வருது. இந்த விஷயம் அக்கரைக்குப் போயிருந்தப்போ எனக்குத் தெரிஞ்சதும் அந்த வேகத்துலதான் நான் ஓடி வந்தேன்."

சிமனுக்கு நிதினின் கோபம் ஆச்சரியமாக இருந்தது.

"நிதின்! நீங்கள் இதற்குத்தான் இவ்வளவு தூரம் கோபப் பட்டீங்களா! நான் கூடப் பயந்துட்டேன். நாம்ப சந்திக்க இருக்கற போராட்டத்துல இது ஒரு சின்ன திருப்பம்தான். இதுக்கே நாம்ப அசந்துடலாமா? சொல்லப்போனா நாங்க நெருப்பு மாதிரி கொழுந்து விட்டு எரியறப்ப நீர் மாதிரி நீங்கதானே எங்களைக் குளிர்விக்கணும்."

ராதாவிற்கு சிமனின் முதிர்ச்சி நம்ப முடியாததாக இருந்தது.

"நிதின்! உணர்ச்சிவசப்படறதால எந்தத் தீர்வும் கிடைக்காது. நாம் பொறுமையாத்தான் இருக்கணும். புதுசா வந்திருக்கிற அதிகாரிகிட்டப் பேசிப் பார்ப்போம். இதுவரைக்கும் இந்தப் பிரச்சினைக்குத் தனியா யாரும் பொறுப்புன்னு இல்லாததாலதான் நாம்ப ரொம்பக் கஷ்டப் பட்டோம். எல்லாக் கதவையும் போய்த் தட்டினோம். திறக்காதாங்கற நப்பாசையால இப்ப இந்தக் கதவைத்தான் தட்டணும்னு தெளிவாத்

தெரிஞ்சு பிறகு தட்டிப் பாத்துடுவோம். திறக்கலேன்னா உடைக்கறதா என்னன்னு யோசிக்கலாம்; புரியுதா?"

நிதினுடைய மௌனம் சம்மதமாய் ஒலித்தது.

★★★

புதிதாகக் குடிவந்திருக்கிற வீட்டில் சாமான்களை அங்கங்கே பொருத்திப் பார்க்கிற வேலையில் மும்முரமாய் இருந்தாள் யூதிகா. "இந்த மேஜையை இங்கே போட்டிடலாமா?" "இந்த டைம்பீஸை இங்க மாட்டிடலாமா" என்று சுதீரை நச்சரித்த வண்ணம் இருந்தாள்.

சுதீர் திரைச்சீலைகளை விலக்கிப் பார்த்தார். இன்னும் சில காலங்களில் தேங்கிவிடப் போகிற நதி ஓடிக்கொண்டிருந்தது, தனக்கு விதிக்கப்பட்டிருக்கும் கடுமையான பணியின் கனம் அவர் தோள்களை அமுக்கிக்கொண்டிருப்பது புரிந்தது. எரிகிற ஒரு பிரச்சினையில் தன்னை அரசாங்கம் ஈடுபடுத்தியிருப்பது, தான் எரிந்து போகட்டும் என்பதற்காகவா இல்லை தான் தீயை ஊதி அணைக்கமுடியும் என்பதற் காகவா என்பது அவருக்கு யூகிக்க முடியாத தூரத்தில் இருந்தது.

"இங்கேயாவது குறைஞ்சது ஒரு வருடமாவது இருப்போமா?" தேநீரை நீட்டிக்கொண்டே கேட்டாள் யூதிகா. "அதையெப்படி இப்பவே உறுதியா சொல்லமுடியும்? போகப் போகத்தான் தெரியும்."

சாவகாசமாக வந்தது அவர் பதில்.

7. பாதுகாப்பான வாழ்க்கையின் நிழலில் மட்டுமே காலத்தைக் கழித்தவர்களுக்கு, குடை நீங்கியதும் கடும் சூரிய வெப்பம் போல் உண்மை உறுத்தியது.

ராதா படங்கர் மனம் அடிக்கடி குழப்பத்தில் ஆழ்வதுண்டு. சந்தீப், நிதின் இருவருமே ஒரு தெளிவான சித்தாந்தத்திற்கு உடன்பட்டவர்கள் என்றாலும் அவர்கள் அணுகுமுறை முற்றிலும் வேறுபட்டது. வசதியான பின்னணியில் வளர்ந்திருந்த அவர்களுக்கு டெல்லியில் ஜவஹர்லால் நேரு பல்கலைக்கழகத்தில் பயில நேர்ந்தபொழுதுதான் படிப்பது மட்டுமே வாழ்க்கையின் எல்லையாக இருக்க முடியாது என்கிற உண்மை புலனானது. மார்க்சியத்தின் பாற்பட்ட பல கருத்தரங்குகள், அரசியல் நிலவரங்கள் குறித்த விவாதங்கள் எனப் புதிய திக்கில் நிகழ்ந்து கொண்டிருந்த அனுபவங்கள், வறுமையான இந்தியாவும் வளமான இந்தியாவும் பிளவுபட்டுக் கிடந்த யதார்த்தத்தை அவர்களுக்குச் சுட்டியது. ராதா 'பழங்குடியினர் பிரச்சினைகள்' என்கிற

தலைப்பில் அவர்கள் பல்கலைக்கழகத்தில் உரை நிகழ்த்தியபொழுது அதில் லயித்து அவர் பின்னாலேயே தங்களை அர்ப்பணிக்கப் புறப்பட்டு விட்டனர்.

ராதாவிற்கு இருவர் மீதும் பிரியம் இருந்தாலும், நிதினைப் பற்றிய குழப்பம் எப்பொழுதும் ஏற்படுவதற்குக் காரணம் அவனுடைய அணுகுமுறைதான். பற்களைக் கடித்து மென்று முஷ்டியை உயர்த்தும் முரட்டுத் தனத்தின் ரேகைகள் அடிக்கடி அவன் முகத்தில் இழை யோடுவது உண்டு. அது அச்சத்தை உண்டாக்குவதாய் ராதாவுக்குப் படும். அவனை முழுவதுமாய் நிராகரிப்பது, அவனுடைய தீவிரத்தைப் பார்க்கும் பொழுது தவறானது எனத் தோன்ற வைக்கும். வேகத்தைப் பயன்படுத்திச் செய்யவேண்டிய சில செயல்களில் வேட்டை நாயைப் போல நிதினை ஏவிவிடுவதும் சமயத்தில் அவசியமானதாயிருந்தது.

சந்தீப் முதிர்ச்சியும் நிதானமும் நிறைந்தவன். அவன் என்ன நினைக்கிறான் என்பதே புரிந்துகொள்ள முடியாதபடி தன் சலனங் களையும் உணர்வுகளையும் விழிகளுக்குள் புதைத்து விடுகின்ற பக்குவம் அவனிடம் வைரம் பாய்ந்திருந்தது. பசியையோ, தாகத்தையோ கடந்து உழைக்கின்ற தீவிரம் அவனிடம் வெளிக்காட்டிக் கொள்ளாமல் குடிகொண்டிருந்தது.

ராதாவிற்கு நிதினைத் தீவிரமாய்க் கண்காணிக்கத் தோன்றியது. எளிதாகத் தன்னைச் சார்ந்திருக்கின்ற உணர்ச்சிவசப்படத்தக்க இளைஞர் களை முரட்டுத்தனத்திற்கு மாற்றிவிடுகின்ற அவனுடைய மனப் பான்மையை, பால் பொங்குகிற பொழுதெல்லாம் தண்ணீரைவிட்டு அடக்குவதுபோல் உற்றுக் கவனித்துச் செய்யவேண்டிய சூழல் ஏற்பட்டது. வெகுசீக்கிரம், கொதித்திருக்கும் ஒரு கும்பலை வன் முறைக்குத் தூண்டிவிட்டு வேடிக்கை பார்த்துவிட முடியும். ஆனால் அந்தக் கொந்தளிப்பு வெகு சாதாரணமாகக் குரல்வளை நெரிக்கப் பட்டுப் போய்விடும் என்பது ராதாவின் முதிர்ந்த பொதுவாழ்வின் அனுபவம்.

இந்தச் சிந்தனைகளினூடே, எதிரே நடக்கின்ற ஒரு கழைக் கூத்தை சிந்தூருக்கு மிக தூரத்தில் உட்புறத்தில் அமைந்திருந்த கிராமத்தில் அமர்ந்து கூர்ந்து கவனித்துக்கொண்டிருந்தார் ராதா. இப்பொழுது அங்கிருந்த அத்தனை கிராமத்தினருக்கும் ராதா பரிச்சயம். அவர் எளிமையும், பாத்திரத்திற்கேற்ப வடிவெடுக்கும் நீராய் சூழலுக்கேற்ப தன்னை வரையறுத்துக்கொள்ளும் நேர்த்தியும் சிலாகிக்கப்படுமளவு பரிச்சயம் நாளுக்கு நாள் விரிந்தது.

ராதாவின் வேண்டுகோளுக்கேற்ப அந்த 'ஆஞ்சல்' கிராமத்தில் கலை நிகழ்ச்சிகளை ஏற்பாடு செய்திருந்தார்கள். புலியைத் தேவதையாக எண்ணி வழிபடுவது அவர்கள் வழக்கம். ஒரு காலத்தில் அங்கிருந்த காடுகளில் புலி நடமாட்டம் இருந்திருக்க வேண்டும். அதன் பயத்தில் தான் இப்படிப் புலியைத் துதிக்க ஆரம்பித்திருக்க வேண்டும் என்று ராதாவிற்குப் பட்டது.

பாரம்பரியமான விளையாட்டு என்று சொல்லிக்கொண்டு இளைஞர்கள் குச்சிகளைப் பிடித்திருக்க, ஒருவர் துணியைச் சுருட்டி வேகமாக நடுவே போட்டு இழுத்துக்கொண்டிருந்தார். அதை யார் அடித்து நொறுக்குவது என்று அவர்களுக்குள் பலத்த போட்டி. அநேகமாக காட்டு வழிப்பகுதியில் பாம்புகள் வரும்போது விரைவாகச் செயல் பட்டுத் தங்களைக் காப்பாற்றிக் கொள்ளும் கூர்மையை வளர்த்துக் கொள்ளும் பொருட்டுதான் இப்படிப்பட்ட பயிற்சி தோன்றியிருக்க வேண்டும்.

கோவிந்த் பாயி கயிற்றுக்கட்டிலில் தள்ளி ஒடுங்கி உட்கார்ந் திருந்தார்.

"என்னம்மா! எங்க விளையாட்டெல்லாம் எப்படிம்மா இருக்கு?"

"ரொம்ப நல்லாயிருக்கு பெரியவரே."

"நீங்க கேட்டீங்கன்னு தான் இதை ஏற்பாடு செஞ்சோம். இப்ப உற்சாகத்தோட இதையெல்லாம் கொண்டாடுற மனப்பான்மையில் நாங்க இல்லைம்மா. எதையோ பறிகொடுத்த மாதிரி எல்லாப் பசங்களும் ஆயிப்போயிட்டாங்க."

"நாம் இப்படியெல்லாம் மனந்தளர்ந்திடக்கூடாது. நாம்ப சம்மதிக்காம நம்மை யாரும் வெளியேத்திட முடியாது. உங்க புள்ளை மாதிரி நல்ல இளைஞர்கள் இருக்கும்பொழுது நாம்ப ஏன் இதுக்காகக் கவலைப்படணும் சொல்லுங்க."

ராதாவின் வார்த்தைகள் கோவிந்த் பாயை உற்சாகப்படுத்து வதற்காக மட்டும் சொல்லப்பட்டவையல்ல. ஐம்பது கிராமங்களில் கொஞ்சம் கொஞ்சமாகப் பனிமூட்டமாய்ப் படர ஆரம்பித்து இப் பொழுது வெளிப்படையாய்த் தோன்றியிருக்கும் விழிப்புணர்வுதான் இத்தகைய நம்பிக்கையை அவரிடம் ஏற்படுத்தியது.

★★★

சிந்தூரில் ஆரம்பித்த இந்தப் பணியை மற்ற தாலுகாவிற்கும் எடுத்துச் செல்ல வேண்டும் என்கிற குற்ற மனப்பான்மையும் அடிக்கடி தோன்றி அவரது மனதை அலைக்கழித்துக் கொண்டுதானிருந்தது.

வெ.இறையன்பு

சுதீருக்குக் கொடுக்கப்பட்டிருந்த வேலை ஒரு விதமான தண்டனையும் கூட "எதற்கெடுத்தாலும் நேர்மை என்று நெஞ்சை நிமிர்த்திக் கொண்டிருக்கிறாயே, இந்தக் கடினமான பணியை உன்னால் செய்யமுடியுமா பார்" என்று முட்டி மோதுகின்ற மாதிரியான சவாலுடன் சுதீருக்குப் பொறுப்பு கொடுக்கப்பட்டிருந்தது.

"நேர்மை என்பது வைராக்கியம். என்னால் எந்தப் பணியிலும் நேர்மையாக இருக்க முடியும். அரசாங்கத்தின் விதிகளின்படி நடப்பது தான் நேர்மை என்றால் அது இல்லாமலே நான் பணியாற்ற விரும்புகிறேன். எது உண்மையோ, நியாயமோ அதன் பக்கம் சாய்ந்திருப்பது தான் என் நேர்மை விதி, எப்படியிருந்தாலும் சரி" என்று தனக்குத்தானே வரைமுறை செய்துகொண்டு பணியாற்றுவது தான் சுதீருடைய பழக்கம்.

'பழங்குடி மக்களைப் புதிய இடத்திற்கு அப்புறப்படுத்துகிற முழுப் பொறுப்பும் உன்னுடையது' என்று மேலதிகாரி சொன்ன பொழுது சுதீருக்கு அது அவ்வளவு கடுமையான பணியாக இருக்கும் என்று தோன்றவில்லை. 'ஏதோ ஒரு முக்கியமில்லாத பணியை, மக்கள் மத்தியில் கௌரவமாகக் கருதப்படாத ஒரு பணியை நம்மிடம் ஒப்படைத்திருக்கிறார்கள்; அவ்வளவுதான் என்று நினைத்துக் கொண்டார்.

அலுவலகத்திற்குச் சென்று ஒரு வாரமாகக் கோப்புகளைப் புரட்டிப் பார்த்தபொழுது அந்த நடவடிக்கைகளின் தீவிரம் சுதீருக்குப் புரிந்தது. மிகச் சிக்கலான பிரச்சினை தன்மீது சுமத்தப்பட்டிருப்பது தெரிந்தது.

படேல் என்கிற மாமல்தார்தான் இந்த நடவடிக்கைகளை இது நாள் வரை கவனித்து வந்தார் என்பது தெரிந்தது.

"படேல்! ட்ரைபல்ஸ் எத்தனை பேரை இடம் பெயர்க்க வைக்கணும்னு தெரிஞ்சுதா?"

"இன்னும் சர்வே சரியா எடுக்கலீங்க. எனது பணித்துறைதான் அந்த விவரத்தை நமக்குத் தரணும்."

"குடியமர்த்தறதுக்கு எவ்வளவு நிலம் தேவைப்படும்னு கணக்குப் போட்டு முன்மொழிவு அனுப்பியாச்சா?"

"இன்னும் இல்லீங்க. இரண்டாயிரம் ஏக்கர் நிலம் மட்டும் ஏற்கெனவே புறம்போக்குப் பகுதியில் கண்டுபிடிச்சி வச்சிருக்கோம். அதை இரண்டரை ஏக்கரா வீதம் பிரிச்சி மேப் எல்லாம் போட்டுட்டோம்."

“என்ன வேலை பாத்திருக்கீங்க. இந்த அணையினால எவ்வளவு நிலம் நீர்ல மூழ்கப் போகுது. எவ்வளவு வனப்பகுதி சேதப்படப் போகுது. வனத்துறை எப்படி இதைச் சரிக் கட்டப் போகுதுன்னு விவரம் நமக்கு வேணுமே.”

“சார்! சொல்றேன்னு தப்பா நினைச்சுக்காதீங்க. இதுக்கும் நம்ப ரெவின்யூ டிபார்ட்மெண்ட்டுக்கும் என்ன சம்பந்தம்? இதெல்லாம் அந்த அந்த டிபார்ட்மெண்ட் கவனிக்க வேண்டிய விஷயம். நாம்ப நிலத்தை ஐடென்டிஃபை பண்ணி, அரசுக்கு முன்மொழிவு அனுப்பணும். கையகப்படுத்தின நெலத்தைப் பழங்குடியினருக்குப் பிரிச்சிக் கொடுக்கணும் அவ்வளவுதான்.”

“மிஸ்டர் படேல். அணை கட்டறதுனால எத்தனை பேர் பாதிக்கப்படறாங்கன்னு கூட தெரிஞ்சிக்காம ஒரு வேலையைப் பண்ணிட்டு எவ்வளவு நெஞ்சழுத்தமிருந்தா எனக்கே நான் என்ன வேலை பண்ணணும்னு அறிவுரை சொல்லாதீங்க. நீங்க என்ன பண்ணுவீங்க ஏது பண்ணுவீங்கன்னு எனக்குத் தெரியாது. இன்னும் இரண்டு நாளில் எல்லா விஷயங்களையும் சேகரிச்சி எனக்குத் தரணும்.”

“சரி சார்.”

“இப்பவே நம்ம துறையைச் சார்ந்தவர்களை எல்லா இடத்துக்கும் அனுப்பி எல்லாத் தகவலையும் சேகரிக்கச் சொல்லுங்க. இல்லை முதுகெலும்பை நிமித்திடுவேன். பாதிக்கபடற கிராமங்களை யெல்லாம் போய்ப் பார்த்தீங்களா?”

“இல்லை சார்”

“பின்ன எதுக்கு மேன் இருக்கீங்க? உங்களுக்குக் கொஞ்சமாவது பொறுப்புணர்வு இருக்கா? அந்த மக்களுடைய குறையெல்லாம் நமக்குத் தெரியவேணாமா? அவங்களைக் குடியமர்த்தறதுக்கு முன்னாடி அவங்க தேவைகளைத் தெரிஞ்சிக்க வேணாமா?”

“அதையெல்லாம் கேட்டுத் தெரிஞ்சு நாம்ப ஒண்ணும் பண்ண முடியாது சார். அரசாங்கம் என்ன சொல்லுதோ அதை மீறி வேற எதுவும் நாம்ப பண்ண முடியாது சார்.”

“ஆனா அரசாங்கத்துக்கு எழுத முடியும். இதையெல்லாம் நீங்க தீத்து வச்சாதான் இடம் பெயர்த்த முடியும்னு சொல்லலாமில்ல?”

“சார், நீங்க பெரிய அதிகாரி, நீங்க சொன்னா கேட்பாங்க. மாமல்தார் லெவல்ல இதுக்கு மேலே வேற என்ன பண்ண முடியும்?”

"இதுவரைக்கும் எதுவுமே பண்ணலையேய்யா. இது சரி, ராதா படங்கர்னு ஒருத்தர் இருக்காங்களே அவங்களப் பத்தியாவது தெரியுமா?"

"சார் அவங்கதான் பழங்குடியினரைத் தூண்டிவிட்டவங்க சார். ஏகப்பட்ட போராட்டம். அந்த அம்மாவாலதான் நடந்துகிட்டிருக்கு. அவங்கக்கிட்ட எந்தச் சம்பந்தமும் வச்சிக்க வேணாமுன்னு நம்ப மாவட்ட மந்திரி சொல்லியிருக்காரு."

"போராட்டமெல்லாம் நிறைய நடத்தியிருக்காங்கன்னு சொல்றீங்களே அது சம்மந்தமான ஃபைல் எல்லாம் காட்டுங்க."

"இதோ வந்துடறேன் சார்."

சுதீருக்கு ராதா படங்கரைப் பற்றிப் பத்திரிகைகளில் படித்த அனுபவம் மட்டும்தான் உண்டு. நதிக்கரைப் போராட்டங்களைப் பற்றி அவ்வப்போது அரசுக்குத் தெரிவித்த அனைத்து விவரங்களையும் படித்தபொழுது அவை வெறும் ஆர்ப்பாட்டங்களாகத் தெரியவில்லை. ஒரு மிகப்பெரிய போராட்டமாகத் தெரிந்தது.

"படேல்! நான் ராதா படங்கரைச் சந்திக்கணும். ஏற்பாடு செய்யுங்க."

8. பிரச்சினைகளை உருவாக்குவதற்கன்றி பிறி தொன்றிற்காய் சிவப்பு நாடாக்கள் கிராமங்களை வலம் வருவதில்லை. அலுவலர்கள் சிந்துகிற சிரிப்புகளிலும் அந்தச் சிவப்பு நாடாக்கள் கட்டப்பட்டுத்தான் காட்சியளிக்கின்றன.

ராதா படங்கருக்குச் சந்தீப் சொன்ன செய்திகள் மகிழ்ச்சியா யிருந்தது. பூக்களை மகிழமரம் உதிர்க்கிறபொழுது அதனடியிலே அமர்ந்திருப்பது போன்ற மெல்லிய உணர்வு வாழ்க்கை என்பது எப்பொழுதும் 'நம்மை யாரேனும் பிரதிபலிக்க மாட்டார்களா' என்ற உள்ளுணர்வுடன் துருவித் துருவிப் பார்க்கும் முயற்சி. அப்படி ஒருவர் அகப்பட்டுவிட்டால்கூட, "ஆகா! இன்னும் உலகம் சுழன்று கொண் டிருக்கிறது ஜீவித்துக் கொண்டிருக்கிறது பூவாளியாய்த் தெளிக்கிற மழைத் துளிகள் வியர்த்தமாய் பெய்து கடலில் கலக்கவில்லை. அதுசில பூஞ்செடிகளின் வேர்களையும் தோற்றுவிக்கிறது.

"தீதி! (அக்கா!) புதிதாக வந்திருக்கிற சுதீர் பீஹார் மாநிலத்தைச் சேர்ந்தவர். 32 வயதாகிறது. நேர்மையான அதிகாரி. சப்-கலெக்டராக

இருக்கும்பொழுதே ஆக்கிரமிப்புகளை அகற்றுவதில் பாரபட்சம் காட்டாததால் ஆட்சியின் கோபத்திற்காளானவர். பிறகு கொத்தடிமைகள் ஒழிப்பில் ஆளுங்கட்சி மந்திரி ஒருவருடைய தொழிற்சாலையிலேயே புகுந்து பிரச்சினையைக் கிளப்பியவர். இதுவரை எந்த ஸ்டேஷனிலும் ஒன்பது மாதத்திற்கு மேல் பணியாற்றியதில்லை."

"அப்படியா! ஆச்சரியமாக இருக்கிறதே"

"போட்டி போட்டுக்கொண்டு எத்தனையோ பணக்காரர்கள் பெண் கொடுக்க முன்வந்தபொழுது ஒரு பைசாகூட வரதட்சணை வாங்காமல் சாதாரண குடும்பத்திலிருந்து கல்யாணம் பண்ணிக் கிட்டாரு. அது மட்டுமல்ல தீதி! அவரோட மனைவியும் அவரு மாதிரியே உண்மையாகவும் நேர்மையாகவும் நடந்துக்கறவங்களாம்! பார்வையற்றவர் பள்ளி, அனாதைகள் பள்ளி எல்லா இடத்துக்கும் போய் வகுப்புகள் எடுக்கறதுதான் அவங்க பொழுது போக்காம்."

"சந்தீப்! இப்படியெல்லாம் கேட்கும்பொழுது எவ்வளவு நம்பிக்கையா இருக்கு!"

"சாப்பிட்ட சாப்பாட்டுக்குக் கூட, பணம் கொடுத்துருவாராம். அவரு வீட்டைப் பாத்தா ரொம்ப சாதாரணமா இருக்கு. யாரு வேணுமுன்னாலும் அவரை நேரில் பார்க்கலாம். அவரேதான் வீட்டுல ஃபோனை எடுக்கறாரு."

"இப்படிப்பட்டவரை எதுக்காக இங்க போட்டாங்க? பழங்குடி யினரைக் குடியமர்த்தற வேலை அரசுக்குச் சாதகமா ஆமாஞ்சாமி போடறவங்களுக்குத்தான் ஒத்துவரும். அதை விட்டுட்டு இப்படி முரண்டு பிடிக்கறவங்களை நியமிச்சா அரசுக்குக் கஷ்டம்தான்?"

"அப்படித்தான் எல்லோரும் நெனைப்பாங்க. பழங்குடியினரை இடம் பெயர்ப்பது கஷ்டமானது. இந்த மாநிலத்தினுடைய மானமே இதில்தான் இருக்கு. இதை இவர் தன் திறமையால செஞ்சி முடிச்சிட்டா அது அரசுக்கு நல்ல பெயரைத் தரும். அப்படியில்லைன்னாலும் இவரு தான் காரியத்தைக் கெடுத்தாருன்னு பழியை இவருமேல போடலா மில்லையா. இவருடைய எதிர்காலத்தையே நாசமாக்கிடலா மில்லையா அதுக்குத்தான் இவரைத் தேடிப்புடிச்சிப் போட்டுருக் காங்கன்னு தோணுது."

ராதாவிற்குத் தெரியும், இதெல்லாம் சந்தீப்புடைய கௌரவமான யூகம்தான் என்பது. ஒரு பிரச்சினையை வேரோடு பிடுங்கி ஆராய்கிற மென்மையையும், தீவிரத்தையும் பொறுமையையும் காலம் அவனுக்குக் கற்றுத் தந்திருக்கிறது.

"சந்தீப்! நாம் சுதீர்கிட்டப் பேசிப் பாத்தா என்ன? ஏன்னா அதிகாரிங்க கொடுக்கற தகவல் ஒருதலைப்பட்சமானதாகத் தானிருக்கும். ஆரம்பத்திலேயே தவறான தகவல்களைத் தந்து அவரைக் குழப்பத்தில் ஆழ்த்தறதுக்குப் பதிலா, நாம்ப எல்லாத் தகவல்களையும் இன்னொரு பக்கத்தில இருக்கற பிரச்சினைகளையும் தெளிவாக எடுத்துச் சொன்னா நல்லா இருக்கும்."

"....."

"அணையோட கொள்ளளவு, பாதிக்கப்படற கிராமங்கள், குடி பெயர்க்க வேண்டிய மக்கள்தொகை, மூழ்கவிருக்கிற கிராமங்கள், அழிக்கப்படவிருக்கிற வனங்கள், இந்தப் பகுதி நீரில் மூழ்கறதுனால ஒட்டுமொத்தமா மறையப் போற (Extinct) உயிரினங்கள், தாவர இனங்கள் இவற்றால் ஏற்படக்கூடிய சுற்றுப்புறச் சூழல் பாதிப்பு, தண்ணீர் தேங்கி உவர்நிலமாப் போக இருக்கிற விவசாய நிலப்பரப்பு... இப்படி எல்லாத் தகவல்களையுமே தொகுத்து ஒரு பேப்பர் தயார் பண்ணியிருக்கேன். நாம்ப அவரைச் சந்திக்கும் பொழுது இதைக் கொடுத்தா பிரச்சினையோட தீவிரத்தை அவர் புரிஞ்சிக்க முடியும்.

தலையசைப்பது போல், அடித்த காற்றில் நதிக்கரையிலிருந்த மரங்களெல்லாம் ஆடுகையில் உதிர்ந்த இலைகள் நீரில் விழுந்து நீந்திக்கொண்டிருந்தன.

அக்கரையிலிருந்து கூட்டமாக வந்த அலுவலர்கள் மத்தியில் தாலுகாவின் மாமல்தார் படேலும் இருந்தார். அவர்கள் தோணியிலிருந்து இறங்குகின்ற பொழுதே கரையிலேயே அமர்ந்திருந்த ராதாவின் உருவம் அவர்களுக்குப் பெருமூச்சைத் தந்தது. ராதாவை எந்தக் கிராமத்தில் தேடி அலைய வேண்டியிருக்குமோ என்ற எண்ணத்தில் வந்தவர்களுக்குத் தங்கள் சிரமம் குறைந்ததில் மகிழ்ச்சி.

அலுவலர் கூட்டத்தைப் பரிசயம் செய்துகொண்ட பொழுது, "எந்த அணுகுண்டுடன் வந்திருக்கிறார்களோ" என்ற அச்சம் ராதாவின் மனத்தில் இருந்தது.

ராதாவைப் பார்த்து படேல் வணங்கியதில் இதுநாள் வரை தெரியாத ஒரு பவ்யமும் சிநேகமும் இருந்தது. மேலதிகாரிகள் நினைப்பதற்குச் சரி சொல்லியும், அவரைத் திருப்தி செய்தும், தன் சொந்த எண்ணம் என்கிற ஒன்றையே எப்போதும் ஒதுக்கிவைத்து இருபத்தைந்து ஆண்டுகளுக்கு மேலான முதிர்ச்சியிருப்பது அவரது செய்கைகளில் தெரிந்தது.

"வணக்கம்மா! புதுசா வந்திருக்கிற ஐயா பேரு சுதீரு, உங்களைப் பாக்கணுமுன்னு சொன்னாரு. அது சம்பந்தமா சேதி சொல்லிட்டுப் போகலாமுன்னுதான் வந்தோம்."

"எப்ப நானு அவரைச் சந்திக்கணும். எங்க சந்திக்கணும்னு சொன்னீங்கன்னா அதுக்குத் தகுந்த மாதிரி நானு தயாராவர்றதுக்கு வசதியாயிருக்கும்."

"நீங்க எங்கயும் வர வேணாம்மா. அவருதான் உங்களைப் பார்க்க வரணும்னு பிரியப்படறாரு. அதுவும் சிந்தூர் கிராமத்துலயே உங்க கிட்ட பேசணும்; இங்க இருக்கற பழங்குடி மக்களோட பிரச்சினை எல்லாத்தையும் தெரிஞ்சிக்கணுமுன்னு பிரியப்படறாரு. உங்ககிட்ட தனியாவும், கிராம மக்கள் கிட்டே தனியாகவும் பேசணுமுன்னும் பிரியப்படறாரு. அது மட்டுமில்லாம அன்னைக்கு ராத்திரி கிராமத்திலேயே அவரு தங்கணும்னு விரும்பறாரு. வர்ற வெள்ளிக்கிழமை இங்க வர்றேன்னு இருக்கறாரு. எங்களை மத்த எல்லா டிபார்ட்மெண்டுகிட்டேயிருந்தும் தகவல்களைச் சேகரிச்சிக்கிட்டு வரச் சொல்லியிருக்காரு. அநேகமா வியாழக்கிழமை எல்லாத் தகவலும் கிடைச்சிடும். அதுக்கப்புறம் உங்களைப் பாக்க வரலாமுன்னு இருக்காரு. வெள்ளிக்கிழமை உங்களுக்கு வேற ஏதாவது அலுவல் இருக்கான்னு தெரிஞ்சிக்கிட்டு வாங்கன்னுதான் எங்களை அனுப்பி வச்சாரு."

ராதாவிற்கு நம்ப முடியவில்லை. இதுவரை இப்படியொரு மனிதரை அவர் சந்தித்ததில்லை. ஒரு சாதாரண அலுவலரைக்கூட சீட்டுக் கொடுத்தவுடன் சந்திக்க முடிந்ததில்லை. ஒரு பெரிய அதிகாரியாக இருந்தாலும் மக்களை நாடிச்செல்லும் சுதீரின் மனப்பான்மை பெரிதும் நம்பிக்கையளிப்பதாயிருந்தது.

'எந்த அலுவலும் அவரைச் சந்திப்பதிலும் உயர்ந்ததாக இருக்க முடியாது' என்று மனத்திற்குள் நினைத்துக் கொண்டவராய் "நாங்களாக அவரை வந்து பார்ப்பதுதான் முறை, ஆனால் அவர் இங்கே வந்தால் இந்த நதியையும், கிராமங்களையும், மக்களையும் எதிர்கொள்ளுகின்ற அனுபவம் அவருக்குக் கிடைக்குமென்பதால் நாங்கள் அனைவருமே அவரை எதிர்பார்த்துக் காத்திருப்போம்" ராதா ஸ்பஷ்டமாய்ப் பதிலளித்தார்.

"எல்லாக் கிராமத்தின் பிரதிநிதிகளையும் வரச் சொல்லி கோவிந்த் பாயி, சிமன் இருவரிடமும் சொல்லவேண்டும் நீங்களே சொல்லி விடுகிறீர்களா?"

"கிராமத்து மக்களைத் தனியாகச் சந்திக்க வேண்டும் என்று அவர் பிரியப்படும் பொழுது அந்தத் தகவலை நாங்கள் அவரிடம் சொன்னால் நன்றாக இருக்காது. அதனால் நீங்களே கோவிந்த் பாயிடம் சொல்லி விடுங்கள். அவர் தன் குடிலுக்கு முன்னால் இந்த நதியை வெறித்துப் பார்த்தபடிதான் அமர்ந்திருக்கிறார்."

இதைச் சொல்லும்பொழுது ராதாவின் மனதும் கனத்தது. சகல நேரமும், நதியைப் பார்த்தபடியே அதைப் பறிகொடுக்கப் போகிறோமே என்கின்ற எண்ணம் மனத்தைக் கவ்வியிழுக்கும் அவருடைய சோகம் கிரேக்கச் சித்திரமாய் உறைந்துபோன ஒன்று.

★★★

தோணி மறுமுறை கரைக்குத் திரும்பியபொழுது நிதின் கரைக்கு எகிறிக் குதித்தான். "இவனுக்கு எல்லாவற்றிலும் அவசரம்தான். வழுக்கி விழுந்தால் என்னாகும்? நிதானத்தை எப்போது கற்றுக் கொள்ளப் போகிறானோ."

"தீதி! சந்தோஷமான ஒரு செய்தி!" நிதின்

"என்ன அணை கட்டுகிற முடிவை அரசு மாற்றிக் கொண்டதா?" சந்தீப் நக்கலாகக் கேட்டான்.

"அப்படியொரு சேதியிருந்தால் இவ்வளவு நிதானமாக அதை நான் சொல்லுவேனா?"

"வேறென்ன?"

"சுற்றுப்புறச் சூழல் பாதிக்கப்படுவதைக் குறித்து பாபா அம்டே சுந்தர்லால் பகுகுணா எல்லோரும் அணைக்கு எதிரா குரலெழுப்பி யிருக்காங்க, ஒரு வாரப் பேப்பர் முழுசும் இது பத்திதான் தகவல் வந்திருக்கு."

வாராவாரம் தாலுகா தலைமையகத்துக்குப் போய் செய்தித் தாள்களைச் சேகரித்து வருவது நிதினுடைய பொறுப்பு.

"அணை முயற்சி தொடர்ந்தா உண்ணாவிரதம் இருக்கப் போறதா அறிவிச்சிருக்காங்க. அணை மீது கவனம் இப்ப நாடு பூரா திரும்பி யிருக்கு."

எந்த நிலையிலும் மகிழ்ச்சியையும் துக்கத்தையும் ஒரே மாதிரி விழுங்கிக்கொள்ளும் திடமான மனது ராதாவிற்கிருந்தது.

அணைக்கு எதிரான காரணங்களையெல்லாம் ஒன்றாகத் திரட்டி சுற்றுப்புறச் சூழலில் பணியாற்றுகிற அத்தனை பேருக்கும் விரிவாகத் தான் எழுதியிருந்த கடிதங்கள் பயனளிக்கத் துவங்கிவிட்டது என்பது மட்டும் உற்சாகமளித்தது. கொதிக்கிற வெயிலின் நடுவே பயணிக்கின்ற பொழுது எங்கேயாவது ஒரு ஒற்றை மர நிழலினடியில் தங்க நேருகிற திருப்தியைப் போன்றவை இந்த ஒத்துழைப்புகள்.

இந்த எதிர்ப்புக் குரல்களால் அணை கட்டுகிற தீர்மானம் உடனடியாக நிறுத்தப்பட்டுவிடுமென்பதெல்லாம் நிகழாத கற்பனை என்பது அவருக்குத் தெரியும். ஆனால் நிச்சயம் அம்முடிவைச் சற்றுத் தள்ளிப்போடலாம்; தாமதப்படுத்தலாம் என்பது மட்டும்தான் அவருடைய எதிர்பார்ப்பு.

இருட்டத் துவங்கியிருந்தது. படேலும், அவருடைய சகாக்களும் தோணித்துறைக்குத் திரும்ப வந்தார்கள். அவர்கள் முகத்தில் மகிழ்ச்சி பிரதிபலிக்கவில்லை என்பது அப்பட்டமாகத் தெரிந்தது.

"என்ன கோவிந்த் பாயிடம் சொல்லிவிட்டீர்களா?"

"கோவிந்த் பாயி, சிமன் இருவருமே இருந்தார்கள். நாங்கள் சொன்னதை அவர்கள் ஒத்துக்கொள்ளமாட்டேன் என்று பிடிவாதம் பிடிக்கிறார்கள்."

"ஏன் அப்படி? ஆச்சரியமாக இருக்கிறதே!"

"உங்களை மட்டும் தனியாகச் சந்திக்க விரும்புகிறார் என்று சொன்னதற்கு எங்களை மட்டும் தனியாக ஏன் சந்திக்க வேண்டும். எங்களைச் சந்திக்கும்பொழுது ராதாபஹனும் எங்களோடுதானிருப்பார் என்று திரும்பத் திரும்பச் சொல்லுகிறார்கள். அதிகாரி எங்கே தங்களை ஏமாற்றிவிடுவாரோ என்று பயப்படுகிறார்கள்."

"என்ன செய்வது. இதுவரை அவர்கள் அப்படிப்பட்ட அதிகாரி களைத்தான் சந்தித்திருக்கிறார்கள்!" நிதினிடமிருந்து துடுக்காகப் பதில் வந்தது.

"நீங்கள் அவரை அழைத்து வாருங்கள். பழங்குடியினரை மட்டும் தனியாகச் சந்திப்பதற்கு நான் உத்தரவாதம் அளிக்கிறேன்" என்று அவர்களைக் கையசைத்து வழியனுப்பி வைத்தபொழுது அவர்கள் தன்மீது வைத்திருக்கும் நம்பிக்கை ராதாவின் மனதில் பாரமாய் அழுத்தியது.

9. மனம்தான் ஓசைகளை உண்டுபண்ணுகிறது. எதைக் கேட்க விரும்புகிறோமோ அதுதான் செவிகளில் விழுகிறது. ஓசைகள் நமக்குள்ளேயே உற்பத்தியாகிக் கரைந்து சங்கமமாகிவிடுகின்றன.

சிமனுக்கு நான்கு நாட்களாகவே ஒரு நெருடல். அதீதமான நினைவுகள் மனம் முழுவதும் பரவுகின்ற ஒரு இறுக்கத்தில் தன்னை உயிர் மையத்திற்குள் யாரோ வன்மையாகத் தாக்கிய அயற்சி. எங்கேயோ தனக்கு, ஏதோ, தெரியாத இழப்பு நிகழ்ந்துகொன்டிருப்பது போன்ற உள்ளுணர்வு.

வயதான தந்தையிடம் அதிகமாய் எதையும் பகிர்ந்துகொள்ள முடியாது. சரிந்துகொண்டிருக்கும் சுவரின் மீது பாரத்தைச் சுமத்துவது போன்ற செயலாய் அது சார்ந்திருப்பவரைப் பலவீனப்படுத்தும் முயற்சி வெகுநாட்களாயிற்று. அவர் நிம்மதியாய்ப் படுத்த மாத்திரத்தில் தூக்கத்தின் பிடிக்குள் சிக்கிக் கொண்டு வெளியே கயிற்றுக் கட்டிலில் அமர்ந்து புகைத்துப் புகைத்துத் தன் தூக்கத்தை விரயப்படுத்திக் கொண் டிருக்கும் யந்திரத்தனம். ஒரு கவிதையாய், தெளிந்த நீரோட்டமாய் இயங்கிக் கொண்டிருந்த வாழ்வை முற்றிலுமாய்த் தன் வயிற்றுக்குள் இழுத்துச் சென்றுவிட்ட விரக்தி.

சிமனுக்கு மிருதுளாவின் அழகிய குழந்தை முகம் நினைவுக்கு வந்தது. அந்த மெல்லிய உள்ளங்கைகளின் ஸ்பரிசம், புட்டியைத் திறந்தது போன்ற மென்மையான சிரிப்பு, எல்லாவற்றையும் அனுபவிக்கும் சந்தர்ப்பங்களுக்கு இடைவெளி நீடித்திருக்கும் ஒவ்வொரு நாளும் அவனுக்கு யுகமாய்க் கழிந்தது. அவளிடம் மட்டும்தான் இதை யெல்லாம் பகிர்ந்துகொள்ள முடியும். தன் பயத்தை, பாதுகாப்பின்மையை, தன்னைத் திகைக்க வைத்திருக்கும் அனுபவங்களை வார்த்தைகள் ஏதுமின்றித் தன் பார்வையினாலேயே அவளுக்கு உணர்த்திவிட முடியும். அவள் புன்னகை ஒன்றே இதயக் காயங்களுக்குக் களிம்பு தடவி ரணங்களை ஆற்றிவிடும் ஆற்றல் பெற்றது.

இரவு முழுவதும் இதே சிந்தனை தான். தூரத்தில் ஓடிக் கொண்டிருந்த நதியில் இரைச்சல் பெரிதாகிக் காதுகளுக்குள்ளேயே வெள்ளம் பாய்வதைப் போன்ற பிரமை, புரண்டு படுத்து விடியலை எதிர்பார்த்துக் காத்திருக்கச் செய்தது சூழல்.

திடீரெனத் தோன்றியது; நாளை காலை ‘ராம்கட்’டுக்குச் சென்றால் என்ன? மிருதுளாவைச் சந்தித்துவிட்டு வந்தால் போதும். அந்த

உற்சாகத்தை வைத்துக்கொண்டே, இன்னும் ஆறு மாதங்களை ஓட்டிவிடலாம்; ஒட்டகம் தண்ணீரைக் குடித்துக்கொள்வது மாதிரி. அந்த நினைப்பே அவன் மனநிலையை மாற்றிவிட்டது. இப்போது நதியின் இரைச்சலோ, அதைக் கோடிட்டுக் காட்டும் நிசப்தமோ காதுகளில் விழவில்லை. சங்கீதத்தின் இனிமை சலனமற்ற நிலையில் தான் அனுபவிக்க உகந்ததாக இருந்தது.

தூக்கத்திற்குப் பிரயத்தனம் செய்கிறபொழுதெல்லாம் தூக்கம் எட்டிப்போய்விடுகிறது. தூக்கம் மட்டுமல்ல. வாழ்வின் அனைத்து அம்சங்களுமே தேடுதலின் பொழுது தொலைந்துவிடுகிறது.

சிமன் தூங்குவதற்கான முயற்சியை நிறுத்திய சில நிமிடங்களில் உறங்கிப் போனான். கோவிந்த் பாயி ஆழமாய்த் தூங்கும் அவனை ரசித்துவிட்டு கால்களின் மீது போர்வையைப் போர்த்திவிட்டுச் சென்றார்.

★★★

மனம் விரைவாய்ப் பயணிக்கும் பொழுது உலகத்தின் சுழற்சி மந்தகதியில் நடப்பதுபோல் படுகிறது. சிமனுக்கும் அன்று அப்படித் தான். வழக்கமான கதியில்தான் தோணி சென்று கொண்டிருந்தது, இருந்தாலும் இவ்வளவு மெதுவாகப் போகிறானே சற்று வேகமாகப் போகக் கூடாதா? என்று தோணிக்காரன் மீது கோபம் வந்தது. நினைத்த இடத்தில் நிறுத்தி வைக்கிற கம்பளம் கிடைத்தால்கூட நன்றாகத் தானிருக்கும் மனதிற்குக் கணக்கிலடங்கா இறக்கைகள் உண்டு.

மிருதுளாவிற்குப் பிடித்த ஆரஞ்சுப் பழங்களை டவுனில் வாங்கிக் கொண்டு ராம்கட்டை நோக்கிச் சென்றபொழுது சிமனுக்கு நிறைய எதிர்பார்ப்புகள். இதற்குமுன் மிருதுளாவைச் சந்திக்கச் சென்ற எந்த நேர்விலும் இதுபோன்ற ஒரு அளவிடமுடியாத ஆவல் அவனுக்கு ஏற்பட்டதில்லை. இந்தச் சந்திப்பு மிக முக்கியத்துவம் வாய்ந்ததாக அவனுக்குப் பட்டது. ஏனென்றால் இது வெகுநாட்களுக்குப் பிறகு நிகழ்கிறது. பிரிவுதான் கூடுதலை உயர்த்திக்காட்டுகிறது. அவ்வப் பொழுது சின்னச் சின்னப் பிரிவுகள் எல்லா உறவுகளிலும் இருக்க நேர்ந்தால் அந்த உறவுகளை ஆழமாய்ப் புரிந்திருக்கும் வாய்ப்புகளும் அதிகரிக்கும்.

சிமன் ராம்கட்டை நெருங்கியபொழுது நாள் மாலையைத் தொட்டுக்கொண்டிருந்தது. சிமனுக்கு ஏக்கமொன்று அடிமனதில் இருந்துகொண்டுதானிருந்தது. எழுதப் படிக்கத் தெரிந்தவளாகத்

தன் மிருதுளா இருந்திருந்தால், எவ்வளவு நன்றாக இருந்திருக்கும். ஒவ்வொரு நாள் முடிவிலும் அவளுக்கு ஒரு கடிதம் எழுதிவிட மாட்டானா? அவளும் தன் அன்பையெல்லாம் இட்டு நிரப்பி, தன் சுமைகளைக் காணாமல் போகச் செய்துவிட மாட்டாளா. திருமணத்திற்கு முன்பு தன்னுடைய வாழ்க்கையை மேலும் சுகமுள்ளதாக இந்தப் பகிர்வுகளும், பரிமாறல்களும் மாற்றிவிட்டிருக்குமே!

அவனுக்குக் கோபமாக வந்தது. பெரும்பான்மையான பழங் குடியினர் தங்கள் பெண்களைப் படிக்க வைக்காமல் இருக்கிறார்களே. தான் ஓரளவாவது வாசிக்கக் கற்றுக் கொண்டதால் தானே சிந்தூரை ஒட்டியுள்ள கிராமங்களை யெல்லாம் ஒருங்கிணைக்க முடிந்தது. மற்ற தாலுகாக்களுக்கும் சென்று நிதினும், சந்தீப்பும் விழிப்புணர்வை ஏற்படுத்த முயற்சி மேற்கொண்டாலும், சம்பந்தப்பட்டவர்களே உணர்ச்சியால் உந்தப்பட்டு வலிய முன் வராவிடில் அந்நியர்களால் என்ன பெரிதாகச் செய்துவிட முடியும்?

அணை எதிர்ப்பைப் பொறுத்தவரை சிந்தூர்தான் எல்லாக் கிராமங்களுக்கும் வழிகாட்டி. சிமனுடைய பெயர் மாநில முதல்வருக்குக் கூடத் தெரியும். தன் சக நண்பர்கள் விளையாட்டிலும், மீன்பிடிப்பதிலும் பொழுதுபோக்கிக் கொண்டிருந்த நேரங்களில் தனிமை கனமாய் நெஞ்சை அடைக்க, அந்த அடர்த்தியை விழுங்கித் தொண்டைக்குழியில் தேக்கிக் கொண்டு ஆசிரமப் பள்ளியில் தான் படித்திருக்காவிட்டால் இந்த மாற்றங்கள் ஏதேனும் நிகழ்ந்திருக்க முடியுமா?

சிமனுக்கு மிருதுளாவின் வீட்டை நினைத்துக்கொள்ளும் பொழுதெல்லாம் அந்த வீட்டின் முன் அழகாக வளர்ந்து மயிலின் தோகையைப் போலக் கிளை விரித்திருக்கும் ஒற்றை வேப்ப மரம்தான் முதலில் காட்சியாகும். அது பூமியின் மீது பெரிதாய் விரித்திருக்கும் நிழலின் குளுமையை எத்தனையோ நாள் அனுபவித்து மகிழ்ந்திருக் கிறான். கோடை காலத்தில் பூமியின் மீது உதிர்ந்திருக்கும் சின்னப் பூக்களின் மெல்லிய சுகந்தவாசனை, எப்பொழுது எங்கே எதிர்ப் பட்டாலும் மிருதுளாவை நினைவுபடுத்தும்.

இந்த முறை ஒரு முடிவோடுதான் சிமன் வந்தான். பத்துத் தபால் கார்டுகள் வாங்கி அதில் தன் முகவரியை மாத்திரம் எழுதி கையோடு கொண்டுவந்திருந்தான். அவற்றை மிருதுளாவிடம் ஒப்படைத்துவிட்டு தன் நினைவு அவளுக்கு அதிகமாகும் போதெல்லாம் ஒவ்வொன்றாகத்

தபாலில் சேர்த்துவிட வேண்டுமெனச் சொல்லப் போவதாய் நினைத்துக் கொண்டான். சில நேரங்களில் சிமனுக்குத் தன் சமயோசிதபுத்தியின் மீது மிகுந்த பெருமை, அதுவும் இப்பொழுது பெரிய பெரிய அலுவலர்கள், படித்தவர்கள் மத்தியில் தான் பழகி வருவதால் தன் புத்தி அதீதமாய் வளர்ந்திருப்பதாக அவனுக்கு நினைப்பு.

மிருதுளாவிடம் இதையெல்லாம் சொல்லவேண்டும். அணைப் பிரச்சினையால், அவன் எவ்வளவு மதிக்கத் தகுந்தவனாகத் தன் சமூகத்தில் மாறியிருக்கிறான் என்பதைச் சொல்லவேண்டும். தன்னை முன் வைத்துத்தான் சிந்தூர்ப்பகுதி முழுவதும் நம்பிக்கையுடன் காத்திருக்கிறது என்பது குறித்தெல்லாம் நிறையப் பேசவேண்டும். இது மிருதுளாவிற்கு எவ்வளவு பெருமையாகவும், மகிழ்ச்சியாகவும் இருக்கும். அவள் எப்படியெல்லாம் பூரித்துப்போவாள்! இனி பட்டணம் பக்கமெல்லாம் பேச்சுவார்த்தைக்குப் போகும்பொழுது அவளுக்கு என்னவெல்லாம் வாங்கிக்கொண்டு வந்து தரலாம்.

திருமணத்திற்குப் பிறகாவது நிச்சயம் அவளுக்குத் தானே எழுதப் படிக்கவெல்லாம் கற்றுத் தந்துவிட வேண்டும் என நினைத்துக் கொண்டான். தான் திருமணம் புரிந்துகொண்டால் மிருதுளா சிந்தூருக்கு வரும்பொழுது அந்த ஒற்றை வேப்பமரத்தை விட்டு விட்டுத்தானே வரவேண்டும். யாராவது அதைப் பார்த்துக் கொள்வார்களா? வேறு யாரேனும் அதன் குளிர்ச்சியான நிழலில் அமர்ந்து அதன் வேர்களுக்கு நன்றி சொல்லுவார்களா?

இன்னும் சிறிது தூரம்தான். கிராமத்தின் முகப்பு வீடே மிருதுளாவுடையதுதான். நடையின் வேகம் அதிகரித்து அவளும் பார்த்த மாத்திரத்தில் கன்னங்குழிய சிவந்து சிரிக்கமாட்டாளா? அவனுக்கு நெஞ்சம் அடித்துக்கொண்டிருந்தது.

சின்னக் குன்று போலிருக்கும் உயரத்தில் அந்த வீடு அழகாய் வானத்தோடு இயைந்து காட்சியளிக்கும் அது விழிக்குத் தட்டுப்படும் இடத்தினை நெருங்கியபொழுது அந்தக் குன்று மொட்டையா யிருப்பது தெரிந்தது. பதட்டத்துடன் ஓடிய சிமன், அங்கிருந்து மிருதுளாவின் வீடு தரைமட்டமாகியிருப்பதைக் கண்டான். தான் வழக்கமாய் அமரும் வேப்பமரத்தை அங்கே காணவில்லை. குன்றிலிருந்து பார்த்தபொழுது அந்தப் பிரதேசம் முழுவதும் வெறிச்சோடிக் கிடந்தது. ஒருவரையும் காணவில்லை. அவன் படித்த ஆசிரமப் பள்ளியும் குட்டிச்சுவராய் நின்றிருந்தது.

10. குமாஸ்தாவிடம் பேசுவதுதான் சிரமம். அவர்களுடைய இலக்கே வேறாக இருக்கும்.

சிமன் வெகுநேரம் அங்கேயே அப்படியே அமர்ந்துவிட்டான். அந்த அதிர்ச்சியின் பிடியிலிருந்து வெளிவருவது அவனுக்கு முடியாததாயிருந்தது. துளியும் கற்பனை பண்ணாத நிகழ்வு தருகின்ற அதிர்ச்சி செயல்பாட்டை இழக்கச் செய்வதுதான். யாரோ கசக்கி எறிந்து விட்டது போன்ற பலவீனத்தில் குன்றிப்போய் உட்கார்ந்துவிட்டான். ஊரைக் காலி செய்யுங்கள் என அதிகாரிகள் மிரட்டியபொழுது கூட அவன் வருத்தப்பட்டானே தவிர நம்பிக்கையை இழந்துவிடவில்லை. அவன் எதிர்பார்ப்புகளை எல்லாம் உறிஞ்சி எச்சிலாய் முகத்தில் ஏமாற்றத்தைக் காறி உமிழ்ந்த ஒரு நிகழ்வு எனத் தோன்றியது.

எவ்வளவு நேரம் அப்படியே கழிந்தது என்பது அவனுக்குப் பிரக்ஞையில் இல்லை. இருட்டத் தொடங்கிய பொழுதுதான் அவனது காத்திருத்தல் வியர்த்தமானது; அதனால் எந்த மாற்றமும் நிகழப் போவதில்லை என்பதை உணர்ந்தான், எழுந்தபொழுது கால்களெல்லாம் ஈர்க்குச்சிகளாய் வலுவிழந்து உடல் பாரத்தைத் தாங்கமுடியாமல் ஒடிந்துவிழுந்ததைப் போன்ற வலியை உண்டாக்கின.

அவனுக்கு நேரம் செல்லச் செல்ல வலி கூடியது. அப்பொழுது தான் பிரச்சினையின் முழுப் பரிமாணமும் கொஞ்சம் கொஞ்சமாகத் தன் முகத்தைக் காட்டி முறுவலித்தது. அவனால் தாங்கிக்கொள்ள முடியவில்லை. இனி மிருதுளாவைத் தான் பார்க்கவே முடியாது. அவள் எங்கே போயிருக்கிறாளோ? எங்கே குடிபெயர்ந்திருக்கிறாளோ? யாருக்குத் தெரியும்? எப்படித் தெரிந்துகொள்வது?

இத்தனை நாள் அவளோடு பழகியிருக்கிறான். அவள் தந்தையின் பெயர்கூடத் தெரியாது. “ராம்” என்று சொல்லுவார்கள். அந்த ஊரில் சிறிய ராமர் கோயில் உண்டு. சிந்தூரைப் போன்ற பின் தங்கிய கிராம மல்ல அது. பாதிப்பேருக்கு ‘ராம்லால்’, ‘டிக்காராம்’, ‘மோதிராம்’ என்றுதான் பெயரிருக்கும். எப்படிச் சொல்வது? எங்கு கேட்பது? நிலை குலைந்து போனான் சிமன்.

கால்கள் தானாய்ப் பயணித்தன. தான் வந்த தூரம் குறைவு. போகும்பொழுது அது வெகுவாக நீண்டிருப்பது புரிந்தது.

யாரிடமாவது இதைச் சொல்லி அழலாமா? ராதாபஹனிடம் சொல்லலாமா? வேண்டாம். அணையினது பிரச்சினைக்காக அவள் தன் கணவனையே பிரிந்து வந்திருப்பதாகப் பத்திரிகைகளில்

போட்டிருந்தார்கள். அவர்கள் சோகத்தை விடவா நம் சோகம் பெரியது. இந்தத் துக்கத்தை நான் மனதிற்குள்ளேயே புதைத்து வைத்துக்கொள்கிறேன். இது யாருக்கும் தெரியவேண்டாம். இந்தச் சோகம் என்னோடு அழிந்துபோகட்டும் என்று நினைத்துக்கொண்டே அவன் திரும்பினான். அவன் நதிக்கரையை அடையும்பொழுது தோணிக்காரன் இல்லாததால் அக்கரையிலேயே இரவு முழுவதும் தங்க வேண்டியிருந்தது. அந்த இருட்டின் அடர்த்தி அவன் நெஞ்சத்தை மேலும் மேலும் பிழிந்து சக்கையாய் உமிழ்ந்து கொண்டிருந்தது.

ராம்கட் தாலுகா அலுவலகத்திற்குச் சென்று யார் யாரையோ விசாரித்து ஒரு வழியாய் அந்தப் பிரச்சினையைப் பார்க்கும் குமாஸ்தாவைக் கண்டுபிடித்தான் சிமன். குமாஸ்தாவிடம் பேசுவது தான் மிகவும் சிரமம். அவர்களுடைய இலக்கே வேறாக இருக்கும். மெதுவாகத் தயங்கியபடி அவரிடம் சென்று மிருதுளாவின் கிராமத்தின் பெயரைச் சொன்னான்.

"ரங்காபூர் தான! அதுல இருந்தவங்க எல்லாத்தையும் குடிபெயர்த்தியாச்சே."

"அது தெரியுங்க. நேத்துதான் அங்க போயிருந்தேன்"

"வேறென்ன வேணும்?" சிக்கனமாய் அந்த 'பாபு' வார்த்தைகளை உபயோகித்தார்.

"இல்லீங்க; அவங்களையெல்லாம் இவ்வளவு சீக்கிரம் ஏன் குடிபெயர்த்தீங்கன்னு தெரிஞ்சிக்கலாமேன்னுதான்."

"எந்தெந்தக் கிராமங்கள்ல மக்கள் ஒத்துழைப்புத் தராங்களோ அவங்களை உடனே குடிபெயர்க்கறதுதான் நிர்வாகத்துக்கு நல்லது. எங்களுக்கும் ஓரளவு பிரச்சினை தீர்ந்ததுன்னு இருக்குமில்ல."

"அந்தக் கிராமத்துல அணை கட்டறதுக்கு எதிர்ப்பே வரலீங்களா?"

"நீ என்ன பத்திரிகைக்காரங்க மாதிரி கேள்வி கேக்கற"

"இல்லீங்க, சும்மா தெரிஞ்சிக்கலாமேன்னுதான் கேட்கறங்க."

"ராம்கட் தாலுகாவில் மொத்தம் பத்துக் கிராமங்கள்தான் பாதிக்கப்பட்டுது. நானூறு குடும்பங்கள்தான் குடியமர்த்தப் படணும். அதனால எளிதா அவங்களை ஒப்புக்க வைச்சி வேறே இடத்துல குடியமர்த்திட்டோம்."

"ஏதாவது அவங்களுக்கு நிலம் குடுத்தீங்களா?"

“ஒவ்வொரு குடும்பத்துக்கும் இரண்டரை ஏக்கர் நிலமும், ஐயாயிரம் ரூபாயும் குடுத்தோம். வாழ்க்கையிலே அவங்க யாருமே 5,000 ரூபாயை ஒண்ணாக் கண்ணுல கூடப் பாத்திருக்க மாட்டாங்க, அதனால சொன்ன உடனே ஒப்புக்கிட்டாங்க.”

“அவங்களை எந்த ஊருல வச்சிருக்கீங்க?”

“ஒரு ஊரிலேயே எல்லாரையும் வைக்க முடியுமா, இருபது இருபத்தைஞ்சு ஊரில அவங்களைப் பிரிச்சிப் பிரிச்சி குடிவச்சி யிருக்கோம்.”

“ஏங்க, மிருதுளான்னு ஒரு பொண்ணு எங்க குடி போயிருக்குன்னு தெரியுங்களா?”

“அந்தம்மாதான் குடும்பத் தலைவியா?”

“இல்ல. அவங்க அப்பா ஒருத்தர் இருக்காரு.”

“அவரு பேரு என்னா”

“ராம்னு சொல்லுவாங்க.”

“ராம்னு சொன்னா ராம்கட்டுல, தெரியுமா, இங்க இருக்கற பாதிப்பேருக்கு ராம்னு பேரிருக்குமே. என் பெயர் கூட ராம்குமார் மிஸ்ராதான். முழுப்பெயரைச் சொல்லுங்க.”

“சரி, முழுப்பெயர் தெரியாட்டி, அவங்க அப்பா பேராவது தெரியுமா? தெரிஞ்சா அதையாவது சொல்லுங்க. கண்டுபிடிச்சி வைக்கறேன். அடுத்தவாரம் வந்து நீங்க தெரிஞ்சிக்கலாம். ஏன்னா நிறைய பதிவேடுகளையெல்லாம் பாக்கவேண்டியதாயிருக்கு.”

சிமனுக்குத் தெளிவாகப் புரிந்துவிட்டது. இனியும் மிருதுளாவைத் தேடிக் கண்டுபிடிக்க முடியாது. அது குறித்து எந்த முயற்சி எடுத்தாலும் அது வியர்த்தம். இன்னொரு சந்தேகம் வேறு எழுகிறது, கொடுக்கப் பட்ட நிலத்தைக்கூடப் பயிர் செய்ய முடியாமல் எத்தனை பேர் அதை நிலச்சுவான்தார்களிடம் விற்றுவிட்டு வேறு ஊருக்குக் கூலிகளாகப் போய்விட்டார்களோ; யார் கண்டது.

சிமனுக்கு அந்த அணையின் மீது தீவிரமான வெறி வந்தது. அவன் இரத்தமெல்லாம் சூடேறியது போன்று கொந்தளித்த உணர்வுகளில் ஆழ்ந்திருந்தான். இந்த அணை தன் வாழ்வைச் சீர்குலைத்ததைப் போல், தன் பிரியமானவளைத் தன்னிடமிருந்து பிரித்ததைப்போல இன்னும் எத்தனை பேரைப் பிரித்துக் கடினப்படுத்தப் போகிறதோ? அவன் விழிகள் கசிந்து கொண்டேயிருந்தன.

கோவிந்த் பாயி மகனின் தளர்வைப் புரிந்துகொண்டார். இவன் ஏதோ ஒரு வகையில் தீவிரமாகப் பாதிக்கப்பட்டிருக் கிறான் என்பது மட்டும் அவருக்குப் புரிந்தது என்றாலும் அதை அவனிடம் வெளிப் படையாகக் கேட்கவில்லை. ஒருவேளை இந்தப் போராட்டம் தேவையில்லை, ராம்கட் தாலுகா மாதிரி தாங்களும் பேசாமல் அரசுடன் ஒத்துழைத்து காலி செய்துவிடலாம் என்று நினைக்கிறானோ என்றெல்லாம் நினைத்துக் கொண்டார்.

பூடகமாக மகனிடம், "என்னப்பா! சிமன், போராட்டம் தொடர்ந்து நடக்கணும்னுதான பிரியப்படற?" என்று கேட்டார்.

எங்கே தன் மகன் 'தேவையில்லையப்பா? நாம் எவ்வளவு இழப்புகளைச் சந்திக்கமுடியும்? நாம் தோல்வி பெறுவது நிச்சயம் என்று முடிவானால் அதற்குப் பிறகு போராடி என்ன பயன்? இதனால் எத்தனை பேர் நம்மில் பாதிக்கப்படுவார்களோ?' என்று எதிர் மறையான பதிலைச் சொல்லிவிடுவானோ என்று நடுக்கத்துடன் அவனிடமிருந்து பதில் வரும்வரை அவர் காத்திருந்தார்.

"நான் ஒரு முடிவுக்கு வந்துட்டேம்பா" என்று சொல்லி நிறுத்திய இடைவெளியில் கோவிந்த் பாயினுடைய இதயம் வேகமாய்த் துடித்துக்கொண்டிருந்தது.

"இனிமேல் நம்முடைய போராட்டத்தைத் தீவிரப் படுத்தணும். முன்னைக் காட்டிலும் நூறுமடங்கு வேகமா யிருக்கணும். பாரததேசம் முழுமைக்கும் நம்ப பிரச்சினை தெரிஞ்சாகணும்."

கோவிந்த் பாயிக்குச் சிமனைப் பார்க்கும்பொழுது பெருமையாய் நெஞ்சு நெகிழ்ந்தது.

11. ஆந்தைகளோட எண்ணிக்கை குறைஞ்சதனால தான் எலிகளோட எண்ணிக்கையைக் கட்டுப்படுத்த முடியல. இயற்கைய அழிச்சா யாராலேயும் சமத் தன்மையைச் சரி செய்ய முடியாது.

"நானும் பார்த்துக்கொண்டுதானிருக்கிறேன். சிந்தூருக்குப் போய்த் தங்கிவிட்டு வந்ததிலிருந்து ஒரு மாதிரியிருக்கிறீர்களே. எதையோ பறிகொடுத்தது போல் மோட்டு வளையைப் பார்த்துக் கொண்டு உம்மென்று உட்கார்ந்து கொண்டிருக்கிறீர்களே என்ன சங்கதி?" யூதிகாவின் குரலில் பதற்றமும், வருத்தமும் ஒருசேரத் தெறித்தன.

“ஒன்றுமில்லை.” தந்தியடித்தது போன்று பதில் வந்தது.

“என்னோடு நீங்கள் எதை இதுவரை முழுமையாய்ப் பகிர்ந்து கொண்டிருக்கிறீர்கள்?”

“ஆரம்பித்துவிட்டாயா புலம்பலை. மனிதனைச் சற்று யோசிக்க விடு.”

“சாப்டுட்டாவது யோசியுங்களேன்.”

“எனக்குப் பசியில்லை. கொஞ்சம் ‘சாய்’ மட்டும் போதும்.”

“உடம்பைக் கெடுத்துக்காதீங்க.”

“யூதிகா! நான் சொல்றதைக் கொஞ்சம் பொறுமையாகக் கேளு.”

“அரசாங்கம் அறிவிச்சிருக்கிற அணை கட்டும் விஷயம் எவ்வளவு அழிவுப்பூர்வமானதுங்கறதை நான் சிந்தூருக்குப் போனபிறகுதான் தெரிஞ்சிக்கிட்டேன். அணைகளைப் பத்தியும் நீர்த்தேக்கங்களைப் பத்தியும் நான் இதுவரைக்கும் என்ன அபிப்பிராயம் வச்சிருந்தேனோ அது திருத்தத்துக்குட்பட்டது. எனக்கு விழி திறப்பா அது இருந்தது.”

“இங்கேயும் புரட்சியை ஆரம்பிச்சிட்டீங்களா.”

“முழுசா கேளு, யூதிகா. ராதா படங்கர் மாதிரி ஒரு இரும்புப் பெண்மணியை இதுவரைக்கும் நான் சந்திச்சதே யில்லை. எவ்வளவு திடமா இருக்காங்க. ஆனா அதே நேரத்தில் பாதரசம் மாதிரி கைகள்ல அகப்படாம எவ்வளவு தூரம் லாவகமாகவும் இருக்காங்க. நெனைச்சா பெருமையா இருக்கு.

“நீ கேட்டா ஆச்சரியப்படுவ. கட்டப்போற அணையைப் பத்தி அரசாங்கம் குறிச்சி வச்சிருக்கிற விவரங்களைக் காட்டிலும் அதிகமா அவங்ககிட்ட தகவல் இருக்கு. இந்த அணையைப் பத்திதான்னு இல்லே. இந்தியாவுல கட்டப்பட்ட அத்தனை அணைகளைப் பத்தியும் அவங்க தகவல் வச்சிருக்காங்க. எந்த ஒரு பெரிய அமைப்பையும் சாராம தனியொருத்தராய் இவ்வளவு ஆதாரங்கள் வச்சிருக்கறதைப் பாத்தா அசந்து போயிடுவே. அது எல்லாத்தையுமே நான் நகலெடுத்துத் தரச் சொல்லியிருக்கேன்.”

“எந்த அணையைக் கட்டறதுக்கான அடிப்படைக் காரியங்களை யெல்லாம் செய்யறதுக்கு அரசாங்கம் நம்மை அனுப்பி இருக்கோ, அது எல்லாமே மக்கள் விரோதமான செயல்கள் அப்படீங்கறது இப்ப எனக்குப் புரிஞ்சு போச்சி. அது மட்டுமில்ல ஒரு வகையில் சுற்றுப்புறச் சூழல் பாதிப்புன்னு பார்த்தா அது எனக்குத் தேசத் துரோகமாகவும் படுது.”

“அந்தச் சிந்தூர்ப் பகுதியில இருக்கற அம்பது கிராமத்துக்கும் மேற்பட்ட ஜனங்களைச் சந்திச்சி நான் பேசினேன். அவங்களோடயே சாப்புட்டுத் தூங்கினேன். அவங்க கதறுன கதறல் என்னோட மனசைவிட்டு அகலவேயில்லை. அவங்க எல்லோரும் எவ்வளவு நல்லவங்க.”

“சிமன் அப்படீன்னு சொல்லி ஒரு பையன். எவ்வளவு நல்லாப் பேசறான்! தன்னோட பிரச்சினையெல்லாம் எடுத்துச் சொல்லி அவங்க மத்தியில் நம்பிக்கையோட அவன் பேசினது இன்னும் என்னோட கண் முன்னாடியே நிக்குது.”

“இதுநாள் வரைக்கும் அந்த ஊருக்கு எந்த அதிகாரியும் போனதில்ல. தேர்தல் வரும்போதுதான் அரசியல்வாதிங்க போவாங்களாம்.”

“அந்தப் பகுதியில் இருந்த மரங்களும், செடிகளும், பூக்களும் அழகழகான பறவைகளும் மூழ்கப் போறதை என்னால கற்பனை பண்ணிக்கூடப் பார்க்கமுடியல யூதிகா. இவ்வளவு அழகான இயற்கையை சிதைச்சி வருங்கால சந்ததிக்கு நாம்ப எவ்வளவு துரோகம் பண்ணறோம் தெரியுமா?”

சுதீர் ஒரே மூச்சில் கொட்டித் தீர்த்தார். தான் கற்றுக் கொண்டதை யெல்லாம் ஒப்பித்துப் பார்க்கும் மாணவனின் ஆர்வம் அவரிடம் இருந்தது.

“அணை கட்டும்பொழுது இழப்பு ஏற்படற வனத்துக்குப் பதிலா புதுசா வனத்தை உருவாக்கணும்னு சட்டமெல்லாம் இருக்கே?” யூதிகா இடைமறித்தாள்.

“வாஸ்தவந்தான். இழக்கறதுக்கு இணையாக எந்தக் காட்டையும் உருவாக்கமுடியாது. வனம்ங்கறது என்ன வெறும் மரம், செடி, கொடிகள் மட்டும்தானா. அதுல இருக்கற உயிரினங்களும்தான். பறவை, விலங்கு, பூச்சி, பூஞ்சான், எல்லாமே வனம்தான். அதையெல்லாம் செயற்கையா நம்மால் உருவாக்க முடியுமா? இயற்கை தேர்ந்தெடுத்து உருவாக்கற வனத்தை ஒப்பிடமுடியுமா. வழுக்கைத் தலையில் முடியை ஒட்ட வைச்சமாதிரிதான் இந்த செயற்கை வனம். அதோடு இன்னொன்றையும் நாம்ப பார்க்கணும். ஏற்கெனவே இந்தியாவில் இருக்கற வனம் கொறச்சல். கார்பன்-டை-ஆக்ஸைடு வாயு மண்டலத்துல அதிகரிச்சா Green house effect நடக்கும். பல கடலோரக் கிராமங்கள் தண்ணீர்ல மூழ்க வேண்டியதாயிருக்கும்.”

“இதெல்லாம் உடனேவா நடக்கப்போவுது.”

"நீ சாப்புடறேயே அந்த மாம்பழம் நீ நட்ட மரத்தில இருந்துதான் காச்சதா. இல்லையே. நம்ப முன்னோர்கள் நட்டது. அதனோட பயனைத்தான் நாம்ப அனுபவிச்சிக்கிட்டு இருக்கோம். நம்ப முன்னோர்கள் நமக்கு செஞ்ச மாதிரி நம்ப சந்ததியினருக்கு ஏதாவது செய்ய வேணாமா? குறைந்தபட்சம் அவங்க நம்பகிட்ட ஒப்படைச்ச பூமியை அப்படியே சீர் குலையாம வருங்கால சந்ததியோட கையில ஒப்படைக்கறது நம்ப கடமைதான்!"

"வனத்துறையினர் என்ன சொல்றாங்க."

"மூழ்கப்போற பரப்பளவுக்கு ஏத்த மாதிரி 1 லட்சம் ஹெக்டேர் வனம் அமைப்பதற்கு நிலமே கிடையாதுன்னு சொல்றாங்க. மஹாராஷ்டிராவில அழிஞ்சி போற காட்டுக்கு மாற்றா ராஜஸ்தானில் காடுகளை உண்டாக்கறது முட்டாள் தனம். உனக்கு ஒரு விஷயம் தெரியுமா? ஆந்தைகளோட எண்ணிக்கை குறைஞ்சதனாலதான் எலிகளோட எண்ணிக்கையைக் கட்டுப்படுத்த முடியல. இயற்கையை அழிச்சா யாராலேயும் சமத்தன்மையைச் சரிசெய்ய முடியாது. புரிஞ்சிக்க."

"சரி இப்ப என்னதான் செய்யப் போறீங்க. வேலையை ராஜினாமா செய்யப் போறீங்களா? இல்லை, நீங்களும் ராதா படங்கரோட சேர்ந்து போராட்டத்துல குதிக்கப் போறீங்களா?"

"எல்லோரும் இதேமாதிரி போராட்டத்துல குதிக்கணும்கற அவசியமில்லை. நான் என்னோட வேலையில இருந்தே அணைக்கு எதிரா குரல் கொடுக்கலாம். அதுதான் என்னோட கடமையும்கூட. அதை நான் முழுமையாகச் சொல்லப்போறேன். அழுத்தமா ஆணித் தரமா என் குரல்வளை கிழிஞ்சாலும் பரவாயில்லை; என்னுடைய ஆத்மாவை வித்துக்காம அதைச் செய்யப் போறேன்."

"எனக்குப் புரியலீங்க."

"அணை கட்டுவது நல்லதில்லைன்னு நான் இதுவரைக்கும் உணர்ந்ததையெல்லாம் விவரமாக விளக்கி அரசுக்குக் கடிதம் எழுதப்போறேன். இப்ப நேரடியா நான் அரசினுடைய அதிகாரத்துக் குட்பட்டு வர்ற காரணத்தால என்னை யாரும் Through proper channel மூலமாகத்தான் அனுப்பணும்னு வற்புறுத்த முடியாது."

"உங்களை உடனே இந்த இடத்தை விட்டு மாத்தினா என்ன பண்ணுவீங்க?"

“இந்த போஸ்டை யாரும் கேட்டு விரும்பி வரமாட்டாங்க. அப்படியே மாத்தினாலும் அதுக்குள்ள நான் ஏற்படுத்தற சலன வட்டங்கள் விரிஞ்சிக்கிட்டுத்தான் இருக்கும்.”

“அணை வேலையை எப்பத் துவங்குவாங்கன்னு தெரியுமா?”

“அது பொதுப்பணித்துறை எடுக்கற முடிவு. ஆரம்பத்துல கொஞ்சம் சர்வே, Location இதெல்லாம் பாத்துதான் முடிவு பண்ணணும். உடனடியா அணை கட்டமுடியாது. ஆரம்ப கட்ட வேலைகளே ரொம்ப நாளை எடுத்துக்கும்.”

இருவரும் பேசிக்கொண்டிருந்தபொழுதே தொலைபேசி மணி அடித்தது. அதன் ஓசை நிசப்தத்தைக் கலைக்கிற ஒலியாய்க் காதுகளைக் குடைந்ததற்குக் காரணம் சுற்றுப்பக்கம் எந்தவிதமான சலசலப்புமற்ற பயமுறுத்துகிற தனிமையில் சுதீரின் வீடு அமைந்திருந்ததுதான்.

அந்த நேரத்தில் எங்கிருந்து தொலைபேசி வருகிறது என்பது தெரியாமல் குழப்பத்தில் சுதீர் போனை எடுத்தபொழுது,

“ஹலோ! சுதீர் இருக்கிறாரா, நான்தான் கலெக்டர் பேசறேன்” என்று மறுமுனையிலிருந்து பதில் வந்தது.

வழக்கமான சௌக்கியம் விசாரிக்கும் சம்பிரதாயங்கள் முடிந்த பிறகு கலெக்டர் “சுதீர்! ஒரு முக்கியமான விஷயத்தை உங்ககிட்ட சொல்றதுக்குத்தான் நான் பேசறேன். வர்ற வியாழக்கிழமை அணை கட்டறது குறித்து லொகேஷன் பாக்கறதுக்கும் இடத்தை ஃபிக்ஸ் பண்றதுக்கும் டீம் வர்றாங்க. அந்தச் சமயத்துல எந்தவிதமான அசம்பாவிதமும் நடக்காமப் பாத்துக்க வேண்டியது உங்க பொறுப்பு.”

“மிஸ்டர் குல்கர்னி! ஒரு விஷயத்தை நான் தெளிவுபடுத்த விரும்பறேன். அதை இப்பொழுது நீங்க புரிஞ்சிக்கிட்டீங்கன்னா நாம்ப வேலை செய்றதுக்குச் சுலபமா இருக்கும். நீங்க ஒரு நண்பர்ங்கற முறையில சில தகவல்களை இதுநாள் வரைக்கும் கேட்கறீங்கன்னு நினைத்து நான் அதையெல்லாம் கொடுத்தேன். I am not your subordinate சட்டம் ஒழுங்கப் பாத்துக்கறது உங்க வேலை, உங்களுக்குக் கீழே இருக்கற சப்-கலெக்டர், தாசில்தாருடைய வேலை. என்னுடைய வேலை அணையினால் பாதிக்கப்படறவங்களுக்கு உதவறது. அவங்களை மாற்று இடம் தந்து குடியமர்த்தறது; அதோட முடிஞ்சிடறது.”

“சுதீர்! நான் உங்களுக்கு சீனியர் அதைப் புரிஞ்சிக்கங்க.”

“அதுக்காக நீங்க சொல்ற எல்லாத்தையும் நான் செய்ய முடியாது. இப்ப நான் உங்ககிட்ட ஒரு முக்கியமான தகவலைச் சொல்லறேன்

கேட்டுக்கங்க. நான் அணை கட்டறதை நிறுத்தச் சொல்லி அரசாங்கத்துக்குக் கடிதம் எழுதப்போறேன்.''

12. நதியின் சுழலுக்கு எதிர்நீச்சலடிக்க முயற்சி செய்யாதவனின் சக்தி விரயமாவதில்லை. அவன் அடித்துச் செல்லப்படுவதுமில்லை என்பது சிவப்புநாடாத் தத்துவம்.

நிர்வாகத்திற்கென்று தனித்தன்மை இருக்கிறது. உயரத்திலிருப்பவர்களுடைய உயரத்தின் அளவைப் பொறுத்து அதுவும் வளர்ந்து நிற்கிறது. மேலதிகாரிகளுக்குப் பிடித்த உணவு வகைகளைக் கூட நுட்பமாகத் தெரிந்து வைத்துக்கொண்டு அவர்களுக்குப் பிடித்தமாதிரி தங்களை மாற்றியமைத்துக் கொள்ளுகின்ற முதிர்ச்சியும் நிர்வாகத்திற்கு உண்டு. ஒரு குறுகிய காலத்திற்குள் தன் நிறத்தை முழுவதுமாக மாற்றிக் கொள்ளுகிற பயிற்சி இயல்பாகவே அரசுப் பணிகளில் கிடைத்து விடுகிறது.

சுதீர் வந்தபிறகு அவருடைய நிர்வாக இயந்திரம் பூரணமாக மாறியிருந்தது. அணை கட்டுகிற கொள்கைக்கு எதிராக அதிகாரி இருக்கிறார் என்பது தெரிந்தவுடன் மாமல்தார் படேல் உட்பட அனைவரும் தங்கள் அணுகுமுறையை மாற்றிக்கொண்டனர். பழங்குடியினருக்கு அனுசரணையாகத் தன் கீழுள்ளவர்களை மாற்றியதற்கு அடிப்படைக் காரணம், நிர்வாகத்தில் எல்லோருக்கும் பங்குண்டு என்பதை அழுத்தமாகச் சொன்ன சுதீருடைய மேலாண்மை முறைதான்.

“படேல் நான் வருவதற்கு முன்னாலயே, ராம்கட் தாலுகாவில் பாதிக்கப்படற கிராமங்களில் இருந்து நானூறு குடும்பங்களை மாத்தி அமைச்சிட்டதா சொன்னீங்களே, அவங்களைச் சந்திக்க முடியுமா?''

“முடியும் சார். ஆனா அந்த நானூறு குடும்பங்களும் இருபது கிராமங்களில் தங்கியிருக்கிற மாதிரி நிலத்தை ஒதுக்கீடு செஞ்சிருக்கோம் சார்.''

“ஏன் அப்படி செஞ்சீங்க?''

“ஒரே கிராமத்துல *1000* ஏக்கர் எப்படி சார் கிடைக்கும். நிலத்தைக் கையகப்படுத்தறதுலயும் நிறைய பிரச்சினை, கோர்ட் கேஸுன்னு நிலச் சொந்தக்காரங்க போயிடுவாங்கங்கற பயம் வேற, ஏன்னா நாம்ப தர்ற தொகை கம்மி. Negotiation Committee ஒன்று போட்டுதான் நிலத்தைக் கையகப்படுத்த முடிஞ்சது. சார் உங்ககிட்ட ஒரு செய்தியை வெளிப் படையாச் சொல்லணும். நாம்ப ஒதுக்கியிருக்கிற நிலமெல்லாம்

எதுக்கும் பிரயோஜனப் படாத தரிசு நிலங்கள்தான். அரசாங்கத்தோட 'பிரஷர்' எங்களால் எதுவுமே செய்யமுடியலை."

சுதீருக்கு வருத்தமாயிருந்தது. தீட்டப்படுகிற திட்டம் காகிதத்துடன் தங்கிவிடுகிற நடைமுறை யதார்த்தம் அவருக்கு அந்நியமானதல்ல. இருந்தாலும் பழங்குடியினரைப் பொறுத்தவரை அவர்கள் வாழ்க்கை முறை கிராமம் கிராமமாகக் கூடி உறவாடி வாழ்வதில்தான் அடங்கி யிருக்கிறது. ஒவ்வொரு கிராமமுமே ஒரு தனி உலகம். அப்படி வாழ்வதனால்தான் தங்களுக்கென்று பிரத்யேகமாக சில தனித்தன்மை நெறிகளைப் பொக்கிஷமாய் அவர்கள் போற்றி வருகிறார்கள். இப்பொழுது பறவைக் குஞ்சுகளைப் பறக்கத் தெரிவதற்கு முன் தாய்ப் பறவையிடமிருந்து பிரிப்பது என்பது நினைத்துப் பார்க்கவே சிரமமாயிருந்தது.

"ஒரே கிராமத்தில்கூட 'மிக்ஸ்' பண்ணிதான் நிலத்தை ஒதுக்கீடு செஞ்சிருக்கோம். ஒரே கிராமத்தைச் சார்ந்தவங்களா இருந்தா, ஒண்ணு சேர்ந்து நிலம் நல்லால்லன்னு ஏதாவது போராட்டம் பண்ணிடு வாங்களோன்னு சந்தேகம்."

"படேல், நான் அந்தக் கிராமங்களையெல்லாம் பாக்கணும். அங்கு குடியமர்த்தப்பட்ட மக்களையெல்லாம் சந்திச்சிப் பேசணும். நாளைக்குக் காலையில நாம்ப அங்க போறோம், புரியுதா?"

சுதீரின் குரலிலிருந்த கண்டிப்பின் தீவிரம் அவருக்குப் புரிந்தது; பயமாகவும் இருந்தது.

★★★

ராதாவிற்கு அந்த அழைப்பு எதிர்பாராததாக இருந்தது. தன்னை மாநிலத்தின் நீர்ப்பாசனத்துறை அமைச்சர் சந்திக்க விருப்பதாகவும், தன்னை உடனடியாக மாநிலத் தலைமையிடத்திற்கு வரச் சொன்ன தாகவும் கிடைத்த தகவல் பலவிதமான யூகங்களுக்கு இடமளிப்பதாய் இருந்தது. இதன் பல்வேறு சாத்தியக் கூறுகளை மனம் அசைபோட்ட வண்ணமிருந்தது. நீர்ப்பாசனத்துறை அமைச்சர் சுக்லா முதிர்ந்த அரசியல்வாதி. மாநிலத்தைப் பொறுத்தவரை வலுவான விவசாயிகள் 'லாபி' ஒன்று உண்டு. விவசாயம், தொழில்களுக்கு இணையாக முக்கியத்துவம் பெறுகிற மாநிலம் என்பதனால் வரப்போகிற அரசைத் தீர்மானிக்கிற சக்தி கொண்டவர்களாக அவர்கள் இருந்தார்கள்.

தேசிய கட்சியைச் சார்ந்தவர் என்பதால் அண்டை மாநிலம் பணக்கார மாநிலமாக இருந்ததாலும், அதிலிருக்கும் முக்கிய தொழிலதிபர்களின் கணிசமான பங்களிப்பு கட்சியின் வளர்ச்சியைப்

பர்த்துவதாக இருப்பதாலும், அந்த மாநிலத்தின் தேவைகளையும் கருத்தில் கொண்டு செயல்பட வேண்டிய 'தார்மீகப் பொறுப்பு' அவருக்கு இருந்தது. அணையின் மதிப்பீடு ஆரம்பத்திலேயே சில ஆயிரம் கோடிகளாக மதிப்பீடு செய்யப்பட்டிருப்பதாலும், அதில் 'காண்ட்ராக்ட்' வழங்குவது; விளம்பரம் தருவது, ஏஜன்சியை நிர்ணயிப்பது முழுவதுமாக மத்திய அரசினால் நிர்வகிக்கப்படுகிற திட்டமாக இருந்ததாலும் தன்னுடைய கட்சியே அங்கேயும் ஆட்சியில் இருந்ததாலும், எல்லாவற்றையும் நடைமுறையில் சுக்லாதான் செய்து கொண்டிருந்தார்.

ராதா படங்கரை அவர் வரவேற்ற விதம் வெகுவாக பற்கைத் தனத்தை முகம் முழுவதும் அப்பிக்கொண்டிருந்தது. அவ்வளவு தூரம் வளைந்துகொடுத்து யாரையும் வரவேற்க வேண்டிய தேவையில்லை. ஆனால் சுக்லாவைப் பொறுத்தவரை 'விடாக் கண்டனாக' எப்படியேனும் காரியத்தைச் சாதித்துக்கொள்ளும் பழக்கம் உடையவர். ஒன்றை இழந்தால் தான் ஒன்றைப் பெற முடியும் என்பது அவருடைய எண்ணம். தனியாக ஒன்றைக் கொடுத்து, எல்லோர் மத்தியிலும் ஒன்றைப் பெறுவது மகிழ்ச்சியான விஷயம்தானே!

ராதா பஹன்! உங்களைப்பற்றி நிறைய கேள்விப் பட்டிருக்கேன். நீங்க பழங்குடியினருக்காக இவ்வளவு தூரம் போராடுவதைப் பார்த்து எனக்கு மனசெல்லாம் மகிழ்ச்சி. உங்களைப் பாராட்டணும்னுதான் இந்த அழைப்பே" வார்த்தைகளில் தேன் தடவிப் பேசினார்.

"உங்களால பழங்குடியினர் இனமே விழிப்படைஞ்சி அணை வேணாம்னு சொல்லுதுன்னு கேள்விப்படும்போது எவ்வளவு சந்தோஷமா இருக்கு."

"தப்பு ஜீ. என்னால அவங்க விழிப்புணர்வு அடைஞ்சாங்கங்கறது சரியான தகவல் இல்லை. நான் போகறதுக்கு முன்னாடியே அவங்க அணையை எதிர்க்க ஆரம்பிச்சுட்டாங்க. நான் அவங்களுக்கு ஒரு வடிகாலா இருந்தேங்கறதுதான் உண்மை."

சதிர்த்தேங்காய் உடைத்த மாதிரி வந்து எதிர்மறைப் பதிலை எதிர்பார்க்காதவராய் சுக்லா ஆடிப்போனார்.

"எவ்வளவு பணிவா இருக்கீங்க ராதா பஹன். எந்தப் பெருமையும் வேணான்னு தெளிவா இருக்கீங்களே! நெனைச்சா ஆச்சரியமா இருக்கு. நான் உங்ககிட்ட நம்ம பக்கத்து மாநிலத்து பிரச்சினை பத்தியும் பேசணும்னுதான் கூப்பிட்டேன். உதாரணத்துக்கு பரூச் மாவட்டத்தை எடுத்துக்கங்க. குடி தண்ணீருக்கு அவங்க எவ்வளவு சிரமப்படறாங்க.

போன வருஷம் கோடையில ஒரு குடம் தண்ணீர் ஆறு ரூபாய் வரைக்கும் போனது. அவங்களை நெனைச்சா பரிதாபமா இல்லையா? இன்னொன்னைப் பாருங்க. கட்ச் முழுசும் தண்ணீ உப்புத் தண்ணியா மாறிடுச்சி. அவங்க எல்லோருமே இந்த அணையில்லைன்னா தாகத்தில தவிச்சி செத்துப் போயிடுவாங்க. அதையும் கொஞ்சம் நெனைச்சிப் பாருங்க."

"அவர்களுக்கான குடிநீர்த் திட்டம் எதுவும் செய்ய வேண்டான்னு நாங்க சொல்லலயே, மற்றொரு பகுதியைப் பாதிச்சுதான் இன்னொரு பகுதியைக் காப்பாத்தணும் கறதைத்தான் என்னால தாங்கிக்க முடியல. ஒவ்வொரு பகுதியிலயும் சுற்றுச் சூழலைப் பற்றிக் கவலைப்படாம வளர்ச்சிங்கற பேருல போட்ட திட்டங்கள்தான் குடிநீர் பாதிக்கப் பட்டதுக்குக் காரணம்."

"அதுக்காக இப்படி அப்படியே வுட்டறமுடியுமா?"

"விட்டுடணும்னு நான் சொல்லலே, மறுபடியும் இன்னொரு தப்பை செஞ்சி அந்தத் தப்பை மறைக்க முடியாதுன்னுதான் சொல்றேன்."

"நீங்க என்னைத் தப்பாப் புரிஞ்சுக்கிட்டு பேசறீங்க. என்னை ஒரு சகோதரன் மாதிரி எடுத்துக்கிட்டு பேசுங்க பருச். குடிநீர் பிரச்சினையை எப்படித் தீக்கறது? நீங்களே வழி சொல்லுங்க."

"எல்லாப் பிரச்சினைக்கும் வழி சொல்றதுக்கு நான் யாரு? நீங்கள்தான் மக்கள் பிரதிநிதிகள். அதுமட்டுமல்ல தேசிய கட்சி உங்களுடையது. மத்தியிலேயும் உங்க ஆட்சி."

"அப்படியில்ல ராதாபஹன் எல்லோரும் தங்களுடைய பிரச்சினையை மட்டும் வச்சிப் பாத்தா எதுக்குமே தீர்வுகாண முடியாது. நீங்க ஒரு சின்ன மூலையில பழங்குடியினருக்காக குடுக்கற குரல் பெரிய அளவில் எதிரொலிச்சா எவ்வளவு நல்லாயிருக்கும்."

"நீங்க சொல்றது எனக்குப் புரியலை."

"நீங்கள் மக்கள் பிரதிநிதியா ஆகி, இந்தப் பழங்குடியினருக்காகப் பாராளுமன்றத்தில் பேசினால் எப்படியிருக்கும்."

"நான் அரசியலை விரும்பல."

"நீங்கள் அரசியல் ரீதியாகத்தான் போகணும்னு இல்லை. அரசே பாத்து உங்களை நியமிச்சா அதுக்கு உங்களுக்குச் சம்மதமா."

ராதாவிற்கு சுக்லாவின் பேச்சில் ஒளிந்திருக்கும் மூடுமந்திரம் புரிந்தது, இருந்தாலும் அதை அவர் வாயால் முழுவதுமாக வெளிப்பட வைக்கவேண்டும் என்று தோன்றியது.

"நீங்கள் வெளிப்படையாகச் சொல்லலாமே."

"கட்சித் தலைமை உங்களை ராஜ்ய சபா எம்.பி.யா நியமிக்கலாமான்னு யோசிக்குது, உங்களோட சம்மதத்தைத் தெரிஞ்சிக்கத்தான் கூப்பிட்டேன்."

"என்னை ராஜ்யசபா எம்.பி. ஆக்கி என்னுடைய போராட்ட உணர்வுகளை மழுங்கடிச்சி அணைக்குச் சாதகமா மாத்திடலாம்னு நினைக்கறீங்க, அப்படித்தானே. அது ஒருக்காலும் நடக்காது. இது முன்னமே தெரிஞ்சிருந்தா நான் உங்களைச் சந்திக்கவே வந்திருக்க மாட்டேன்."

"ராதா பஹன்! ஒரு நிமிஷம். அவசரப்படாதீங்க. இன்னும் அவகாசம் தர்றோம். யோசிச்சி முடிவு பண்ணுங்க. இல்லேன்னா விளைவுகள் பயங்கரமா இருக்கும்."

13. **தன்னில் ஒட்டிக்கொண்டிருக்கும் ஈரத்தையும் ஆவியாக்கிவிட்டு மனிதத் தன்மையை இழந்து போகின்ற அதிகாரவர்க்கத்தின் அரக்கபலம் அவருக்கு அந்நியமானதாகத் தெரிந்தது.**

சுற்றிலும் படர்ந்திருந்த உஷ்ணத்தில் உடல் முழுவதும் கொதித்திருந்தது. விழுதுகளாய் வியர்வை வழிந்தோட சட்டை நனைந்து ஒட்டிக்கொண்டது.

ஓடிக்கொண்டிருந்த ஜீப்பைக் காட்டிலும் வேகமாய் சுதீரின் மனது ஓடிக்கொண்டிருந்தது. அதன் அசுரகதியில் நினைவுகள் பல பாதியிலேயே வேரோடு சாய்ந்து விழுந்து கொண்டிருந்த அவஸ்தையும் அவருக்குப் புரிந்தது.

சுதீருக்குத் தெரியும்; பல நேரங்களில் அரசுக்குள்ளிருந்து கொண்டு அதை வேரறுக்கும் பணியைச் செய்ய வேண்டியிருக்கிறது. அதுமட்டுமல்ல; அரசுக்குள்ளிருந்து கொண்டுதான் அரசின் அடித்தளமான சில கட்டமைப்புகளை உடைத்தெறிய முடியும். அதுதான் உண்மையான அதிகாரியின் பணியும் கூட. ஆனால் அதற்குத் தீவிரமான நேர்மை

வேண்டும். தன்னை உலர்ந்த எலும்புக்கூடாக மாற்றச் செய்கிற உஷ்ணக் காற்றிலும் ஒடிந்துவிடாத அளவிற்கு நேர்மையும், வைராக்கியமும் தேவை.

ஜீப்பிற்கு முன்னால் வழிகாட்டுதலுக்காகச் சென்ற வாகனம் நின்றபொழுது திகைப்பாக இருந்தது. இப்படிப்பட்ட ஒரு வறண்ட சதைப்பிடிப்பற்ற பகுதியில்தான் பழங்குடியினர் குடியமர்த்தப்பட்டிருக் கிறார்கள் என்கிற உண்மை வேப்பங்காய் உருண்டையாய்த் தொண்டையில் உருண்டு நின்றது.

அவர்கள் வாழ்ந்து வந்த பகுதி எவ்வளவு அழகானது. எவ்வளவு பசுமையானது. எப்பொழுதும் வற்றாமல் ஓடிக் கொண்டிருக்கும் நதியில் கால்களை நனைத்து விளையாடும் அழகுக்கும், குளிர்ச்சிக்கும், வளத்துக்கும் எப்படி ஈடு செய்ய முடியும்! உதிர்த்துவிட்டுப் போகிற மணிகளை உபரியாய் விளைவித்துக் கொடுக்கும் செழிப்புப் பொருந்திய அந்த மண்ணுக்கு எதைத் தந்தால் இணையாகும்? புல்கூட வளருவதற்கு ஒருமுறை யோசிக்கின்ற இந்தப் பாறை நிலத்தில் வேளாண்மையோ, பயிர் வளர்ப்போ அதிகம் தெரியாத பழங்குடியினரைக் குடியமர்த்தினால் அவர்கள் எப்படி உயிர் வாழ முடியும்?

இப்படி ஓர் அநீதியைக் கட்டவிழ்த்து விட்டுவிட்டு நியாயம் பேசுகிற ஒப்பனையைத் தன் முகத்தில் பூசிக்கொள்ள முடியாது என்பது சுதீருக்குத் தெரிந்தது.

படேல் சுதீரிடம் ஓடி வந்தார். “சார் நாம்ப கொடுத்திருக்கிற நிலமெல்லாம் இந்தப் பகுதியில்தான் இருக்கு. அது மட்டுமில்ல, இவ்வளவு வேகமாக செஞ்சதுக்குக் காரணமே நம்பகிட்ட இருக்கிற தேவையில்லாத புறம்போக்கையெல்லாம் தள்ளி விடறதுக்காகவும், ஈசியாகற காரணங்களுக்காகவும்தான்.”

“படேல்! நீங்க இதுக்காக ரொம்ப வெட்கப்படணும். இதை யெல்லாம் ஒரு விளைநிலம்னு அவங்களுக்கு ஒப்படைப்பு செய்யறதுக்கு உங்களுக்கு எப்படி மனம் வந்தது. சுத்துவட்டாரத்துல ஒரு மரம் கூட இல்லை. பாலைவனம் மாதிரி கொளுத்தற வெயில். ஒரு காகம் கூடக் கண்ணுக்குத் தென்படாத இந்தப் பகுதியில் மனுஷங்க எப்படிய்யா உயிரோட இருக்க முடியும்?”

“நீங்க சொல்றது வாஸ்தவந்தான். ஆனால் எங்களுக்கு மேலிடத் தோட உத்தரவு அப்படி. குறிப்பிட்ட காலக்கெடுவுக்குள்ள ரங்காபூர்

பகுதியில் இருக்கறவங்க எல்லாத்தையும் காலி பண்ணியே தீரணும்னு ஏக கெடுபிடி. நாங்க வேற என்ன செய்யமுடியும்."

"யாரு கெடுபிடி பண்ணாங்க? அதையாவது சொல்லித் தொலைங்க."

"எல்லாம் நம்ப கலெக்டர்தான் சார். அவரு மட்டும் இந்த அசைன்மெண்டை அரசு எதிர்பார்க்கிற மாதிரி செஞ்சி தந்திட்டா நல்ல முன்னேற்றம் கிடைக்கும்னு நெனைச்சிதான் எங்களை வெரட்டுனாரு."

பெரும்பான்மையான வீடுகளில் உயிரற்று மனிதர்கள் நடமாடிக் கொண்டிருந்தார்கள். கல்லறையிலிருந்து எழுந்து வந்தது போன்ற களைப்பும், விரக்தியும் அவர்கள் விழிகளில் தெறித்து விழுந்தன.

இருபது கிராமங்களையும் முழுமையாகச் சுற்றி முடித்த போது குடியமர்த்துவது என்கிற பெயரில் எவ்வளவு பெரிய கண்துடைப்பு நிகழ்ந்திருக்கிறது என சுதீரால் உணரமுடிந்தது.

"இங்கு மட்டுமல்ல; அணை கட்டுகிறபொழுது தொழிற்சாலைகள் உருவாகிற பொழுது, எண்ணெய்க் கிணறுகள் தோண்டப்படுகிற பொழுது என எந்த முன்னேற்றம் (உங்கள் பாஷையில்) நிகழ்ந்தாலும் பாதிக்கப்படுகிறவர்கள் எல்லோரும் பழங்குடியினராகவும், தாழ்த்தப் பட்டவர்களாகவுமே இருக்கிறார்கள். பழங்குடியினர்களுக்கு அளிக்கப் படுகிற நிவாரணங்கள் எதுவுமே சரியாக நிர்வகிக்கப்படுவதுமில்லை, பழங்குடியினரது பண்பாட்டை ஒட்டுமொத்தமாகச் சிதைப்பது தவிர வேறெந்தப் பெரிய மாற்றமும் அவர்களது வாழ்வில் நிகழ்வது இல்லை." என ராதா படங்கர் கூறிய வார்த்தைகளின் யதார்த்தம் குத்துகிற ஊசி முனையில் அவன் நின்றிருந்தான்.

சில குடிசைகள் காலி செய்யப்பட்டிருந்தன. அவர்கள் எங்கு சென்றார்கள் என்ற விவரம் எதுவும் தெரியவில்லை. பலர் அந்தப் புதிய வாழ்க்கையைப் புரிந்துகொள்ள முடியாமல் எப்பொழுது வேண்டு மானாலும் நெருங்கவிருக்கின்ற மரணத்திற்காகக் காத்திருந்தனர்.

அந்தப் பகுதியில் கண்டங்கத்திரி என்ற களை மட்டும்தான் அபரி மிதமாக வளர்ந்திருந்தது. வெட்டி எடுத்தாலும் எஞ்சியிருக்கிற வேர் துளிர்த்துப் படரும் பயங்கரமான விஷக்களையாய் விரிந்திருந்த அதனுடன் போராடி அரசு தங்களுக்கு அளித்திருந்த பணத்தை இழந்திருந்தனர். பாசனவசதி எதுவுமில்லை. அவர்களுக்கு உத்தர வாதமளிக்கப்பட்டிருந்தபடி பள்ளிக் கட்டடமோ, குடிநீர்க்

குழாய்களோ தரப்படவில்லை. குடிபெயர்ந்த ஆறுமாதங்களுக் குள்ளேயே நிர்க்கதியாய் அவர்களை நிறுத்தியிருந்த நிலைமை கொடூரமானதாய் இருந்தது.

நிறைய பேரோடு சுதீர் பேசினார். அவர்கள் யாரும் மகிழ்ச்சியைத் தெரிவிக்கவில்லை. எங்கள் சந்தோஷத்தை எல்லாம் நீங்கள் திருடி விட்டீர்கள் என்று சொல்வதைப் போல் அவர்கள் மனநிலை இருந்தது.

திரும்பும்பொழுது சுதீருக்கு மனம் கனத்திருந்தது. இனி நிகழப் போகிற குடிபெயர்ப்பு எல்லாம் இப்படித்தான் அரை குறையாக, உபயோகமில்லாத நிலங்களில் ஏற்படப்போகிறது. எந்த மந்திரிக்கோ வேண்டியவர்களின் களர் நிலங்களெல்லாம் அரசாங்கக் காசில் வாங்கி விநியோகிக்கப்படும். ஏற்கெனவே கொழுத்துக் கொண்டிருக்கும் நிலச் சுவான்தார்களுடைய வயல்களில் நீர் பாய வேண்டுமென்பதற்காக, அந்த நதியின் கரையிலேயே பிறந்து அதை ரசித்து, தொழுது வந்த அப்பாவிகள் கூண்டோடு தூக்கியெறியப்படுவார்கள். புள்ளி விவரங்கள் எண்ணிக்கையைக் கூட்டி முன்னேறிவிட்டோம் என்பதை அழுத்தம் திருத்தமாய் அடித்துச் சொல்லும்.

ஒரு மாநில நிர்வாகமே எதிராகத் திரும்பும் என்று தெரிந்தாலும், தன்னுடைய பாதத்தை அழுத்தமாய்ப் பதிக்கின்ற முயற்சியின் தீவிரத்தில் சிறிதும் தளர்ச்சி ஏற்படாது என்பது சுதீருக்குத் தெரியும். தன்னைச் சுழற்றுகின்ற சுழல்களிலிருந்து தப்பிக்க நேர்கிற சாத்தியங் களை மட்டும்தான் அவர் மனம் தொடர்ந்து அசை போட்டுக் கொண்டிருந்தது.

⋆⋆⋆

ராதா படங்கருக்கு சுக்லாவோடு நிகழ்ந்த சந்திப்பு பற்றிய நினைவு வரும்பொழுதெல்லாம் சிரிப்பு வந்தது. மனிதர்கள் எப்படியெல்லாம் இருக்கிறார்கள். தனக்கு உயர்வா, இருப்பதெல்லாம் அடுத்தவர் களுக்கும் உயர்வாகத்தான் இருக்க வேண்டும் என்று நினைத்துக் கொள்கிறார்கள். சர்க்கரை வியாதியிருப்பவர்களுக்கு இனிப்புத் தின்பவர்கள் கொடுத்து வைத்தவர்களாகத் தோன்றுவது போலத்தான் இதுவும்.

அடிக்கடி தன் சொந்த வாழ்க்கை சிதைந்து போனதைப் பற்றி ராதா சிந்திக்காமல் இருந்ததில்லை. விபத்து மாதிரி அது நிகழ்ந்து போனது. தன்னுடைய எந்த சித்தாந்தங்களினால் கவரப்பட்டு சுனில்

தனக்குக் கணவனானானோ அதே சித்தாந்தங்களின் உஷ்ணம் பொறுக்கமாட்டாமல்தான் தன்னிடமிருந்து விலகி ஓடினான் என்பது ஒன்றே அவளைச் சுருட்டிவிடுகிற ஒரு அதிர்ச்சியான நிழல்கோடுதான். மேம்போக்காக அணை எதிர்ப்புக்காக அவர்கள் இருவருக்கும் பிரிவு நிகழ்ந்ததாய் உலகம் நினைத்துக்கொண்டிருந்தாலும் அதன் உள்ளே ஆழமாய் பலநாட்களாய்ச் சேர்ந்திருக்கும் பொழுதே பிரிந்திருந்த மனோபாவம் அவர்களுக்குள் இருந்தது அவருக்கு மட்டும்தான் தெரியும்.

வெறுமனே கட்டாயத்திற்கான உறவாய் அது வியாபித்திருந்தது. முழுதாய்ப் பிரிகின்றவரை எல்லாவிதத்திலும் அவர்கள் பகுதி பகுதியாய்ப் பிரிந்துதான் வாழ்ந்திருந்தார்கள். முழுதாய்ப் பிரிவதுகூட ஒரு வகையில் நிம்மதியானது திருப்தியானது. அரைகுறையாய்க் கத்திரித்துத் தொங்கும் நகம் உறுத்துவதைப் போன்ற அவஸ்தையில் வாழ நேர்கிற துன்பம் கொடியது.

பல நேரங்களில் பிரிந்துவிடுகின்ற விளிம்புவரை வந்து உயிர் தப்பித்துக் கொள்கிற அபாயம் நடந்திருக்கிறது. எத்தனையோ முறை சின்னச்சின்ன அபிப்பிராய பேதங்களில் ஆளத்துடிக்கிற ஆண்மையின் ஆளுகையிலிருந்து தப்பித்துக் கொள்ள எண்ணுகிற பெண்மையின் வழுக்கலாய் ராதா விலகிவிட நினைத்தது உண்டு.

தன்னை விற்றுவிட்டுப் பெறுகிற தாம்பத்திய இன்பத்தை ராதா ஒருபோதும் விரும்பியதில்லை.

ஏதேனும் ஒரு கட்டத்தில் இடிந்து விழவிருக்கின்ற பழைய வீடாக, பாழடைந்த குகையாகத் தொடர்ந்து கொண்டிருந்த அந்த உறவு முற்றிலுமாய் விட்டுப் போவதற்கு இருவருமே காரணத்தைத் தேடிக்கொண்டிருந்தார்கள். அணையின் வடிவத்தில் வந்தபோது அது மகிழ்ச்சியளிப்பதாய்த்தான் இருவருக்குமே இருந்தது.

எந்த ஒரு பெண்ணும் தன் மணவாழ்க்கையைக் காப்பாற்றிக் கொள்ள எதை வேண்டுமானாலும் காவு கொடுக்கத் தயாராக இருக்கும்பொழுது, உண்மையாய் இருக்கவேண்டும் என்பதற்காகத் தன் மணவாழ்க்கையைத் தியாகம் செய்தவர் ராதா.

அப்படியிருக்க தான் ஒரு பதவிக்காக அணி எதிர்ப்பைக் கைவிட்டு விடவேண்டும் என்று அமைச்சர் சுக்லா சொன்னதை நினைத்தபோது அவருக்குச் சிரிப்பு முட்டிக்கொண்டு வந்தது.

> 14. சோளக் காட்டுப் பொம்மையைப் போல் வைக்கோலைத் திணித்துக்கொண்டிருப்பவர்களுக்கு அடுத்தவர்களைப் பயமுறுத்துவதில் தானே சந்தோஷம் அடங்கியிருக்கிறது என எங்கோ படித்தது நினைவுக்கு வந்தது.

சிந்தூர் மக்களுக்குக் கரையில் நடப்பது எல்லாம் அதிசயமாக இருந்தது. புதிது புதிதாக இதுவரை அவர்கள் பார்த்தறியாத சாதனங்களும், கருவிகளும் லாரி லாரியாக வந்து இறங்கியபோது, வேறொரு கிரகத்திலிருந்து இறங்கிய மனிதர்களைப் போல அந்நியத்தனத்துடன் அவற்றை யெல்லாம் பொருத்திப் பார்த்துக் கொண்டிருந்த நபர்களும் வித்தியாசமானதாக மட்டுமில்லாமல் விபரீதமாகவும் இருந்தது.

அர்ஜுன்தான் இதை முதலில் பார்த்தான். தோணிக்காகக் காத்திருந்தவன் எதிர்த்திசையில் மறுகரையில் நடப்பதைக் கண்டதும் அருகிலிருந்தவர்களையெல்லாம் அழைத்துக் காட்டினான். எல்லோருமாய்த் தங்கள் கலக்கம் தணிவதற்குத் தோதாக சிமனும், ராதாபஹனும் இருந்தால் நல்லது என்று நினைத்து அர்ஜுனை அனுப்பி அவர்களை அழைத்து வரும்படி செய்தனர்.

எதிர்க்கரையில் நடப்பதைச் சில நிமிடங்கள் வெறுமனே கவனித்துக்கொண்டிருந்தார் ராதாபஹன். அவர் விழிகளிலிருந்து எதிரே நடப்பது நல்லதா, தீயதா என்பதைப் புரிந்துகொள்ள முடியாமல் சிமன் உட்பட அனைவரும் தவித்திருந்தனர். சந்தீப் முகத்தில் கலக்கம் கலந்த சோகமும் நிதின் விழிகளில் கோபமும் அப்பட்டமாய் வெளிப்பட்டன.

"என்ன நினைச்சிக்கிட்டிருக்கு அரசாங்கம். நாம்பல்லாம் அணையை இவ்வளவு தூரம் எதிர்த்தும் கொஞ்சம் கூட அசையாம தம் போக்குலேயே போகுது. எந்தவித அறிவிப்புமில்லாம அணையை ஆரம்பிக்கப் போகுதுன்னா எவ்வளவு நெஞ்சழுத்தம் மந்திரி சுக்லாவுக்கு இருக்கணும்."

நிதின்தான் முதலில் மௌனத்தை உடைத்தான்.

அவனைப் 'பேசாமல் இரு' என்பதுபோல் கைகளால் சைகை செய்துவிட்டு எதுவுமே நடக்காததுபோல் தன் மௌனத்தை ராதா நீட்டித்தார்.

“என்னம்மா! என்ன நடக்குது. தயவு செஞ்சு விவரமா சொல்லுங்க. நாங்க எல்லோருமே பதைபதைச்சுப் போயிருக்கோம்.”

“சிமன் இனிமேல் பதற்றப்பட்டு என்ன ஆகப்போவுது. நம்ப கிராமத்துப் பக்கமாத்தான் அணைக்கட்டு ஆரம்பமாகப் போவுதுங்கறது உறுதியாயிடுச்சி.”

“தீதி! என்ன சொல்லறீங்க?”- சந்தீப்

“இது நாள்வரைக்கும் கூட நம்ப கிராமம் மூழ்கப் போவுதுன்னு மட்டும்தான் நினைச்சிக்கிட்டு இருந்தோம். அணையே இதை ஒட்டித்தான் கட்டப் போறாங்கன்னு தெரிஞ்சிடுச்சி. நம்பள இன்னும் ஒரு வருஷம் கூட இங்கேயே நீடிக்க அரசாங்கம் அனுமதிக்காது.” ராதாவின் பதிலில் பழங்குடியினர் அனைவரும் ஒடிந்துபோய் உட்கார்ந்துவிட்டனர்.

“சாத்வீகமான போராட்டத்தால் எதையும் சாதிக்க முடியாதுன்னு ஆரம்பத்திலயிருந்தே நான் சொன்னேன். நீங்கதான் கேட்கல. அமைதியான கூக்குரலுக்கெல்லாம் அரசாங்கம் பயப்படாது. இதே நாம்ப துணிச்சலோட போராடியிருந்தா இந்நேரம் சுக்லா வாய மூடிக்கிட்டிருப்பாரு.”

“நிதின் என்ன சொல்ற?”

“உண்மையைத்தான் சொல்லறேன். இவங்க அணை கட்டக் கட்ட அதைக் குண்டு வச்சி தகர்க்கணும். தாலுகாபீஸில் பாம் வச்சி நொறுக்கணும். அந்த மாதிரி செஞ்சிருந்தா இப்படி இங்கேயே அணை கட்டத் துணிய மாட்டாங்க.”

“நிதின் நீ நினைக்கிற மாதிரி வன்முறையால எதையும் சாதிச்சிருக்க முடியாது. இந்த இடம் ரத்தக்களறியா மாறியிருக்கும். இங்க இன்னும் சில குளறுபடிகள் நடந்திருக்கும். அதோட பல அப்பாவி உயிர்கள் பலியாகியிருக்கும். இந்த இயக்கம் ஒன்று மில்லாமப் போயிருக்கும். இந்தப் போராட்டம் பல கட்டங்களில் நடக்க வேண்டியதாயிருக்குது. இப்ப அது இரண்டாவது கட்டத்தை நெருங்கியிருக்குது. இன்னும் சில மாதங்கள்ல மூணாவது கட்டத்தை அடையலாம். இந்தப் போராட்டத்துல வெற்றி நிச்சயம்னு சொல்லி நாம்ப ஈடுபடலே முடிவு தெரியறதாயிருந்தா இது போராட்டமே இல்லை. இதுக்கெல்லாம் உடன்பட்டுத்தான் இந்த வேள்வியில நாமெல்லாம் குதிச்சிருக்கோம். இது நெருப்புல நீந்தறமாதிரி ஒன்று வெளியே வரும்போது திடகாத்திரமா எல்லாத்தையும் எதிர்த்து வரலாம்

அல்லது அந்த நெருப்புலேயே எரிஞ்சு சாம்பலாப் போயிடலாம். எது வேணுமின்னாலும் நடக்கலாம் இதுக்கு நான் உத்தரவாதம் கொடுக்க முடியாது.

“நிதின்! தீவிரவாதி மாதிரி பேசுனா இங்க இருக்கற சில ஒண்ணுந் தெரியாத அப்பாவி இளைஞர்கள் உனக்குக் கை தட்டலாம். உன்னால கொஞ்ச நாள்கூடத் தாக்குப்பிடிக்க முடியாது?”

“இன்னைக்கு நாடு பூரா நம்ப இயக்கத்துக்கு ஆதரவையும் பணத்தையும் கொடுத்து உதவற எல்லோரும் நம்மை வெறுத்துடுவாங்க. இந்த இயக்கத்திலிருந்து தனி மனிதனாய் பிரிஞ்சிபோய் நீ வன்மத்தில் ஈடுபட்டா கூட இந்த வேள்விக்கே அர்த்தமில்லாமல் போயிடும். ரொம்ப நாளக்கி இந்த வன்முறையெல்லாம் தாக்குப் பிடிக்காது. வன்முறையில் ஈடுபட்ட யாரும் அதைவிட்டு விலகவே முடியாது.”

“இப்ப என்ன பெரிசா நடந்து போயிடுச்சி. அணையை ஆரம்பிக் கறதுக்குத் தேவையான Measurements எடுத்துக் கிட்டிருக்காங்க. இன்னும் எவ்வளவோ இருக்கு. நாம்ப இன்னும் எவ்வளவு தூரம் சீக்கிரமா விழிப்புணர்ச்சியை ஏற்படுத்தறோம்கறதைப் பொறுத்துதான் இந்த வேலையைத் தாமதப்படுத்த முடியும்.”

“அணையை நிறுத்தனும்கறது இதுவரைக்கும் நம்ப குறிக்கோளா இருந்தது. இனிமே அதை முடிஞ்ச அளவுக்குத் தாமதப்படுத்தணும். தள்ளிப்போடணும்னு நாம் போராடணும்.”

“நம்ப பாபா அம்டே, சுந்தர்லால் பகுகுணா எல்லோரும் அணைக்கு எதிரா குரல் கொடுத்துக்கிட்டு இருக்காங்க. அவங் களெல்லாம் எத்தனை வருஷமா இந்த மாதிரி விஷயங்களுக்காகத் தங்களோட வாழ்க்கையையே தியாகம் பண்ணிக்கிட்டிருக்காங்க. அதோட “ஒப்பிட்டா நாம்ப பெரிசா என்ன செஞ்சிட்டோம், பெருமையாப் பேசிக்கறதுக்கு.”

ராதாவின் நீண்ட பேச்சு அங்கிருந்த பழங்குடியினருக்குத் தெம்பு கொடுத்தது. அந்தப் பேச்சில் இருந்த நியாயம் நிதினை வாயை மூடச் செய்தது.

ராதாவிற்குத் தெரியும், நிதின் பேச்சில் காட்டுகின்ற தீவிரத்தைச் செயலில் காட்டமாட்டான் என்பது. அவ்வப்போது குதிக்கின்ற நேரத்தில் கோபமாய் ஒரு தட்டுத் தட்டினால் அந்த ஆர்ப்பாட்ட மெல்லாம் அடங்கிவிடும்.

“ராதாபஹுன்ஜீ! எங்களுக்குப் பயமாயிருக்கு. எங்களையெல்லாம் சீக்கிரம் இந்த இடத்தைவிட்டுத் துரத்திவிடுவாங்களா எங்களோட உடம்புக்குள்ள வத்தாம ஓடிக்கிட்டிருக்கிற இந்த நதி சீக்கிரம் காஞ்சி போயிடுமா.”

“கவலைப்படாதே அர்ஜுன். இதையெல்லாம் நான் எதிர் பார்த்துக்கிட்டுத்தான் இருந்தேன். இது எனக்கு அதிர்ச்சியாயில்லே. இதையும் மீறி நாம்ப என்னா செய்யப்போறோம்னுதான் அரசாங்கமும் நாடும் நம்மை உத்துக்கவனிக்கும். நாம்ப கலங்கிப் போயிட்டோம்னு தெரிஞ்சாலே அவங்க கை ஓங்கிடும்.”

சிமன் மட்டும் நிமிர்ந்து நின்றிருந்தான். எனக்கு இதனால் எந்தக் கவலையுமில்லை என்ற தோரணையோடு அவன் தோற்றமிருந்தது.

“நம்ப கிராமங்களில் இருந்து ஒரு பயல்கூட அணைக்கட்டுப் பக்கம் வேலைக்குப் போகக்கூடாது. அணைக்கட்டுக்கு ஆயிரக்கணக்கில ஆளு தேவைப்படும். நாம்ப போகலைன்னா வெளியே இருந்துதான் ஆள் கூட்டிக்கிட்டு வரணும். இந்த சுத்துபக்கம் முழுசும் நம்ப ஆளுங்க தான். எல்லோருக்கும் சேதி சொல்லிடுவோம். இதைச் செஞ்சாலே போதும் அணை தானா தாமதமாகிவிடும்.”

சிமனின் பேச்சில் எப்பொழுதும் இழையோடும் வைராக்கியம் அனைவரையும் கட்டிப்போட்டது.

“நம்மை மீறி யாரும் வேலைக்குப் போகமாட்டாங்க. எல்லாக் கிராமத்துக்கும் சேதி சொல்லியனுப்பிச்சுடுவோம். யாராவது அப்படிப் போனா சமூகத்தை விட்டுத் தள்ளிவச்சிடுவோம்.”

அர்ஜுன் குரல் சிமனுக்குப் பக்கபலமாய் ஒலித்தது.

மறுகரையில் அளப்பதும், உற்று நோக்குவதுமாய்ப் பலர் தீவிரத்துடன் தங்கள் பணிகளில் ஈடுபட்டிருந்தார்கள்.

★★★

கலெக்டர் பங்களா அந்த இரவிலும் அல்லோகலப்பட்டுக் கொண்டிருந்தது. ஏகப்பட்ட ஃபோன் கால்கள் “அதே மாநிலத்தில் பிறந்து மாநிலத் தேர்வு மூலம் நுழைந்து கலெக்டரானவர்தான், ஆனால் இந்த மண்ணுக்குச் சிறிதும் உண்மையாக நடந்துகொள்ளாமல், ஓடிக் கொண்டிருக்கிற நதியை நிறுத்திவிடத் துடிக்கும் இவரெங்கே. ஆனால் எங்கேயோ பிறந்து இங்க வந்து இந்த அணையால் பாதிக்கப்படுபவர் களுக்காகக் குரல் கொடுக்கிற சுதீர் எங்கே” என்று அடிக்கடி ராதா படங்கர் நினைத்துக் கொள்வார்.

கலெக்டருக்கு ஒரு ஆசையிருந்தது. எப்படியாவது தான் கலெக்டராக இருக்கும்பொழுதே சாதுரியமாகப் பழங்குடியினரை இடம் பெயர்த்து, அணைக்கட்டை ஆரம்பித்துவிட்டால் பல காரியங் களை முதலமைச்சரிடம் சாதித்துக்கொள்ளலாம். முதலமைச்சரிடம் செயலராகப் போய்விட்டால் பரமசிவன் கழுத்துப் பாம்புபோல் இருக்கலாம்.

கலெக்டர் பி.சி. உள்ளே ஓடிவந்தார்.

"சார்! மினிஸ்டர் சுக்லா ஃபோன் கிடைச்சிருச்சி. இவ்வளவு நேரம் எங்கேஜ்டாவே இருந்தது, கொடுக்கட்டுமா சார்?"

"உடனே கொடுப்பா."

"சார்! முக்கியமான ஒரு விஷயத்தைச் சொல்லணும்னுதான் ஃபோன் பண்றேன். அணைக்கட்டுக்கு ஆரம்ப வேலை. சைட் செலக்ஷன் எல்லாம் முடிச்சிட்டாங்க. நாம்ப எதிர்பார்த்த மாதிரி ஃபிஸிகல் ரெஸிஸ்டன்ஸ் (Physical resistance) எதுவும் இல்லை. பயப்பட்ட மாதிரி எதுவும் நடக்காததால் தொடர்ந்து வேலையைக் கவனிக்கலாம். நீங்க சொன்னமாதிரி அடிக்கல் விழா அப்படி இப்படின்னு ஆரம்ப விழா எதுவும் வேணாம். சைலண்டா வேலை நடக்கட்டும். பின்னால பாத்துக்கலாம்."

"வெரிகுட். எதா இருந்தாலும் எனக்கு ஃபோன் பண்ணுங்க."

"சார் ஒரு செய்தி செட்டில்மென்ட்டு (Settlement)க்காகப் போட்டிருக்கீங்களே சுதீர், அவனைக் கொஞ்சம் மிரட்டி வச்சீங்கன்னா பரவாயில்லை."

"ஏன்?"

"நாம்ப நெனைச்ச மாதிரி வளைஞ்சு கொடுக்கற ஆளா தெரியல. நிறைய சட்டம் பேசுவான் போலயிருக்கு. போகப் போகத் தலைவலியாயிருக்குமாட்டம் தோணுது."

"அப்ப மாத்திட வேண்டியதுதான்."

"மாத்தினா பெரிய ஆளாயிடுவான். சமயம் பாத்துத் தலையில தட்டுவோம். இப்போதைக்கிக் கொஞ்சம் மிரட்டி வச்சாப் போதும்."

"அப்படியா! அவன் ஃபோன் நம்பரைக் கொஞ்சம் சொல்லு" என்று சுக்லாவிடம் இருந்து பதில் வந்தது.

வெ.இறையன்பு

> 15. ஒரு கடிதத்தைக் கூட, சிற்பி சிலை வடிப்பதைப் போல் கவனமாகச் செய்கிற பக்குவம் உடையவர்களால் தான் நாள் முழுவதும் விழிப்புணர்வோடு இருக்க முடிகிறது.

இரவு முழுவதும் வெகுநேரம் விழித்திருந்ததில் சுதீருடைய கண்களெல்லாம் சிவந்து எரியத் தொடங்கின. உடல் களைப்படைந்து அசதியாயிருந்தாலும் ஒரு நல்ல காரியத்தைச் செய்த திருப்தியிருந்தது.

மனித மனம் திருப்தியைத்தான் தேடிக்கொண்டிருக்கிறது. உணவிலும், வழிபாட்டிலும், சுற்றுலாவிலும் தான் தேடுகின்ற சுகம் கிடைத்துவிட்டால் அது திருப்தி அடைந்துவிடுகிறது.

தான் எழுதிய கடிதம் எவ்வளவு முக்கியத்துவம் வாய்ந்தது என்பதெல்லாம் சுதீருக்குத் தெரியாது. அவரைப் பொறுத்தவரை அது அவருடைய கடமை. அதைச் செய்வதில் அவருக்குப் பூரணமான மகிழ்ச்சி. திருப்திதராத எந்தச் செயலையும் செய்வதற்கு அவர் மனம் அனுமதிக்காது.

கடிதத்தைத் திரும்பத் திரும்ப வாசித்து, தேவையான இடங்களிலெல்லாம் திருத்தங்களை இரவு முழுவதும் செய்யவேண்டியதாயிருந்தது. இதில் ஓர் இடத்தில்கூட, தேவையற்ற வார்த்தை இருந்து விடக் கூடாது என்பதிலும், தான் சொல்ல விரும்புகிற செய்தியைச் சிதைத்துவிடுகின்ற முறையில் இருந்துவிடக்கூடாது என்பதிலும் தீவிர கவனத்துடன் செயல்பட்டார்.

சுதீருடைய பணிநிலைக்கு அவர் தலைமைச் செயலருக்கு நேரடியாகக் கடிதம் எழுதுவதே தவறு. அப்படியிருக்கையில் தனக்குக் கொடுக்கப் பட்டிருக்கிற பணியின் மூலத்தையே கிள்ளி எறிகின்ற வேகத்துடன் ஒரு கடிதத்தை எழுதுவதற்கு அசாதாரணத் துணிச்சலும் அதனால் ஏற்படுகின்ற எதிர் விளைவுகளைச் சந்திக்கின்ற பக்குவமும் வேண்டும். அது சுதீரிடம் நிறைய இருந்தது.

மதிப்பிற்குரிய ஐயா,

இந்தக் கடிதத்தை நிர்வாக விதிமுறைகளுக்குட்பட்டுத் தகுந்த முறையில் நான் அனுப்பவில்லை என்று தவறாக எடுத்துக் கொள்ளா தீர்கள். நான் சொல்லவேண்டிய கருத்துகள் தங்களை அடையாமல் போய்விடுமோ என்கிற அச்சத்தில் தான் விதிகளையெல்லாம் மீறவேண்டியதாக இருக்கிறது. நான் நேரில் சந்தித்தாலும் இவற்றைப்

பற்றியெல்லாம் இவ்வளவு விரிவாகத் தங்களிடம் நான் பேசமுடியுமா என்பது சந்தேகம் என்பதால் தான் இந்தக் கடிதத்தை எழுதுகின்றேன்.

எனக்கு ஒப்படைக்கப்பட்ட பணி, அணையினால் பாதிக்கப் பட்டவர்களை இடம் பெயர்த்துக் குடியமர்த்துவதுதான். அதோடு நிற்காமல் அணை பற்றிய மற்ற விஷயங்களில் தலையிடுவதற்கு எனக்கு என்ன உரிமை என்றுகூட நீங்கள் நினைக்கலாம். என்னைச் சாமானிய அரசு அதிகாரியாகக் கருதிக்கொண்டிருந்தால், அப்படிப் பட்ட வரையறைகளை அறுதியிட்டுக் கொண்டு நான் திருப்தியடைந் திருக்கலாம்.

ஆனால் எனக்கு அந்த வார்த்தைகள் இன்னும் நினைவில் நிற்கின்றன.

'நீங்கள் சமுதாயத்தில் மாற்றத்தை வரவழைக்கும் ஊக்கிகளாகச் செயல்பட வேண்டும். நீங்கள் செய்கிற ஒரு சின்ன தவறு பல தலை முறைகளைப் பாதிக்கலாம். சட்டையணியாத சிப்பாயாக நின்று உங்கள் பணி உங்களுக்குக் கொடுத்திருக்கும் பொறுப்பையும் மீறி நீங்கள் தேசம் முழுமைக்குமாக சமுதாயம் முழுமைக்குமாகச் செயல்பட வேண்டும்.'

இன்னும் என் இதயத்தில் வார்த்தைகளை நான் பதித்து வைத்திருக் கிறேன். நாங்கள் லால்பகதூர் தேசிய நிர்வாக அகாடமியில் பயிற்சி பெறும் பொழுது சிறப்பு விருந்தினராகக் கலந்துகொண்டு நீங்கள் சொன்ன வார்த்தைகளைத்தான் மேற்கோள் காட்டியிருக்கிறேன்.

எனக்கு ஒப்படைக்கப்பட்ட பணியைச் செம்மையாகச் செய் வதற்கு எந்த வாய்ப்பும் இல்லாத பட்சத்தில் எனக்கு ஒப்படைக்கப் பட்ட பணி எந்த அளவிற்கு நியாயமானது என்பதை நான் யோசித்துப் பார்க்க வேண்டிய நிலையில் இருக்கிறேன்.

இப்பொழுதே இதைச் சொல்லிவிட வேண்டும் என்கிற துடிப்பு. இப்படியொரு வாய்ப்பு எனக்கு இனி எந்த நொடியில் வேண்டு மானாலும் மறுக்கப்படலாம் என்பதில்தான் உதயமானது எனப் புரிந்துகொள்வீர்கள்.

தங்கள் பிறப்பிலிருந்து பரிச்சயமாகித் தவழ்ந்து விளையாடிய நதிக் கரையிலிருந்து தாங்கள் அப்புறப்படுத்தப்படவிருக்கிறோம் என்கிற நினைவே பழங்குடியினரை மிகுந்த கவலைக்குள்ளாக்கியிருக்கிறது. பழங்குடியினருக்கு ஒதுக்கப்பட்ட நிலங்களெல்லாம் தரிசாகவும், பாறையாகவும் பயிரிட முடியாததாகவும் இருக்கின்றன. இப்படிப் பட்ட கண் துடைப்பைச் செய்வதற்குப் பதிலாக அவர்களை நேரடி யாகக் கொன்றிருக்கலாம் என்கிற கருத்து நிலவுகிறது.

பழங்குடியினரிடம் அணை பற்றிப் பரவியிருக்கின்ற விழிப்புணர்வு நியாயமானதாகத் தோன்றுகிறது. இனி எந்தக் கிராமத்திலிருந்தும் தன்னிச்சையாகக் குடிமக்களை இடம் பெயர்த்த முடியாது. அவர்களுக்குள்ளே கனன்றுகொண்டிருக்கும் போராட்ட உணர்வின் உஷ்ணத்தை என்னால் உணர முடிகிறது.

அணை முடிகிறபொழுது அண்டை மாநிலத்துக்குக் குடிநீர் கிடைத்துவிடும். நமது மாநிலத்தில் ஆளுகின்ற கட்சியின் கொடியின் வர்ணத்தைத் தீர்மானிக்கின்ற பகுதியில் பாசனவசதி கிடைத்துவிடும். வசதி படைத்தவர்கள் இன்னும் சுகவாசிகளாக வாழ மின்சாரம் கிடைத்துவிடும். ஆனால் பழங்குடியினர் இலட்சம் பேருக்கும் மேலாக நிலம், வீடு, அமைதி, கலாசாரம், நிம்மதி, பாரம்பரியம், உறவுத் தன்மை என எல்லாவற்றையும் இழந்து நிற்க வேண்டிய தாயிருக்கும்.

வழக்கமாக அணை கட்டுகிற பொழுது பின்பற்றப்படும் பயன்பாட்டு விகிதம் (Cost Benefit ratio) இந்த அணையில் பின்பற்றப் படவில்லை என்பது ஒரு குற்றச்சாட்டாக இருந்து வருகிறது.

இரண்டு இலட்சத்து அறுபதாயிரம் ஹெக்டேர் வனப்பகுதி இந்த அணையினால் மூழ்கவிருக்கிறது. 'இப்படிப்பட்ட அழகிய வனத்தை மனிதனால் உருவாக்க முடியுமா? காகித மலர்களுக்கு நிஜ மலர்களின் இயற்கைத் தன்மை இருக்கமுடியுமா?' என்று சுற்றுப்புறச்சூழல் விஞ்ஞானிகள் குரல்வளை வலிக்க அறைகூவி வருவதை நீங்கள் அறிவீர்கள். 'நாங்கள் மூழ்கப் போகிற வனப்பகுதியைப் போல் இரண்டு மடங்கு வனப்பகுதியை ஏற்படுத்தப் போகிறோம்' என்று திட்ட அறிக்கையில் அரசு தெரிவித்திருக்கிறது.

'நான் ஒன்றை இங்கே குறிப்பிட விரும்புகிறேன். இந்தப் பகுதியில் பழங்குடியினரைக் குடியமர்த்துவதற்கே போதிய நிலப் பரப்பு இல்லை. அப்படியிருக்கும் பொழுது *3,20,000* ஹெக்டேர் நிலம் எப்படிக் கிடைக்கும்? யாரை இடம் பெயரச் செய்து அந்த அளவிற்கு நிலத்தைக் கையகப்படுத்த முடியும்?'

'பழங்குடியினர் பாமரர்கள் அவர்கள் ஓட்டு வங்கி பலவீன மானது' என்கிற கருத்தில்தான் அவர்கள் வாழ்க்கை பாதிக்கப்படு வதைப் பற்றி அரசு சிறிதும் கவலைப்படாமல் இருக்கிறது என்கிற கருத்து ஓரளவிற்கு உண்மையோ எனத் தோன்றுகிறது.

அணை கட்டுகிற இடத்தை, இத்தனை எதிர்ப்புகளுக்கும் நடுவில் சிந்தூரில் தேர்ந்தெடுக்க வேண்டிய அவசியம் என்ன? மழுப்பல்களை என்னால் ஏற்றுக்கொள்ள முடியவில்லை.

சிந்தூருக்குப் பத்துக்கிலோ மீட்டருக்கு முன்னால் லக்ஷ்மண் நகர்ப்பகுதியில் உள்ள குன்றுகள் அணை கட்டுவதற்கு முற்றிலும் ஏற்றதாக இருக்கின்றன. பி.இ.சிவில் படித்தவன் என்கிற வகையில் என்னால் அதை அடித்துச் சொல்லமுடியும். அணையை லக்ஷ்மண் நகரில் கூட கட்டலாமே! ஆனால் அப்படிச் செய்ய நகர் தண்ணீரில் மூழ்கக்கூடாது. மூழ்கினால் அந்த மாநிலத்தின் வர்த்தகர்கள், பெரும் புள்ளிகள், அரசியல்வாதிகள் ஆகியோருடைய அடுக்கு மாடிக் கட்டிடம் தண்ணீருக்கடியில் போய்விடும். அவர்கள் இந்த அரசாங்கத்தையே கவிழ்த்துவிடக் கூடிய அபாயம் நேரிடும். அணை கட்டுவதில் கிடைக்கிற பங்குத் தொகையைக் காட்டிலும் இழப்புத் தொகை அதிகமாக இருக்கும். அதனால் சிந்தூர்தான் பொருத்தமான இடம். அப்பாவிகள் இருக்கிற சிந்தூரையும், சுற்றியிருக்கிறது. லட்சத்திற்கு மேற்பட்ட பழங்குடியினரை எளிதில் காலி செய்து விடலாம் என்று தீர்மானித்திருக்கிறார்கள் எனப் பொறுப்புள்ளவர்கள் தீர்மானித்துக் கொண்டால் அதில் தவறு ஏதும் இருப்பதாகத் தெரிய வில்லை.

அண்டை மாநிலத்தில் குடிநீர்ப் பிரச்சினை தீர்க்கப்பட வேண்டிய ஒன்று. அதனைச் சிறு அணைகளாகத் தொடர்ச்சியாக எழுப்புவதன் மூலம் தீர்க்க முடியுமா என்பதை சீன, ஜப்பானிய விஞ்ஞானிகளைக் கொண்டு பரிசீலனை செய்வது நல்லது என்று எனக்குத் தோன்றுகிறது.

முடிக்கப்படும் பொழுது அணையின் பயன்பாட்டு சதவிகிதம் 1:12 தான் வரும் எனத் தோன்றும் நிலையில் இத்தனை எதிர்ப்புகளுக்கு மத்தியில் இவ்வளவு பெரிய அணையைக் கட்டித்தான் தீர வேண்டுமா? அழகான காடுகளையும், அதிலிருக்கின்ற மனித இனத்திற்கே தெரியாத நல்ல மூலிகைகளையும் வீணடிக்க வேண்டுமா? அழகான உயிரினங் களைச் சாகடிக்க வேண்டுமா? என்றெல்லாம் மிகுந்த சிந்தனாவாதியான நீங்கள் சிந்தித்தால் நிச்சயம் பயன் கிடைக்கும் என்று எண்ணுகிறேன்.

அணைக்கு எதிர்ப்பு, பெரிதாகக் கிளம்பியிருக்கிற சூழலில் இது வரை அதுகுறித்து அரசு பேச்சு வார்த்தை கூட நடத்தாமல் எதிர்ப்பாளர் களைப் புறக்கணித்து வருவது நிர்வாக நலனுக்கு உகந்ததல்ல. இதுவரை மாவட்ட நிர்வாகம்கூட இது குறித்து அக்கறை காட்டியதாகத் தெரிய வில்லை. இது போன்ற செயல்களில் ஈடுபட்டால் நான் அதிகப் பிரசங்கத்தனமாகச் செயல்படுவதாகப் பொறுப்பில் இருப்பவர்கள் நினைத்துக்கொள்ளப் போதிய காரணங்கள் இருக்கின்றன.

அணைக்கு எதிராகக் குரல் எழுப்புபவர்களைச் சமூக விரோதி களாகப் பாவிப்பது பொருந்தாது. அவர்களை முறையாக அழைத்துப்

பேசி பிரச்சினையைத் தீர்க்க முற்படுவதுதான் உகந்தது. அதற்கு உடனடியாக நீங்கள் நடவடிக்கை எடுக்க வேண்டும் என்று தாழ்மையுடன் கேட்டுக் கொள்கிறேன்.

நான் அணையை லக்ஷ்மண்பூரில் அமைக்க வேண்டும் என்று சொல்லவில்லை, அணை தவிர்க்க முடியாதது என்றால் அதை ஏன் லக்ஷ்மண்பூரில் அமைக்கக்கூடாது என்றுதான் கேட்கிறேன். ஒரு முறையாவது இந்தப் பகுதிக்கு நீங்கள் வந்து பார்வையிட வேண்டும். நேர்மையானவரான நீங்கள் பார்த்துவிட்டால் இந்தப் பிரச்சினைக்கான தீர்வு கிடைத்துவிடும் என்று நிச்சயமாக நான் நம்புகிறேன். உங்களுக்குச் சரியான தகவல்கள் கிடைத்திருக்காதோ என்கிற அச்சத்தில் தான் இக்கடிதத்தையே நான் எழுதுகிறேன்.

நேற்று நீர்ப்பாசன அமைச்சர் என்னிடம் தொலைபேசியில் பேசினார். அவர் குரலில் திருப்தி தெரிந்தது. என்னைப் பற்றிய தவறான சில தகவல்களைத் தந்து, என்னுடைய இடமாறுதலைச் செய்ய அவர் உத்தேசிக்கலாம் என்று நான் யூகிக்கின்றேன். அது எனக்கு அச்சமாக இருக்கிறது. நான் இழக்கப்போகிற வசதிகளைக் குறித்த அச்சமென்று நீங்கள் நம்பமாட்டீர்கள். இந்தப் பணியில் என்னுடைய பங்களிப்பு கணிசமானதாக இருக்கவேண்டும் என்று விரும்புகிறேன். நீங்கள் நிச்சயம் சிந்தூருக்கு வருவீர்கள் என்ற நம்பிக்கையோடு இந்தக் கடிதத்தை முடிக்கிறேன்.

கடிதத்தை ஒட்டி முகவரியை எழுதிய அதே நேரத்தில் தலை நகரில் இன்னொரு கடிதம் ஒட்டப்பட்டுக் கொண்டிருந்தது. அதில் சுதீருடைய மாற்றல் ஆணை தட்டச்சு செய்யப்பட்டிருந்தது.

16. விஞ்ஞானம் என்பது இயற்கைக்கு முரணானதா? இருத்தலைச் சிதைத்துத் தள்ளுகிற உந்துதலும், அவசரமும், வேகமும்தான் அறிவியலா? இன்றைய உலகம் மூளையைச் சக்தி வாய்ந்ததாக மாற்ற மாற்ற இதயம் பலவீனமடைந்து விடுகிறதோ?

அமைதியாய் அழகாய் மௌனத்தில் ஆழ்ந்திருக்கும் நதிக்கரை எவ்வளவு இரைச்சலாய், சவ்வுகளைக் கிழிக்கும் நாராசமாய் மாறிப் போய்விட்டது! எங்கே சென்றது அந்த இனிமையான தென்றல்? அமைதியை அதிகப்படுத்தும் குயில்களின் குரலோசை?

நதியின் அக்கரையைப் பார்க்கும்போதெல்லாம் கோவிந்த் பாயிக்கு இம்சையாயிருந்தது. தான் வரைந்த அழகான ஓவியத்தை

யாராவது கிழித்தெறிய நேர்ந்தால் நிகழும் துக்கமும், தன் குழந்தையை யாரேனும் தன் கண்ணெதிரேயே சிதைத்திட நேர்ந்தால் வரும் வருத்தமும் அவர் முகத்தில் தெரிந்தன.

லாரிகளும், ட்ராக்டர்களும் கற்களையும், மணலையும், சிமெண்ட் மூட்டைகளையும் கொண்டுவந்து மலைகளாகக் குவித்தன. பெயர் தெரியாத ராட்சத இயந்திரங்கள் ஆடி அசைந்து இரைச்சலுடன் வந்து சேர்ந்தன. அவை வருவதற்காகப் படர்ந்து வளர்ந்திருந்த செடி களெல்லாம் வெட்டிச் சாய்க்கப்பட்டன. வழி ஏற்படுத்துவதற்காகத் தான் பிறந்ததற்கு முன்னாலிருந்து வளர்ந்திருந்த மரங்கள் வீழ்த்தப் பட்டன.

அக்கரையில் ஓர் அழகான ஆலமரம் இருக்கும் விழுதுகளைத் தரையில் கைகளாய் ஊன்றி இலைகளால் போடப்பட்ட கூடாரமாய் நிமிர்ந்திருந்த அதன் நிழலில்தான் கிராமத்துமக்கள் தோணிக்காகக் காத்திருப்பார்கள்.

பறவைகளெல்லாம் இந்த மரத்தின் மீது மாலை நேரங்களில் ஒட்டடையைப் போல் வந்து ஒட்டிக்கொண்டு சப்தமிடும். நதி, பெருக்கெடுத்து ஓடும்பொழுது கூந்தல்களைப் போல் பரவியிருக்கும் விழுதுகளை நனைத்து மரத்தின் உச்சியைக் குளிர்விக்கும்.

எத்தனை ஆண்டுகள் பிடித்ததோ, கொஞ்சம் கொஞ்சமாய் வளர்ந்து விரிந்து அந்தப் பகுதியில் அந்த மரம் வேரூன்றுவதற்கு அரைமணி நேரத்தில் அந்த மரம் தரையில் தலை சாய்ந்து விழுந்த பொழுது தன்னையுமறியாமல் கோவிந்த்பாயின் விழிகளின் ஓரமாய் ஈரம் படர்ந்தது.

'இதுதான் படிப்பும், நாகரிகமும் கொடுத்த வளர்ச்சியா? இந்த மரத்தை வெட்டித்தள்ள எப்படி இவர்களுக்கு மனம் வந்தது!'

என்கிற கதியில் சிந்தனை அவரது இதயத்தைப் பிழிந்து வந்தது.

நூற்றுக்கும் மேலானவர்கள் ஏதேதோ கருவிகளைக் கொண்டு அளப்பதும், மதிப்பிடுவதுமாய் செயல்பட்டுக் கொண்டிருந்தனர். சில இடங்களில் குச்சிகளை அடையாளத்துக்காக நட்டுக் கொண்டிருந்தனர். சில இடங்களில் சிவப்புக்கொடிகளை ஏற்றிக்கொண்டிருந்தனர்.

பூமியைச் சமப்படுத்தி நாலைந்து கூடாரங்கள் தயாராகிக் கொண்டிருந்தன. அணை கட்டுமானப் பணியில் ஈடுபடுபவர்கள் தங்குவதற்குத் தோதாகத்தான் இவ்வளவு ஏற்பாடுகளும் நடந்து

கொண்டிருக்கின்றன என்பது கோவிந்த்பாயிக்குத் தெரிந்தது. அவரது கழுத்து உயரத்திற்குத் தண்ணீர் நின்றுகொண்டிருப்பதைப் போன்ற பிரமையில் அவருக்கு மூச்சுத் திணறியது.

இந்தப் பிரதேசம் இவ்வளவு சீக்கிரம் ஜனசந்தடியாய் மாறிப் போகும் என அவர் எதிர்பார்க்கவில்லை. யாராவது அந்நியர்கள் வந்தால் சிந்தூர் கிராமமே ஆச்சரியமாய்ப் பார்க்கும். முகப்பில் இருக்கிற காரணத்தால் எந்தப் புதிய வரவும் அவர்களுக்குத்தான் முதலில் புலப்படும். இப்போது ஏகப்பட்ட பேர்! எத்தனையோ இயந்திரங்கள்! ஆனால் ஆச்சரியம் மட்டும் அகன்றிருந்தது.

சிமன் கோவிந்த்பாயிக்குப் பக்கத்தில் கயிற்றுக்கட்டிலில் வந்து உட்கார்ந்தது கூட அவருக்குத் தெரியாமல் வெறித்துப் பார்த்துக் கொண்டிருந்தார்.

"அப்பா! என்ன அப்படிப் பார்க்கிறீங்க?"

"எனக்குப் பயமாயிருக்குப்பா! நீங்களெல்லாம் இங்கயிருந்து போயிடுங்க! என்னை மட்டும் தயவு செஞ்சு இங்கேயே வுட்ருங்க மூழ்கற தண்ணீயில என்னோட பொணம் மட்டும் அடிச்சிக்கிட்டுப் போயிரட்டும்."

"ஏம்பா இப்படி விரக்தியாய்ப் பேசறீங்க."

"இத்தனை நாளா எனக்கு நம்பிக்கை இருந்திச்சு. ஆனா இப்ப அக்கரையில நடக்கறதை எல்லாம் பாத்தபொறவும் என்னால் தைரியமாயிருக்க முடியல. அங்க பாரு! நான் மட்டுமில்ல என்னோட பாட்டனாருகூட அங்க காஞ்சி கிடக்குதே. அந்த ஆலமரத்துல ஊஞ்சல் கட்டி விளையாடியிருக்காராம். நீயும் சின்ன வயசுல அந்த மரத்தடியில்தான் ரொம்ப நேரம் வெளையாடுவே! அந்த மரத்தடியில் ஒரு கல்லு உண்டு. அந்தக் கல்லுக்கு மஞ்சள் குங்குமம் எல்லாத்தையும் இட்டுட்டுத்தான் நாங்க ஊரைவிட்டுப் போவோம். அப்படி செஞ்சா தான் புருஷன் திரும்பி வருவான்னு பொம்பளைங்க நினைப்பாங்க. அங்க ஒவ்வொரு வருஷமும் கார்த்திகை மாசம் பொங்கல் வச்சிக்கொண்டாடுவோம். உனக்கு இதெல்லாம் ரொம்பத் தெரியாது. ஏன்னா உன்னைக் கொண்டுபோய் சின்ன வயசிலேயே ஆசிரமப் பள்ளியில் சேர்த்துட்டேன். நீ படிச்சி நாலு எழுத்து வாசிச்சு நானு கேக்கணுமுன்னு.

"ஒரு வகையிலே இந்த ஆலமரம் மாதிரிதான் நம்ப பரம்பரையும். இந்தக் கலாச்சாரம், இந்தப் பழக்கவழக்கம் கள்ளமில்லாமப் பழகற

தன்மை எல்லாமே ஒரேயடியா பூமியில சீக்கிரம் சரிஞ்சிதான் போயிடும். நானு சின்ன வயசா இருக்கறப்போ நம்ப கிராமத்துல பொம்பளைங்க மாருல எந்தத் துணியும் போட்டுக்க மாட்டாங்க. ஆனா அது அசிங்க மாகவும் மாறிப் போச்சு. அந்த ஊருல போலீஸ் ஸ்டேஷன் கெடையாது. அதுவரைக்கும் இங்க இருக்கற அம்பது கிராமங்கள்ல ஒரு கொலையோ, கற்பழிப்போ நடந்தது கிடையாது. திருட்டோ பெரட்டோ நடக்கல. ஆனா இன்னிக்கு படிச்சவங்க, நாகரிகம் தெரிஞ்சவங்க இருக்கற நகரங்கள்லதான் இதெல்லாம் நடக்குது. இன்னும் கொஞ்சம் காலம் போனா, 'சிந்தூர்னு ஒரு கிராமம் நதிக்கரையில இருந்தது; அங்க ஒரு கொலைகூட நடக்கல' அப்படின்னு சொன்னா யாரும் நம்பமாட்டாங்க. 'கூட்டிக்கிட்டுப் போய் காமிங்க'ன்னு சொன்னா, 'அந்தக் கிராமம் தண்ணீல மூழ்கிப் போயிடுச்சி'ன்னு பதில் வரும். கிராமம் மட்டுமா, இந்தப் பாரம்பரியம் பண்பாடு எல்லாமே மூழ்கிப் போயிடும். காணாமப் போயிடும். அதை நெனச்சாதான் கஷ்டமாயிருக்கு. உசிரு என்னப்பா உசிரு! என்னைக்கி இருந்தாலும் செத்துப் போறவங்கதான் நாம்ப! இந்த நதியில ஓடத்துல போகும் போதெல்லாம் எப்ப வேணுமின்னாலும் ஓடமே கவிழ்ந்திடலாம்கறது தெரியும். அப்படிச் செத்தாலும் இந்த நதிக்குத் தன்னோட உயிரை ஒப்படைக்கணும்கற சந்தோஷத்தோட சாகணும்னு நானு எல்லார்கிட்டயும் சொல்லுவேன். உங்கிட்டகூட சொல்லியிருக்கேன். அப்படி நெனைச்சா பயம் வராதுன்னு. இந்த நதியில மூழ்கி ஒருத்தர்கூட செத்ததில்லை. இங்கயே இருந்து தண்ணீருல மூழ்கிச் செத்தா அது எனக்குப் பெருமைன்னுதான் இப்பவும் நெனைக்கறேன்; புரியுதா."

கோவிந்த்பாயினுடைய தழுதழுத்த குரலில் வழிந்தோடிய சோகமும் நியாயமும் சிமனைச் செயலிழக்க வைத்துவிட்டன. அவன் தந்தை சொல்வது எல்லாம் சரிதானோ! அணை உண்மையில் கட்டப்பட்டுவிடுமோ என்கிற பயம் அவனையும் தொற்றிக் கொண்டது. ஆனால் ஒரு நிமிடத்தில் சுதாரித்துக் கொண்டு அவனால் பேசமுடிந்தது.

"அப்பா! நீங்களே மனசு விட்டுட்டா வேறு யாரு தைரியமா இருக்க முடியும்? இந்தச் சுத்து வட்டாரத்துலயிருக்கறவங்களுக்கு எல்லாம் உங்களோட மனப்பக்குவத்தை உதாரணங் காட்டிதான் நாங்க நம்பிக்கையை வளர்க்கறோம். நமக்குச் சம்பந்தமேயில்லாத ராதாபஹன் எல்லாம் எவ்வளவு கஷ்டப்பட்டுப் போராடறாங்க. இப்ப நடக்கறதெல்லாம் பூச்சாண்டிதான். நம்மை மிரட்டறதுக்குத்தான்

'நாங்க உங்களைப் பத்தித் துளியும் கவலைப்படலே' அப்படீன்னு காமிச்சிக்கறதுக்காகத் தான்.

"ஆனா அவங்க மனசுலயும் ஏகப்பட்ட பயம் இருக்கு. நமக்கு இருக்கற கோபம் நியாயமானதுன்னு அவங்க எல்லோருக்குமே தெரியும். எந்த நொடியில் நாம்ப சீறி எழுந்தாலும் அவங்களால தாங்க முடியாதுன்னு அவங்களுக்குத் தெரியும்.

"நாம்ப நிலை குலையாம நிமிர்ந்து நிற்க நிற்க அவங்களுக்குத் தான் தோல்வி. ஒரு சின்ன கல்லைக்கூட அசைக்க நம்ப கிராமங்கள்ல இருந்து உதவி கிடைக்காதுங்கறது புரிஞ்சிபோச்சு. அவங்க விட்டெறியற காசுக்காக ஒருத்தர்கூடப் போகத் தயாராயில்லைன்னு தெரிஞ்சிதான் கூடாரம் போட்டு வெளியாளுங்களைக் கூட்டிக்கிட்டு வர ஏற்பாடு பண்றாங்க. ராதாபஹறன், சுதீர் சாஹிபைப் பாக்கறதுக்கு நகரத்துக்குப் போயிருக்காங்க. இன்னைக்கி சாயந்திரம் எப்படியும் வந்துடுவாங்க. நாளைக்கு எல்லா கிராமத்துப் பஞ்சாயத்தாரும் கூடி என்ன பண்ணணும்னு பேசறதா முடிவு பண்ணி ஆளனுப்பி யிருக்கோம். அந்தக் கூட்டத்துல நீங்க தைரியமா தெளிவாப் பேசுங்க. இல்லேன்னா மத்தவங்க எல்லோரும் மனசு உட்டுருவாங்க."

கோவிந்த்பாயிக்கு சிமன் சொன்னது நியாயமாகப்பட்டது.

எடுபுடி வேலைக்கு எத்தனை முறை எடுத்துச் சொல்லியும் "கிராமத்திலிருந்து யாரும் வரமாட்டார்கள்" எனப் பிடிவாதமாய் கோவிந்த்பாயி சொன்னது காண்ட்ராக்டர்களுக்குக் கோபம் கோபமாய் வந்தது. கிராமத்திலிருந்து வந்தால் ஓரளவிற்குத் திறனற்ற வேலை களுக்குக் குறைந்த செலவில் சமாளித்து விடலாம். மிகப் பெரிய வேலை என்பதால் கடக்கால் தோண்டுவதிலிருந்து கட்டுமானம் வரை சின்னச்சின்ன வேலைகளாகப் பிரித்துத் தந்திருந்தார்கள். ஒவ்வொன்றுக்கும் 'பெர்ட்சாட்' போட்டுக் குறிப்பிட்ட காலக் கெடுவுக்குள் முடிக்க வேண்டும் என்று சொல்லியிருந்தார்கள். வெளியி லிருந்து ஆள் கூட்டி வந்தால் இரண்டு மடங்கு செலவாகும் என்கிற வருத்தம் அவர்களுக்கு இருந்ததில் தவறேதுமில்லை.

"நாங்கள் உங்கள் வேலைக்குக் குறுக்கீடாக இல்லாமல் இருக்கிறோம் என்பது குறித்து நீங்கள் சந்தோஷப்பட வேண்டும். அதைவிட்டுவிட்டு ஆள் வேண்டும்; அதிகப் பணம் தருகிறோம் என்று இன்னொருமுறை வந்தால் நீங்கள் திரும்பிப் போக முடியாது" என்று சிமன் மிரட்டலாய்ச் சொன்னதில் அதிர்ந்து போய் 'சைட்டு'க்குத் திரும்பினார்கள்.

> 17. சில நேரங்களில் வழக்கமாக வருகிற 'ஆம்'களை விட வித்தியாசமாக வருகிற 'இல்லை' அதிக மகிழ்ச்சியைத் தருகிறது.

சிந்தூரில் கோகுல் என்று ஓர் இளைஞன்; சற்றுப் புத்தி சுவாதீனமில்லாதவன். எல்லோருக்கும் எடுபிடி வேலை செய்வான்; யார் வீட்டில் வேண்டுமானாலும் சாப்பிடுவான்; எங்கு வேண்டுமானாலும் படுத்துத் தூங்குவான். மனநிலை சரியில்லாதவன் என்கிற மனிதாபிமான அணுகுமுறை, சலுகைகளாக அவனைச் சென்றடைந்தன. எப்பொழுது வேண்டுமானாலும் தோணியில் ஏறிக்கொள்வான்; அக்கரையில் வருவோர் போவோர் சாமானை நகரத்திற்குப் பொதி மூட்டையாய்த் தூக்கிச் செல்வான். ஏதாவது தின்னக் கொடுப்பார்கள்; அதில் மகிழ்ந்து போவான். அதிகம் பேசவோ, கேட்கவோ தெரியாது. கவலை ஏதுமில்லாததால் உடல் திடகாத்திரமாய் வளர்ந்திருந்தது.

அன்றும் அப்படித்தான் அக்கரையில் சிலர் தானியங்களை நகரச் சந்தைக்கு எடுத்துச்செல்ல உதவி செய்து கொண்டிருந்தான். அவர்கள் கொடுத்த வறுத்த நிலக்கடலையைச் சட்டைப் பையில் போட்டுக் கொண்டு ஒவ்வொரு கடலையாய் மென்று கொண்டிருந்தான். கரையில் நின்றிருக்கும் ராட்சத யந்திரங்களை வியப்போடும் வினாவோடும் பக்கத்தில் சென்று உற்று உற்றுக் கவனித்துக் கொண்டிருந்தான்.

வித்தியாசமான கோகுல், காண்ட்ராக்ட்காரர்களின் கண்ணில் வெகு விரைவில் விழுந்துவிட்டான்.

அருகில் அழைத்து அவனைப் பற்றி விசாரித்தார்கள். அவன் பதில்களிலிருந்து அவனுக்கு மனவளம் தெளிவாக இல்லை என்பதைப் புரிந்துகொண்டார்கள்.

"நாங்கள் சொல்லுகிற எடுபிடி வேலையைச் செய்; சாப்பாடு தருகிறோம்" என்றார்கள். அவனும் தலையசைத்தான். கிராமத்துக் கட்டுப்பாடு பற்றியெல்லாம் அவனுக்குத் தெரிந்திருக்க நியாயமில்லை.

சமைப்பதற்கு விறகு பொறுக்கி வருவது, குடிக்கச் சுடுநீர் தயாரித்துத் தருவது என்று அவன் சின்னச் சின்ன பணிகளைச் செய்தான். அவர்கள் தயாரித்துத் தந்த ஆறு பரோட்டாவும் பட்டர் பன்னீரும் சுவையானதாகவும், இதுவரை அவன் சாப்பிட்டறியாத தாகவும் அலாதியான சுவையுடனும் இருந்தது. ஒன்றிரண்டு பழைய

சட்டைகளை உடுத்தக் கொடுத்தார்கள். அதையணிந்துகொண்டு அதிலிருந்த 'எக்ஸ்ட்ரா' பட்டன்களைத் தடவிப் பெருமைப்பட்டுக் கொண்டான். அவர்கள் அனைவரும் சாப்பிட்டு முடித்த பிறகு அத்தனை தட்டுகளையும் ஆற்றுநீரில் சுத்தமாய்க் கழுவும் பொழுது மிச்சமிருந்த பருப்பும், ரொட்டியும் வேகமாய்த் தண்ணீரில் அடித்துச் செல்லப்படுவதைக் கண்டு பூரித்தான். தெளிந்த அந்த நீரோட்டத்தில் கலந்த முதல் அசுத்தமும் மாசும் அதுதான் என்பது அப்போது அவனுக்குத் தெரியாது.

கோகுல் அக்கரையில் வேலை செய்வதோ, உதவியாய் இருப்பதோ கிராமத்தினருக்குப் பெரிதாய்ப்படவில்லை. ஆனால் அவனுக்கு ஏதும் ஆபத்து நிகழ்ந்துவிடக்கூடாது என்கிற ஆதங்கம் மட்டும் சிமனுக்கு மனத்தின் ஒரு மூலையில் இருந்து வந்தது.

★★★

சுதீருடைய பணியிட மாறுதல் ராதா படங்கருக்குத் தெரிந்த பொழுது அவருக்குப் பெருத்த ஏமாற்றமாயிருந்தது.

"சுதீர்! நான் ஒரு உண்மையை உங்களிடம் பகிர்ந்து கொள்ளத்தான் வேண்டும். என்னுடைய சொந்த வாழ்க்கையில் ஏகப்பட்ட பாதிப்புகள் நேர்ந்தபோது கூட நான் சிறிதும் கவலைப்பட்டதில்லை. இந்தப் போராட்டத்தில் ஈடுபட முடிவு செய்தபோது என்னைப் பற்றி வெளி உலகத்திற்கு அவ்வளவாகத் தெரியாது. நான் எந்த அளவிற்கு இதில் வெற்றி பெறுவேன் என்பது இன்னமும் எனக்குத் தெரியாது. ஆனால் உங்களுடைய மாறுதல் எனக்கு மிகுந்த கவலையைத் தருகிறது. எப்பொழுது வேண்டுமானாலும் நான் கைது செய்யப்படலாம். அப்போது நீங்கள் பழங்குடியினரை வழி நடத்த இருக்கிறீர்கள் என்று நாங்களெல்லாம் நினைத்திருந்தோம். அணை கட்ட ஆரம்பித்ததை விட மிகப் பெரிய அடியாக உங்கள் மாறுதல் செய்தி எங்களுக்குத் தோன்றுகிறது."

"நான் என்னுடைய மாறுதலை எதிர்பார்த்தேன், ஆனால் அது இவ்வளவு சீக்கிரமாக வரும் என்று நினைக்கவில்லை. நீங்கள் இதைப் பற்றிக் கவலைப்பட வேண்டியதில்லை. இனி, வெளிப்படையாகவே அரசாங்கத்தோடு மோதுவது என்ற முடிவுக்கு நான் வந்துவிட்டேன். இனி அதிக இழப்பும் தர்ம சங்கடமும் அரசுக்கு நிகழும் என்பதுதான் உண்மை."

"அதெப்படி உங்களால் முடியும்?"

"என்னுடைய மாறுதலுக்குத் தடையாணை Central administrative tribunal (Cat) மூலம் வாங்குவதற்கான அனைத்து ஏற்பாடுகளையும் செய்துவிட்டேன். அநேகமாக இன்றோ நாளையோ ஸ்டே கிடைத்துவிடும். என்னுடைய பணியில் எந்தக் குற்றச் சாட்டையும் அரசு சுமத்த முடியாது."

"நீங்கள் எழுதிய கடிதத்தின் நகலைத் தாருங்கள். அது பத்திரிகைகள் மூலம் பிரசுரமாவது அவசியம் என எனக்குப் படுகிறது."

"நான் ஓர் அரசு அதிகாரி என்கிற முறையில் எழுதிய கடிதத்தைப் பத்திரிகைகளில் பிரசுரம் செய்வது முறையாகாது. தலைமைச் செயலகத்தின் மீது எனக்கு இன்னும் நம்பிக்கையிருக்கிறது. இந்தச் சூழலில் தார்மீக முறையிலும், சட்ட ரீதியாகவும் போராடுவதுதான் என்னைப் பொறுப்புள்ள அரசு அதிகாரியாக நிலைநிறுத்த உதவும். என்னுடைய எதிர்ப்பை ஏதேனும் ஒரு காலகட்டத்தில் பதிவு செய்துதான் தீரவேண்டும் என்கிற கட்டாயத்தில்தான் அந்தக் கடிதத்தையே நான் எழுதினேன்."

ராதாவிற்கு ஆச்சரியமாயிருந்தது. ஒரு தன்னார்வத் தொண்டு நிறுவனம் எப்படி வேண்டுமானாலும் செயல்படலாம். ஆனால் ஒரு அரசு அதிகாரி அப்படியிருக்க முடியாது. ஒரு அரசியல்வாதியைப் போல நடந்துகொண்டால் சில நேரத்திற்குத் தாக்குப்பிடிக்கும்; புகழ் கிடைக்கும்.

இவற்றையெல்லாம் உணர்ந்து சிறிதும் உணர்ச்சிவசப்படாமல் சுதீர் அளித்த பதில் அவருக்கு மகிழ்ச்சியைத்தான் தந்தது. சில நேரங் களில் வழக்கமாக வருகிற 'ஆம்'களைவிட வித்தியாசமாக வருகிற 'இல்லை' அதிக மகிழ்ச்சியைத் தருகிறது.

"நீங்கள் உங்களை அரசு அதிகாரியின் வரம்புகளுக்குள் நிறுத்திப் பார்க்கும் பொறுப்புணர்வு எனக்குப் பிடித்திருக்கிறது. நாளை காலையில் அணையால் பாதிக்கப்படும் அத்தனை கிராமத்திலிருக்கும் பஞ்சாயத்தார்களும் சிந்தூருக்கு வருகிறார்கள். நாங்கள் எல்லோரும் மாநிலத் தலைநகருக்குத் தொடர் ஊர்வலமாகச் சென்று போராட்டம் நடத்துவது குறித்துப் பேசவிருக்கிறோம். அப்போது உங்கள் மாற்றலை ரத்து செய்ய வேண்டும் என்பது பற்றியும் போராட்டம் நடத்துவது என்கிற என் சொந்தக் கருத்தைச் சொல்லப்போகிறேன், அதை யாராலும் தடை செய்ய முடியாது. உங்களாலும் மறுக்க முடியாது."

"ராதா பஹன்! நீங்கள் என் மாறுதல் குறித்துப் போராட்டம் நடத்தினால் அதைக் கூட நான்தான் தூண்டிவிட்டேனோ என்று அரசு சந்தேகப்படலாம். அதன்பின் விளைவுகளைப் பற்றி நான் பயப்பட வில்லை. ஆனால் நீங்களாக முன் நின்று அணைக்கு எதிராக நடத்தும்

"போராட்டத்திற்கு இடையூறாக இல்லாமலிருக்கிற ஒரே செயலுக்காக அந்தப் போராட்டத்தில் பெரும்பங்கை எனக்குத் தர நீங்கள் எல்லோரும் சேர்ந்து முயற்சி செய்வது போலத் தோன்றுகிறது. நான் என்ன பெரிதாகச் செய்துவிட்டேன், உங்கள் பக்கத்திலிருக்கிற நியாயத்தை எடுத்துச் சொன்னதைத் தவிர."

"நாங்கள் உங்கள் மாறுதலுக்கு எதிர்ப்புத் தெரிவிப்பதில் என்ன தவறு?"

"நான் விரும்புவதெல்லாம் உங்கள் போராட்டம் சின்ன சமாச்சாரங்களுக்காக திசை திரும்பிவிட வேண்டாம் என்பதே. நிச்சயம் என்னுடைய மாற்றல் ஆர்டர் ரத்தாகிவிடும். தடை கிடைத்துவிடும் என்று நம்பிக்கையிருக்கிறது. அது ஒருவேளை நிகழாமல் போனால் நீங்கள் அது குறித்துப் பரிசீலனை செய்யலாம்."

"சுதீர்! இப்பொழுது தேசிய அளவில் ஒரு மிகப் பெரிய Voice எழுந்தால்தான் அணையைத் தாமதப்படுத்த முடியும். இதற்குப் பெரிய அளவில் நிதியுதவி தேவைப்படுகிறது. நானும் பல சுற்றுப்புறச் சூழல் குறித்த அக்கறையுள்ள நிறுவனங்களுக்கு எழுதியிருக்கிறேன். பத்தாயிரத்திற்கும் மேற்பட்ட tribals தலைநகருக்குச் சென்று தொடர் உண்ணாவிரதம் நடத்தினால் நன்றாகயிருக்கும் என நினைக்கிறேன்."

"தலைநகரை ஸ்தம்பிக்க வைப்பது மாதிரியான ஒரு போராட்டம் நிச்சயம் தேவைப்படுகிறது. சிந்தூரில் மட்டுமே நடக்கிற எதிர்ப்புக் கோஷங்களைப் பற்றி யாரும் கவலைப்படப் போவதில்லை. தலைநகரில் நடக்கிற போராட்டம் இந்தியா முழுவதும் உள்ள பழங்குடியினருடைய பிரச்சினை இது என்கிற தொனியில் நடந்து முடிந்தால் 'நாம் பாதிக்கப்படும் வரை நமக்கென்ன கவலை?' என்கிற எண்ணம் போய், ஒருமித்த குரலில் ஒரு தீர்வுக்கான அறைகூவல் ஆரம்பமாகும் என்பது என் கருத்து."

"வெகுநாட்களாக என் கழுத்திலிருக்கிற இந்தச் செயினால் எனக்குப் பிரச்சினை. பயணம் போகிற போதெல்லாம் இருக்கிறதா தொலைந்துபோய்விட்டதா என்கிற கவலை வேறு. இனிமேல் அந்தப் பிரச்சினையெல்லாம் இல்லை. நீங்கள் நடத்துகிற போராட்டத்திற்கு என்னுடைய பங்காய் இந்தத் தங்கச் சங்கிலியை வைத்துக் கொள்ளுங்கள்."

அதைப் பெற்றுக்கொண்டபொழுது ராதாவுடைய கைகள் லேசாக நடுங்கின.

★★★

“கிட்டதட்ட அஸ்திவாரத்திற்குத் தேவையான எல்லாப் பொருட்களும் வந்திடுச்சி. கடைக்காலுக்குப் பள்ளமெல்லாம் தோண்டியாச்சி. நாளைக்கி நாள் ரொம்ப நல்லாயிருக்கு. பூஜை போட்டு ஆரம்பிச்சிட வேண்டியதுதான்.”

“இந்த மாதிரி பெரிய வேலையைச் செய்யும்பொழுது பலி கொடுக்கிறது வழக்கம். உயிர்ப்பலி கொடுத்தாதான் அணை, பாலம் எல்லாம் உறுதியாயிருக்கும்னு நாங்க நம்பறோம். இது வரைக்கும் நாங்க கட்டின எல்லா அணையும் ஒரு சின்ன கீறல் கூட விழாம ஸ்ட்ராங்கா இருக்குன்னா அதுக்குக் காரணம் கட்டுமான நுணுக்கங்கள் மட்டுமில்ல, உயிர்ப்பலியும்தான்.”

“உயிர்ப்பலிதான் கொடுக்கணும்? ரெண்டு ஆடு சந்தையில புடிச்சிக்கிட்டு வந்துட்டாப் போகுது?”

“உயிர்ப்பலின்னு நாங்க சொன்னது ஆட்டை இல்லே சார் நரபலி.”

“நரபலியா! அநியாயமா இருக்கேப்பா!”

“ஒரு உயிரைக் கொடுத்தா பின்னாடி பல உசிரு போகாம காபந்து பண்ணலாமே; அதை யோசிச்சிப் பாருங்க.”

“நீ சொல்றது உண்மையாப்பா?”

“ஆமா சார்! நீங்க எந்த அணையை வேணுமின்னாப் போய்ப் பாருங்க. அதில யாராவது இறந்து போயிட்டாங்கன்னு நன்றி சொல்லி கல்வெட்டு இருக்கும். அவங்க விபத்துல செத்தவங்க இல்ல. வேணுமின்னே சாகடிக்கப்பட்டவங்க. கடக்கால் சரியா இருக்கா போய்ப் பாருன்னு சொல்லி தள்ளிச் சாகடிச்சிடுவாங்க. அப்படி செஞ்சாதான் அணை நிக்கும்.”

“இங்க யாரைப்பா அப்படிச் செய்யப் போறீங்க? வெளியூரில இருந்து கூட்டிக்கிட்டு வந்தவங்க ஏதாவது பிரச்சினைன்னு தெரிஞ்சா வேலைக்கு வரமாட்டோமுன்னு திரும்பிப் போயிட்டா ரொம்பக் கஷ்டமாயிடுமே?”

“அதைப் பத்திக் கவலைப்படாதீங்க! நான் ஏற்கெனவே யாரைப் பலி கொடுக்கறதுன்னு முடிவுபண்ணிட்டேன். அங்க பாருங்க யாருன்னு.”

கை காட்டிய திசையில் கோகுல் வந்துகொண்டிருந்தான்.

18. ஒவ்வொரு குயிலைப் பார்க்கும் பொழுதும் நாம்ப காகத்துக்கு நன்றி சொல்லணும்.

சுக்லா அறையில் குறுக்கும், நெடுக்குமாக நடந்து கொண் டிருந்தார். அப்படி நடந்தால் அவருக்குக் கோபம் அதிகமாகிவிட்டது என்று அர்த்தம். அவரது கோபத்தைக் கிளறிவிடுகிற தோரணையில் அன்றைய செய்தித்தாளில் முழுவதும் பெரிது பெரிதாகக் கொட்டை எழுத்துக்களில் சுதீர் நடுவர் மன்றத்தில் தொடர்ந்திருந்த வழக்கில் வெற்றிபெற்ற செய்தி வெளிவந்திருந்தது.

“மாத்தினா பெரிய ஆள் ஆயிடுவான்னு அந்தக் குல்கர்னி அப்பவே சொன்னான். இந்த சீப் செகரட்டரி முன்ன பின்ன ஒரு வார்த்தை கேட்காம நான் ‘அவனைத் தட்டி வையுங்கன்னு’ சொன்னதுமே மாற்றிப்புட்டுப் பெருமையா நானு சந்தோஷப்படுவேன்னு நெனச்சி ஃபோனில் வேற சொல்றாரு. இப்படிப்பட்ட ஆளுங்களை கட்டிக்கிட்டு என்ன பண்றது? இப்ப அவன் போயி டிரிபியூனல்ல ஜெயிச்சிட்டான். இனிமே அவன் பத்திரிகைகளுக்கெல்லாம் பெரிய ஹீரோ. ஒன்றும் பண்ண முடியாது” சுக்லா இரைச்சலாக உதவியாளர் களிடம் பேசிக்கொண்டிருந்தார்.

சுதீருடைய வெற்றியைப் பத்திரிகைகள் பிரமாதப்படுத்தி யிருந்தன. ஏற்கெனவே ஆட்சியிலிருக்கிற அதிருப்தியைத் தான் பத்திரிகைகள் இந்த வடிவத்தில் காட்டியிருக்கின்றன என்பது அமைச்சர் சுக்லாவுக்குத் தெரியும். “இதிலெல்லாம் நிதானத்தையும் ராஜதந்திரத்தையும் கடைப்பிடிச்சுத்தான் ஜெயிக்கணும்; அவசரப்பட்டா முடியுமா?”

சுக்லாவுடைய பி.ஏ.நந்தா தலையைச் சொறிந்தவாறே அவர் அருகில் வந்தார். அவர் தலையைச் சொறிகிறார் என்றால் ஏதாவது ஆலோசனை சொல்லப்போகிறார் என்பதற்கான அடையாளம்.

“ஐயா! எனக்கு ஒரு யோசனை. இன்னொரு ஜீ.ஓ. போட்டு இன்னொரு Settlement Officer - ஐ நியமனம் பண்ணி முழு அதிகாரமும் அவருக்குப் போகறமாதிரி செஞ்சி இவரு போஸ்டை டம்மியாக் கிட்டா என்ன?”

“யோவ்! உன்கிட்ட யாருய்யா ஐடியா கேட்டது. சுதீர் பெரிய சீப் எலெக்சன் கமிஷனரா, அவரு போஸ்டை டம்மியாக்கிறதுக்கு அவனை எப்படிச் சமாளிக்கணும்னு தெரியும். நீ போய் உன்னோட வேலையைப் பாரு.”

சுதீரின் வெற்றி, அணைக்கு எதிராகக் கிளம்பியிருப்பவர் களுக்குக் கிடைத்த முதல் வெற்றியாகக் கருதப்படும் என்பதில் தான் சுக்லாவுக்கு வருத்தமே தவிர அவருக்கு சுதீரின் மீது எந்தவிதமான சொந்த விருப்பு வெறுப்போ கிடையாது.

"ஓர் அரசாங்க அதிகாரியால் அப்படி என்ன பிரமாதமா செஞ்சற முடியும்?" என்பதுதான் அவருடைய கணிப்பு. சுதீரின் நிலைப் பாட்டைத் தொடர்ந்து அணைக்கு எதிராக ஒரு பொதுக் கருத்து வலுவாக உருவாகும். பத்திரிகைகள் மட்டுமில்லாமல் வாராந்தர, மாதாந்தர இதழ்கள் மூலமும் இது வெகுவாகப் பிரபலமாக்கப்படும். அணைக்கு எதிரான கருத்து வரும்பொழுது எல்லாம் தனக்கு வர வேண்டிய பங்கு கணிசமாகக் குறைந்து போகும்; கட்சிக்குப் பக்கத்து மாநிலப் பணக்காரர்களிடமிருந்து வருகின்ற அன்பளிப்புத் தொகை கணிசமாகக் குறையலாம் என்பதுதான் அவரது ஆதங்கத்துக்குக் காரணம். மாநிலம் முழுவதும் ஆளுங்கட்சிக்கு எதிரான கருத்து பரவி வரும்பொழுது, அணை உடனடியாகத் தொடங்கப்படாவிட்டால் அடுத்து வருகிற கட்சியும் ஆட்சியும்தான் பயனடையக்கூடும். தேர்தல் வருவதற்கு இன்னும் ஒரு வருடம் தான் இருக்கிறது என்று ஏகப்பட்ட சிந்தனைகள் அவருடைய மனதில் வந்து போயின.

அணைக்குச் சார்பாக ஒரு சில புகழ்பெற்ற நிறுவனங் களையும், பொதுஜனத் தலைவர்களையும் பேச வைப்பதன் மூலம் அணையைப் பற்றிப் பரவலாகக் கிளம்பியிருக்கிற அவதூறைக் குறைக்க முடியும் என்று யோசிக்க ஆரம்பித்தார்.

அவருக்கு அப்பொழுது தெரிந்திருக்கவில்லை. அந்தப் போராட்டமும் அதற்கான காரணங்களும் மக்கள் மத்தியில் கிளம்பாமல் போலியாக உருவாக்கப்பட்டால் வெற்றியடைய முடியாது என்கிற உண்மை.

★★★

சுழற்றி எறிகிற வேகத்துடன் ஓடித் தன் ஆற்றலை வெளிப் படுத்துகிற நதியின் முன் மனிதன்தன் பலவீனத்தை உணர்ந்தான். நதியின் குறுக்கே அணை கட்டுவது எவ்வளவு சிரமம். அதுவும் இந்த நதி! இதுவரை எந்த அணையும் கட்டப்பெறாத கன்னி நதி!

ஓடுகிற பொழுதுதான் அது நதி! இயக்கத்தை உணர்த்தும் பொழுதுதான் உயிர் இருக்க முடியும்; வளர்ச்சி இருக்க முடியும்; உருவாக்குதல் இருக்க முடியும்.

தான் வந்தபொழுது எவ்வளவு ரம்யமாக, நிசப்தமாக, குயில் களின் கூக்குரல்கள் மட்டுமே பின்னொலியாக அமைதியாக இந்த

நதிக்கரையிலிருந்தது. இப்பொழுது எப்படியெல்லாம் மாறிப் போய்விட்டது. முற்றிலும் இரைச்சலாய் கல் உடைக்கிற சப்தமும், சதா சல்லி இறக்கிற சப்தமும், காதுகளைக் குடைகிற மாதிரியான செயற்கைத்தனமும் நிறைந்துவிட்டது. ராதா படங்கர் விழிகளில் அவரையும் மீறிய துளிகள்.

தூரமாய் ஈனஸ்வரத்தில் ஒரு குயில் கூவிக்கொண்டிருந்தது. இன்னும் எத்தனை நாளைக்கு இந்தக் குயில் கூவ முடியும்? வரப் போகிற அசம்பாவிதம் முன்கூட்டியே குயிலுக்குத் தெரிந்துவிடுகிறதா? அதனால்தான் இப்படி வருத்தத்தைத் தொனிக்கும் குரலில் பாடுகிறதா? என்று ராதா நினைத்துக்கொண்டார்.

"தீதி! என்ன தீவிரமான சிந்தனையில் மூழ்கியிருக்கிறீர்கள்?" சந்தீப் அருகில் வந்தபொழுதுதான் நடைமுறை உலகிற்கு ராதாவால் திரும்ப முடிந்தது.

"அதோ, அந்த மரத்தின் உச்சியில் அமர்ந்துகொண்டு ஒரு குயில் பாடிக்கொண்டிருக்கிறதே, கவனித்தாயா?"

"குயிலைப் பற்றி ஒரு சுவாரசியமான விஷயம் கேள்விப் பட்டேன். கோவிந்த் பாயிதான் சொன்னார். குயிலுக்கு அடை காக்கத் தெரியாது. அதனால் ஆண்குயில், பெட்டைக் காகம் முட்டையிட்டு அடைகாத்துக்கிட்டு இருக்கும்போது அதை வலியப்போய்ச் சண்டைக்கு இழுக்குமாம். அதைத் துரத்திவிடறதுக்காகத் தாய்க்காகம் பறந்து போகும்போது பார்த்துப் பெண்குயில் அந்தக் கூட்டில் உட்கார்ந்து முட்டையிட்டுவிடுமாம். தன்னோட முட்டைக்கும் குயிலோட முட்டைக்கும் வித்தியாசம் தெரியாம காகம் அடை காக்குமாம், ஆனா குயிலு குஞ்சு முன்னாடியே பொரிஞ்சு வந்து காகத்தோட முட்டைகளையெல்லாம் தள்ளி உடைச்சிடுமாம். தன்னுடைய குஞ்சு இல்லைன்னு தெரிஞ்சும், குயில் குஞ்சைத் தாய்க்காகம் நல்லாக் கவனிச்சிக்கிட்டு மத்த காகங்கள் கொத்தாம பாதுகாக்குமாம். அதனால்தான் 'காக்கைக்கும் தன்குஞ்சு பொன்குஞ்சு' அப்படீன்னு சொல்றாங்களாம்."

"எவ்வளவு ஆச்சரியமாயிருக்கு சந்தீப்!"

"தீதி! ஒரு முக்கியமான விஷயத்தைப் பத்தி உங்ககிட்ட பேசணும்னுதான் நான் வந்தேன். நாம்ப அடுத்த மாசம் தலை நகர்ல நடத்தப்போற தொண்டு நிறுவனங்கள் மற்றும் பழங்குடியினர் ஊர்வலத்தில் கலந்துக்கறது குறித்துப் பழங்குடியினர் நலனுக்காகப் பாடுபடற எல்லாத் தொண்டு நிறுவனத்துக்கும் கடிதம் எழுதினோமே,

அதுக்கு நெறைய தொண்டு நிறுவனத்துக்கிட்ட இருந்து பதில் வந்திருக்கு. எல்லோரும் சம்மதம் தெரிவிச்சிருக்காங்க. ஒவ்வொரு தொண்டு நிறுவனமும் இருபதிலிருந்து முப்பது வரைக்கும் பழங்குடியினரைக் கூட்டிக்கிட்டு வர்றோம்னு சொல்லியிருக்காங்க. ஒரு குறிப்பிட்ட பகுதியில வாழற பழங்குடியினர் பாதிக்கப்பட்டா நாடு முழுசா இருக்கற பழங்குடியினர் அதுக்குக் குரல் கொடுக்கத் தயாராயிருக்காங்க அப்படீன்னு அரசுக்குத் தெரிவிக்கிற முதல் முயற்சியா இது இருக்கும்."

"அது மட்டுமில்ல சந்தீப்! நாம பாதிக்காத வரைக்கும் எதைப் பத்தியும் கவலைப்பட வேண்டிய அவசியமில்லேன்னு நெனைச்சிக் கிட்டிருக்கிற நகர்ப்புற அறிவு ஜீவிகளுக்கு இப்பொழுதாவது உறைக்கும்னு நெனைக்கறேன். இது வரைக்கும் அணைக்கு எதிரா எத்தனை எழுத்தாளர்கள்கிட்ட இருந்து எதிர்ப்பு வந்திருக்கு? விஞ்ஞானிகள் கிட்டயிருந்து வந்திருக்கு? ஏன்னா அவங்க பாதிக்க லேன்னா அதைப்பத்தி அவங்களுக்கு எந்தக் கவலையுமில்லை. இப்ப அவங்க முகத்தில் எல்லாம் அறையற மாதிரி கன்னியாகுமரியில இருந்து காஷ்மீர் வரைக்கும் இருக்கற பழங்குடியினர் அவங்க பாரம்பரிய உடையில வந்து ஊர்வலத்துல கலந்துக்கறது எவ்வளவு பெரிய சாதனை."

"தீதி! எனக்கு இன்னொரு விஷயமும் தோணுது. எந்த மாற்றம் வந்தாலும் அதிகமாகப் பாதிக்கப்படறவங்க பழங்குடியினர்தான். அதனால அவங்களுக்குள்ள ஒரு ஒருங்கிணைந்த அமைப்பை ஏற்படுத்த நாம் முயற்சி செய்யணும். அது மிகவும் அவசியம்; பழங்குடியினர் மத்தியில இருக்கிற சிமன் மாதிரி விழிப்புணர்வு உள்ள இளைஞர்களைக் கொண்டு உடனடியா நாம் ஏற்பாடு செய்யணும் தீதி! இந்த ஊர்வலம் என்னைக்குன்னு முடிவு செஞ்சிட்டீங்களா?"

"ஓ, ஆகஸ்ட் 15, எங்களுக்கு இன்னும் சுதந்திரம் வரலேன்னு பாதிக்கப்பட்டவங்க சொல்றதுக்கு அதைவிடத் தகுதியான நாள் வேற கிடைக்காது இல்லையா?"

★★★

கலெக்டர் குல்கர்னிக்கு ஏற்கெனவே ஒரு தாழ்வு மனப்பான்மை இருந்தது. தான் ஒரு மாவட்டத்துக்கே அதிகாரியாக இருந்தாலும், தன்னை மாவட்ட அதிகாரி என்று மற்றவர்கள் அறிமுகம் செய்து வைக்கும் பொழுதெல்லாம் "நீங்கள் தான் சுதீரா?" என்று மற்றவர்கள் கேட்கும் பொழுதெல்லாம் குல்கர்னிக்குக் கோபம் வரும். ஆனால் தன் பேச்சால், செயலால், துணிச்சலால், திறமையால் குல்கர்னி

சுதீரை விட அதிகமாகப் பிரகாசிக்க வேண்டும் என்று கருதாமல், 'சுதீர் மாறினால் போதும்' என்று நினைத்ததும் பின்னால் மாறினால் பிரபலமாகிவிடலாம், எனவே எப்படியாவது டம்மியானால் போதும் என்று தன் எண்ணத்தை மாற்றிக்கொண்டதும் துரதிர்ஷ்டவசம்தான்.

பத்திரிகையைப் பிரித்தால் சுதீரைப் பற்றிதான் செய்தி. சுதீர் தலைமைச் செயலருக்கு எழுதிய கடிதம் எப்படி வெளியானது என்று தெரியவில்லை. அதுவும் பிரமாதமாகச் செய்தித்தாள்களில் வந்திருந்தது. துணிச்சலான அதிகாரி, நேர்மையான அதிகாரி என்கிற அடைமொழிகளுடன் வெளியாகியிருந்த செய்தித் தாள்களைப் பார்க்கவே பிடிக்கவில்லை. குல்கர்னிக்கு கோபம் வந்தால் தாறுமாறாக நடந்துகொள்வார். என்ன செய்கிறோம் ஏது செய்கிறோம் என்றெல்லாம் தெரியாமல் எதிர்ப்பட்டவர்கள் மீதெல்லாம் அந்தக் கோபத்தைக் கொட்டித் தீர்ப்பார்.

கோபம் என்பது ஒரு மிகப் பெரிய இயலாமையின் வெளிப்பாடு. தன்னைவிடப் பெரியவர்களாகவே பெரும்பாலும் இருந்துவிடுகிற காரணத்தால் அதனால் பாதிக்கப்படுபவர்கள் தொடர்பில்லாதவர்களாகத் தான் இருக்கிறார்கள்.

பேப்பர் வெயிட்டை எடுத்து எறிவது, கோப்புகளைத் தூக்கி எறிவது என்கிற நாகரிகமற்ற செயல்கள் எல்லாம் கோபம் என்கிற பெயரில் நியாயப்படுத்தப்பட்டு விடுகின்றன. குல்கர்னி இதில் ஒருபடி அதிகமாகப் போய், வீட்டில் மனைவியோடு பிரச்சினை என்றால்கூட; மற்றவர்கள் மீதுதான் அதை வெளிக்காட்டுவார்.

"இனிமேல் இந்த மாவட்டத்துக்குக் கலெக்டரா இருக்கறதுக்குப் பதிலா சும்மா இருக்கலாம்; அதுவும் கேட்டு வாங்கிக்கிட்டு வந்த மாவட்டம்."

குல்கர்னி பி.ஏ.வைக் கூப்பிட்டார்.

"என்ன பண்ணுவீங்க ஏது பண்ணுவீங்கன்னு தெரியாது. சுதீர் வீட்டுக்குக் கரெண்ட் போகக்கூடாது; தண்ணி போகக்கூடாது; அவரோட டெலிபோனைத் துண்டிக்கணும், காதும் காதும் வச்ச மாதிரி இதையெல்லாம் ஒவ்வொண்ணா செய்யணும். உடனே செய்யவேணாம். ஒரு பத்துநாள் பொறுத்து செய்யுங்க. ஆனா இது பத்தி யாருக்காவது தெரிஞ்சது" நான் சும்மா இருக்க மாட்டேன் தொலைச்சுடுவேன் தெரியுதா?"

குல்கர்னியின் கோபம் அவருடைய உதவியாளருக்குக் கூட நியாயமாகப்படவில்லை.

> 19. மேடையிலே குரலை உயர்த்தி நேர்மை, நீதி, நியாயம் எனப் பேசுபவர்கள் தங்கள் சொந்த வாழ்வில் எப்படியெல்லாம் நடந்துகொண்டு விடுகிறார்கள்!

நிகழ்ந்துவிடுகின்ற எதைப்பற்றியும் பெரிதாகச் சிந்திப்பதினால் நிகழ்காலத்தையும் இழந்துவிடுகின்ற அபாயம் பெரிய அளவில் இருந்தாலும் மனம் நினைக்கவே தூண்டுகிறது. தவிர்க்க நினைக்கின்ற எண்ணங்கள்தான் தாவித்தாவி ஓடிவந்து இதயத்தில் ஏறிக்கொள்கின்றன.

சுதீருக்கு அதிசயமாயிருந்தது. அதிசயத்தை விளைவிக்க யாராவது அகப்பட மாட்டார்களா என அபூர்வங்களைத் தேடி அலைகிற மனித மனம் கண்ணுக்குத் தெரியாமல் புறப்பட்டு ஓடிவருகின்ற இந்த ஆற்றை அதிசயம் என்று ஏன் ஏற்றுக்கொள்ள மறுக்கிறது? இதன் படைப்பை இயற்கை முழுமையுமே அதிசயம் என ஏன் ஒப்புக்கொள்ள மறுக்கிறது?

ஒருவேளை தான் மாற்றப்பட்டு பிறகுதான், தலைமைச் செயலருக்குத் தான் எழுதிய கடிதம் கிடைத்திருக்குமோ, அப்படிக் கிடைக்க நேர்ந்திருந்தால் ஒரு துளியேனும் வெட்கப்பட்டிருப்பாரா அல்லது அதுவும் பழக்கப்பட்டிருக்குமோ. ஒரு நாள் முன்னரே தனக்கு மாற்றல் ஆர்டர் கிடைத்திருந்தால் தன்னுடைய ஓர் இரவு செலவிடப் படாமல் சேமிக்கப்பட்டிருக்கும் என்றெல்லாம் சுதீருடைய மனம் தொடர்ந்து அசைபோட்டுக்கொண்டிருந்தது.

பத்திரிகைகள் தனக்குக் கிடைத்த வெற்றியைப் பற்றி எழுதியது பற்றிய பெருமை ஏதுமிருக்காவிட்டாலும், ஒரு வகையில் அது மிகுந்த மகிழ்ச்சியைத் தந்தது. அணைக்கு எதிராக நடக்கின்ற போராட்டத்தினுடைய விவரிப்புகளுடன் அதில் உள்ள தார்மீகக் காரணங்களையும் விரிவாக அலசியிருந்தார்கள்.

துணிந்தபிறகு எது வந்தாலும் ஏற்றுக்கொள்ள வேண்டியது தான். ஆனால் தனக்காக வறட்டுத்தனமாய் உலகத்தினருக்குத் தோன்றும் பிடிவாதங்களைக் கெட்டியாய்ப் பிடித்துக் கொண்டிருக்கிற தன் வைராக்கியத்திற்காகத் தன்னைச் சார்ந்தவர்கள் படுகிற வேதனை சுதீருக்குப் பாரமாகத்தான் இருந்தது.

யூதிகா எவ்வளவு அன்பானவள்! எவ்வளவு முதிர்ச்சியானவள்! அவளால் எப்படி பூவைப்போல் மென்மையாகவும் பாறையைப் போல் திடமாகவும் ஒரே நேரத்தில் இருந்துகொள்ள முடிகிறது! சுதீர்

சில நேரங்களில் அவளைப் பார்த்து அதிசயப்படுவதுண்டு. அவனும் அவளுக்கு ஒரு அதிசயமாகத்தானிருந்தான். கணவனும், மனைவியும் ஒருவருக்கொருவர் தோண்டத் தோண்ட கிளம்புகிற புதிய புதிர் களாகத் தெரிகிறபொழுதுதான் தாம்பத்யம் சுவையாக இருக்கிறதோ!

மூன்றெழுத்துக்களுக்காகவும், அதனால் கிடைக்கப்போகிற வசதிகளுக்காகவும் மட்டுமே திருமணம் செய்துகொள்ளுகிற பெண் களுக்கு நடுவே வித்தியாசமானவளாய் இருந்தாள் யூதிகா. "உங்களுடைய நேர்மையும், துணிச்சலும் அதனால் கிடைக்கிற பெருமையும் திருப்தியும் எனக்குப் போதும். நான் உங்களிடமிருந்து வேறெதையும் எதிர்பார்க்கவில்லை" என்று சுதீருக்குச் சோதனை வருகிற பொழுதெல்லாம் சொல்லுவாள். கரடு முரடான பாதைகளில் பயணிக்கிற பொழுதெல்லாம் அவளது வருடல் ஒத்தடமாய் அவனது வேதனையைப் போக்கும்.

"நான் உங்கள் பிரச்சினைகளுக்கு நடுவே இன்னொரு பிரச்சினையாய் பாரமாய் அழுந்த விரும்பவில்லை. என்னால் எதையாவது குறைக்க முடியுமா என்று மட்டுமே பரிசீலனை செய்ய விரும்புகிறேன்" என்று சொல்லுவாள்.

சமஸ்கிருதத்தில் யூதிகா என்றால் மல்லிகை என்று பொருள். மல்லிகையைப் போன்ற அவளது மென்மைக்குள் திடகாத்திரமான மனமிருந்தது. உண்மைக்காகப் போராடும் பொழுது ஏற்படுகின்ற எல்லாத் தொல்லைகளையும் விழுங்கிவிடுகின்ற பக்குவத்துடன் அது கனன்றுகொண்டிருந்தது.

"யூதிகா! எனக்கு உன்னைப் பார்க்கும்பொழுதெல்லாம் சிரமமாயிருக்கிறது. நான் உனக்கு எந்த மகிழ்ச்சியையும் தரவில்லை. என்னுடைய சக அதிகாரிகள் தங்கள் மனைவிமார்களுக்குத் தருகிற எந்த வசதிகளையும் செய்து தராமல் வெறும் தவங்களை மட்டுமே உனக்குப் பரிசளித்திருக்கிறேன். உன் தவங்களுக்கு எந்த வரங்களையும் நான் இதுவரை தந்ததில்லை. உன்னைப் பார்க்கும் பொழுதெல்லாம் ஒருவேளை நான் திருமணம் என்கிற பெயரில் உன் வாழ்க்கையைப் பாழடித்து விட்டேனோ என்றுகூட நினைக்கிறேன். நான் மன்னிப்புக் கேட்க வேண்டும் என்று நினைத்தால் அது உன் ஒருத்தியிடம் மட்டும்தான் என்பதைப் புரிந்து கொள்ளவேண்டும்."

"ஏன் இப்படியெல்லாம் வேறுபடுத்திப் பேசுகிறீர்கள்? உங்களைப் பற்றி இந்த உலகம் புகழ்ந்து பேசும் பொழுதெல்லாம் இந்தப் பெருமை எனக்கும் சொந்தம் என்றுதான் நான் எண்ணிக் கொண்டிருக்கிறேன். நீங்கள் என்னைப் பிரித்துப் பார்க்கிறீர்களே?" சுதீரைச் செல்லமாக

யூதிகா வருட, அவள் மென்மையான விரல்களின் ஸ்பரிசத்தில் தன்னைத் தென்றல் வருடியதைப் போன்ற மகிழ்வில் சுதீர் ஆழ்ந்து போனார்.

சுதந்திர தினத்தன்று அரசு நடத்திய பிரம்மாண்டமான அணி வகுப்பைவிட பழங்குடியினர் நடத்திய அணிவகுப்பு தலைநகரைப் பிரமிக்க வைத்தது. அணைக்கு எதிரான கோஷங்களைத் தாங்கிய அட்டைகளுடன் அமைதியாக ஆர்ப்பாட்டமின்றி அவர்கள் ராதா படங்கர் தலைமையில் ஊர்வலம் நடத்தியபொழுதுதான் அணை எதிர்ப்பின் வலிமையின் பரிமாணங்களை அரசு உணர ஆரம்பித்தது. அவர்கள் யாரையும் கைது செய்ய முடியாதபடி எந்தக் கலவரத்துக்கும் இடம் கொடுக்காதபடி தங்கள் எதிர்ப்பை அவர்கள் சாமர்த்தியமாக வெளிக்காட்டியது மிகப் பெரிய இக்கட்டான சூழ்நிலையை ஏற்படுத்தியது.

மாநிலம் முழுதும் அணைக்கு எதிராகக் குரல் எழுப்புவதும், தங்கள் தேர்தல் வெற்றியை அதுதான் கணிக்கப்போகிறது என்பதும் சுக்லாவுக்கும், முதல் மந்திரிக்கும் லேசாகப் பொறி தட்ட ஆரம்பித்தது.

அவசர அவசரமாக சர்வ கட்சிக் கூட்டம் ஒன்றை நடத்தி எல்லோரது மொத்த முடிவு என்று அறிவித்துவிடலாம் என்று சுக்லா முதலமைச்சருக்கு ஆலோசனை கூறினார்.

"இந்தப் பிரச்சினையில் சர்வ கட்சிக் கூட்டம் ஒன்று கூட்டினாலே நாம் பின்வாங்கினதா அர்த்தமாயிடும். எந்தக் கட்சியாவது அணைக்கு எதிரா இதுவரைக்கும் குரல் எழுப்பியிருக்காங்களா? நிச்சயம் முடியாது. அதனால் திரைமறைவுல பேச்சு நடத்தி எல்லாக் கட்சியும் அணைக்குச் சாதகமாகவே பேசற மாதிரி பண்ணிட வேண்டியதுதான்.

"நீங்க சொல்றது கரெக்ட், ஒவ்வொரு முறையும் தேர்தல் நேரத்துல பணத்தைக் கொடுத்து ஜெயித்த மாதிரி இந்தத் தடவை செய்யமுடியாது போல இருக்கு. ஏன்னா, மக்கள் எல்லோரும் விழிப்புணர்வோட தெரியறாங்க. நாம்ப செஞ்ச புண்ணியம் ராதா படங்கர் போராட்டத்தை சாத்வீகமாகப் பண்றதுனால இதுவரைக்கும் வன்முறை ஏதும் வரலே. இதுவே ஆந்திரா மாதிரி People war group ஏதாவது கிளம்பியிருந்தா சமாளிக்க முடியாமப் போயிருக்கும். ஆனா இப்ப தேர்தல் நேரத்துல ஏதாவது ஸ்டண்ட் அடிச்சிதான் தீரணும். மக்களோட கவனத்தைத் திசை திருப்பணும்னா மத்தியில நம்ப கட்சி வழக்கமாக ஏதாவது ஒரு யோசனை வச்சிருக்கும். "பாகிஸ்தான் படை எடுக்க முயற்சி" அப்படீன்னு புருடா விட்ருவாங்க. நாம்ப என்ன பண்ண முடியும்? அணையோட சாதகங்களையெல்லாம் சொல்லி

ஓட்டு வாங்கலாமுன்னுதான் திட்டம் போட்டோம். கட்சி நிதி சேந்திடுச்சி. ஆனா ஓட்டுதான் விழாது போலயிருக்கு."

"இப்ப ஒண்ணும் கவலைப்பட வேணாம் சுக்லா. ஏன்னா தேர்தலுக்கு இன்னும் எவ்வளவோ நாளிருக்கு. ஒரு வருஷத்துல எவன் மண்டையைப் போடறானோ, யாரைச் சுட்டுக் கொல்றாங்களோ யாரு கண்டது. மக்களோட ஞாபகசக்தி ரொம்பக் கம்மியா இருக்கறதுதான் ஜனநாயகத்துக்கு இருக்கற பெரிய ப்ளஸ் பாயிண்ட்; புரியுதா."

சுக்லாவும் நம்பிக்கையாய்த் தலையாட்டினார்.

தாங்கள் நடத்திய ஊர்வலம் தேசிய அளவில் மக்களது கவனத்தைத் திருப்பியது ராதாவிற்குத் திருப்தியைத் தந்தது. இந்த இயக்கம் தனிமனித இயக்கம் என்கிற தவறான கருத்து எந்த நேரத்திலும் வந்துவிடக்கூடாது. இது ஒரு மக்கள் இயக்கம் Mass Movement என்பது உலகத்திற்குத் தெரிய வேண்டும் என்கிற அதிக ஜாக்கிரதையுணர்வைப் பிரதிபலிப்பதும் இந்த அணிவகுப்பின் உள்ளடங்கிய தத்துவார்த்தம் என்பது அவருக்கு மட்டுமே தெரிந்த பரம ரகசியம். இந்த அணிவகுப்பினால் சிமன், கோவிந்த் பாயி போன்றவர்கள் அகில இந்திய அளவில் பழங்குடியினருடைய தலைவர்களாக வெளிப்பட்டார்கள் என்பது அவருக்குச் சந்தோஷமாயிருந்தது. இனி சிமன் குரல் கொடுத்தால் இந்தியாவில் உள்ள அனைத்துப் பழங்குடியினர் கிராமங்களிலும் அது எதிரொலிக்கும். அப்படிப்பட்ட ஒரு வலுவான கூட்டமைப்பு இப்பொழுது உருவாகியிருக்கிறது என்பது பெருமைப்பட வேண்டிய விஷயமாகப்பட்டது.

சிமனுடைய பேட்டி தொலைக்காட்சி, பத்திரிகைகள் எல்லா வற்றிலும் வெளியானது. ஒரு நம்பிக்கையளிக்கக் கூடிய இளைஞராக சிமனை ஒரு வாரப்பத்திரிகை தேர்வு செய்திருந்தது. இதற்கெல்லாம் மறைமுகமாக ராதா நிறைய வேலை செய்ய வேண்டியதாயிருந்தது. இரண்டு வருடங்களாகத் தான் தொடர்ந்து செய்த பணி இப்பொழுது பலன்களைத் தர ஆரம்பித்தது.

அணையை எதிர்பார்த்தபடி கட்ட முடியாது என்பது ஒப்பந்தக் காரர்களுக்குப் புரிந்துபோனது. அணையைக் குறித்த எதிர்ப்பு வலுவாகிற தருணத்தில் அதை ஆதரித்து வெளியூரிலிருந்து கட்டுமானப் பணிக்கு வருபவர்களும் அபரிமிதமான எண்ணிக்கையில் இல்லை. தாமதமாகிற ஒவ்வொரு நாளும் கட்டுமானப்பணிக்காக மதிப்பீடு அதிகரித்துக்கொண்டே போகும் என்பது ஜீரணிக்க முடியாத யதார்த்தமாக இருந்தது.

"சந்தீப்! ஒன்றைக் கவனித்தாயா! நமக்கு ஊர்வலத்தில் கிடைத்த வெற்றியைப் போலவே சுதீர் விஷயத்திலும் நிகழ்ந்திருக்கிறது. அரசாங்கம் ஒவ்வொரு அடியிலும் பின்வாங்குகிற ஒரு சூழல் உருவாகியிருக்கிறது பார்த்தாயா?"

"தனியொரு மனிதனாய் நின்று யாரையும் முன்நிறுத்தாமல் சுதீர் பெற்றிருக்கும் வெற்றி மகத்தானது. தனக்கு என்ன வேண்டுமானாலும் நிகழலாம் என்கிற சூழலில் துணிச்சலுடன் போராடுவது சாதாரணமான காரியமல்ல, அரசு அதிகாரிகள் மத்தியில் தான் முற்றிலுமாகத் தனிமைப்பட்டுப் போகிற அபாயம் இருந்தாலும் அதைப்பற்றிச் சிந்தனை எதுவுமில்லாமல் நியாயத்திற்காக வாதாட எத்தனை பேர் இருக்கிறார்கள் சொல்லுங்கள் பார்க்கலாம்."

"சந்தீப்! இப்பொழுது மாநிலம் முழுவதும் ஆளுங்கட்சிக்கு எதிரான கருத்து எல்லா வகையிலும் பரவியிருக்கிறது. அவர்கள் கல்லறையை மூடும் கடைசி ஆணியாய் அணைப் பிரச்சினை கிளம்பி யிருக்கிறது. நாளை ஆட்சி மாறினால் அணையினால்தான் ஆட்சி மாற்றம் என்கிற மனப்பான்மை கூட உருவாகலாம்."

"உண்மைதான் தீதி! ஆனால் அது அதிகநாள் தாக்குப் பிடிக்காது. எனக்கென்னவோ வருகிற பட்ஜெட்டில் மத்தியிலும், மாநிலத்திலும் ஏராளமான சலுகைகளை வழங்கியும், இலவசத் திட்டங்களை அறிவித்தும் அணைப் பிரச்சினையை மழுங்கடித்து விடுவார்கள் என்று தோன்றுகிறது. அடுத்த போராட்டம் என்ன என்பதை நாம் இப்பொழுதே தீர்மானிக்க வேண்டும். முதலமைச்சர் துலியாவிற்கு அடுத்த மாதம் வருகிறார். அப்பொழுது அவரைச் சூழ்ந்து நகராத படிக்கு ஏதாவது போராட்டமோ கலாட்டாவோ பண்ணணும். தொடர்ந்து ஊதிக்கிட்டே இருந்தால்தான் நாம்ப பத்தவச்ச நெருப்பு அணையாம இருக்கும்."

சந்தீப்பினுடைய வார்த்தைகளிலிருந்த நிஜம் ராதாவை யோசிக்க வைத்தது.

ஒரு வாரத்தில் ஒவ்வொன்றாகத் துண்டிக்கப்படுகின்ற அபாயத்தை சுதீரால் உணர முடிந்தது. யாரிடமும் முறையிட்டுப் பயன் இல்லை. மறுபடியும் கோர்ட்டுக்குப் போகலாம். சின்னச் சின்ன விஷயங் களுக்காக எவ்வளவு நாள் போராட முடியும். சக்தியெல்லாம் விரயமாகச் செலவாகிவிடுமோ என்கிற பயம் வேறு.

"யூதிகா இனியும் நாம் இங்கேயே தொடர்ந்து இருக்க முடியாது. நீ என்ன பண்ண முடியும்? கொசுக்கடியிலும் புழுக்கத்திலும் உன்னால கஷ்டப்பட முடியாது."

"வேறென்ன செய்யமுடியும்? நாம் இன்னொரு வீட்டுக்குக் குடிபோனா அங்கேயும் இப்படித்தான் பண்ணுவாங்க."

"எல்லாச் சாமானையும் பேக் பண்ணு. நான் மூணு மாதம் லீவு அப்ளை பண்ணிட்டேன். சாமானையெல்லாம் எடுத்துக்கிட்டு வீட்டைக் காலி பண்ணிடுவோம்."

"என்னங்க, இவ்வளவு தூரம் போராடிக் கடைசியில் லீவு போட்டுட்டுப் போனா அது கோழைத்தனமா ஆயிடுங்க. எவ்வளவு கஷ்டம் வந்தாலும் பரவாயில்லைங்க. நாம் இங்கேயே இருப்போம்."

"வீட்டைக் காலி பண்றோம்னு சொன்னேனே தவிர, ஊரைக் காலி பண்ணப் போறோம்னு ஏதாவது சொன்னேனா?"

"அப்படீன்னா?"

"மூணு மாசம் நாம்ப சிந்தூர்லயே போய் வசிக்கப் போறோம். அதை யாரும் தடுக்கமுடியாதே. நமக்குத் தண்ணியை யாரும் நிறுத்த முடியாது."

20. மொழிகளைவிடப் பரிவர்த்தனைக்கு மிகவும் உதவியாக இருப்பது நம்மிடம் இருக்கும் யதார்த்தமான உண்மைதான்.

சிமன் அப்பொழுதுதான் ஊருக்குத் திரும்பியிருந்தான். இப்பொழுது மாநிலம் முழுவதும் சிமனைத் தெரியும். சிமனுக்குப் பொறுமையும், முதிர்ச்சியும் கைகூடியிருந்தன. அவனும் சந்தீப்பும் அந்தப் பகுதியிலிருக்கும் அத்தனை பழங்குடி மக்களையும் அணைக்கு எதிராக உசுப்பியிருந்தார்கள். யாரும் காலி பண்ணச் சம்மதிக்கக் கூடாது என்று அவர்களை ஒன்று திரட்டியிருந்தார்கள். அரைகுறையாகத் தெரிந்த ஹிந்தி அவனுக்குக் கை கொடுத்தது.

கோவிந்த் பாயி தோணிக்கரையிலிருந்து வீடுநோக்கி வரும் சிமனைப் பாசத்தோடு பார்த்திருந்தார். அவருக்குப் பெருமை, உள்ளமெல்லாம் பூரிப்பு. "இப்படி ஒரு புள்ளை எனக்குக் கெடைச்சிருக்கான்" என்று மகிழ்ந்து போனார்.

"என்னப்பா எல்லாம் சரியா முடிஞ்சதா?"

"ஓரளவுக்குச் சொல்லியிருக்கோம். அடிக்கடி போனாதான் பயனிருக்கும். அதிகாரிங்க வந்து அவங்களை மனசு மாத்தாமப் பாத்துக்க வேண்டியதாயிருக்கு" என்று சொல்லிக்கொண்டே வீட்டுக்குள் நுழையப் போனவனைக் கோவிந்த் பாயி தடுத்தார்.

"உள்ளே போகாதப்பா. வீட்டுக்குள்ள உறம்பரை இருக்கு. நீ அர்ஜுனோட தங்கிக்கப்பா."

"அர்ஜுனோடயா? அதுக்கு என்னப்பா அவசரம்!"

சுதீர் சிரித்துக்கொண்டே வெளியே வந்தபோது சிமனுக்கு ஆச்சரியமாக இருந்தது.

"நானும் உங்களோட தங்கலாமுன்னு வந்திருக்கேன். இன்னும் மூணு மாசத்துக்கு நானும் என் மனைவியும் இங்கதான் தங்கப் போறோம். உங்களுக்குத் தொந்தரவு கொடுக்கலாமுன்னு முடிவு பண்ணிப்புட்டோம்."

"இதில என்னங்க தொந்தரவு. எங்களோட தங்கறது உங்களுக்குத் தான் கஷ்டம். நீங்க எவ்வளவு வசதியா வாழ்ந்தவங்க இந்தச் சூழ்நிலையில நீங்க எங்களோட வாழ முடியுமா? அவசரப்படாம யோசிச்சிப் பாருங்க சார்."

"சிமன்! எந்தச் சூழ்நிலையிலேயும் என்னால வாழ முடியும். புகை மூட்டமா மாறிக்கிட்டிருக்கிற நகரங்களைக் காட்டிலும் இந்த ஊர் எவ்வளவோ வசதியானது; ஆரோக்கியமானது."

துறவு என்பது வசதிகளை மறுப்பதல்ல; வசதிகளின் நடுவே வாழும்பொழுதும் அதை எப்பொழுது வேண்டுமானாலும் இழந்து விடத் தயாராக இருப்பதுதான் என்கிற உண்மை சுதீருக்கும், யூதிகா விற்கும் தெரியும்.

அந்தச் சூழல் அவர்களுக்குப் பிடித்திருந்தது.

சந்தீப், நிதின் இருவரும் ராதாபஹனிடம் அடிக்கடி சொல்லு வார்கள், "இந்த ஆளு இவ்வளவு துணிச்சலா இருக்கறாருன்னா அதுக்குக் காரணம் இவரோட மனைவிதான். எந்த இடத்திலயும் அட்ஜஸ்ட் பண்ணிக்கறாங்க."

ராதாவிற்கு யூதிகாவை மிகவும் பிடிக்கும். இருவருமாய்ச் சேர்ந்து ஓய்வு நேரங்களில் பழங்குடிப் பெண்களுக்கு எழுதப் படிக்கச் சொல்லித் தருவது, சத்துணவு பற்றிப் பேசுவது என்றெல்லாம் பயனுள்ள வகையில் பணி செய்து வந்தார்கள்.

அணை எதிர்ப்பு இயக்கத்தில் இப்பொழுது யூதிகாவும் ஒரு அங்கம் என்கிற எண்ணம் எல்லோருக்கும் ஏற்பட்டது.

பல்வேறு இயக்கங்களுக்கும், சமுதாயச் சிந்தனை படைத்தவர் களுக்கும் அணை எதிர்ப்பின் காரணம், தீவிர நோக்கம் பற்றியெல்லாம் எழுதி அவர்களையெல்லாம் ஒன்றுதிரட்டுவது, அவர்கள் குரல்களை வலுவாக ஒலிக்கச் செய்வதற்குக் கடிதங்கள் சிமன் மூலமாக எழுது வதற்கெல்லாம் சுதீர் உதவி செய்தார். அவருடைய அரசுப் பணியின் அனுபவம் எதை எப்படி முறையாகச் செய்யவேண்டும் என்கிற பக்குவம் இயக்கத்திற்குப் பெரிதும் உதவியாக இருந்தது.

ராதா, சுதீரை அவ்வப்போது கேட்பதுண்டு, "இப்பொழுது நீங்கள் செய்வது அரசு அதிகாரிக்கு உகந்ததுதானா?" அவர்தான் தன்னுடைய மாறுதல் குறித்துப் பழங்குடி மக்கள் மறுப்பு ஏதும் தெரிவிக்க வேண்டாம். அரசு அதிகாரிக்கு யார் பின்னாலேயும் ஒளிந்துகொள்ள வேண்டிய அவசியம் இல்லை என்று சொன்னதைத்தான் கிண்டலாகச் சொல்லிக் காட்டுகிறார் என்பது சுதீருக்குத் தெரிந்தது.

மெல்லச் சிரித்துக்கொண்டே "இப்பொழுது நான் சம்பளமில்லா விடுப்பில்தான் இருக்கிறேன்" என்று சுதீர் பதிலளிப்பதுண்டு.

சுதீருடைய யோசனைகளின் காரணமாகப் பல்வேறு விதமான உதவிகள் ராதாவிற்குக் கிடைத்தன. சுவரொட்டிகள், சிறப்பு வெளியீடுகள், போராட்ட உதவி நிதி என்று பல்வேறு விதமான ஆதரவுச் செய்கைகளாய் அவை மலர்ந்தன.

★★★

கலெக்டர் குல்கர்னி சுக்லாவிற்காக வரவேற்பறையில் காத்திருந்தார். துலியாவிற்கு இப்படியொரு இக்கட்டில் அமைச்சர் வந்திருக்கிறாரே என்று பட்டது. தான் எடுத்த அத்தனை நடவடிக்கை களுமே தன்னையே பலவீனப்படுத்திவிட்டனவே என்கின்ற ஏமாற்றம் அவருக்கு இருந்தது. "அமைச்சர் என்ன சொல்லப் போகிறாரோ" என்கிற தவிப்பு அவருடைய முகத்தில் பிரதிபலித்தது.

'சுதீர் விடுப்பில் போய்விட்டதால் அவருடைய இடத்துக்கு யாரைப் போடலாம்' என்று நிச்சயம் அமைச்சர் கேட்பார். யார் பேரைச் சொல்லுவது. இதுவரை நான் சொல்லிய யோசனை எதுவுமே பயன் கொடுக்காமல் போய்விட்டதே என்று நினைத்துக்கொண்டார்.

"சார் அமைச்சர் கூப்புடறார்" என்ற சமிக்ஞை வந்ததும் உள்ளே சென்றார்.

“என்ன குல்கர்னி? யாரைக் கேட்டு நீங்க இஷ்டத்துக்கு இங்க நாட்டாமை பண்ணிக்கிட்டிருக்கீங்க? உங்களாலே எங்களுக்குத் தலைவலி வந்ததே தவிர எந்தப் பிரயோஜனமும் இல்லை. சுதீரை மாத்தறதுக்கு நீங்கள்தான் காரணம். இப்ப அரசாங்கத்துக்கு எவ்வளவோ கெட்ட பேர். ஏதாவது உங்களுக்குத் தெரியுதா? அணை கட்டறதே ஊழல் பண்றதுக்காகத்தான்னு பத்திரிகையில எழுத ஆரம்பிச்சிட்டான். அது மட்டுமா! இதுவரைக்கும் யாருக்கும் தெரியாத விஷயமெல்லாம் வெளிய வந்துடுமோன்னு வேற சி.எம்.கூடப் பயப்படறாரு. எதுக்காக சுதீருக்கு, தண்ணி, மின்சாரம் எல்லாத்தையும் கட் பண்ணுனீங்க? அதையெல்லாம் விலாவாரியாக சாட்டிலைட் டி.வி.யில படம்புடிச்சிப் போட்டு மானத்தை வாங்கிட்டான். போற போக்கப் பார்த்தா அந்த ஆளு ஸ்டேட்ல எந்தத் தொகுதியில தேர்தலுக்கு நின்னாலும் ஜெயிச்சுடுவான் போலயிருக்கு?”

“சார் நான் அவனுக்கு ஒரு பாடமா இருக்கணும்னுதான் நெனைச்சேன். ஆனா அவன் இவ்வளவு திடமா இருப்பான்னு நெனைக்கல. அவன் இப்ப அந்தப் பழங்குடி மக்களோடதான் தங்கி யிருக்கறதா கேள்வி. அவனுக்கு ஒரு மெமோ குடுக்கலாம் சார்.”

“என்னா குல்கர்னி, நீங்க நம்ப காரியத்தை விட்டுட்டு சுதீரைப் பழி வாங்கறதிலேயே தீவிரமா இருக்கீங்க. நான் சொல்றதைக் கொஞ்சம் கேளுங்க. இந்தப் பிரச்சினை கொஞ்சம் அடங்கற வரைக்கும் சுதீர் விஷயத்துல அடக்கி வாசிக்கிறதுதான் நல்லதுன்னு சி.எம். சொல்லிட்டாரு. அவரு எங்கேயோ இருக்கட்டும்; என்னமோ பண்ணட்டும்; அதப்பத்திக் கவலைப் படாதீங்க.”

“சரி சார்”

“அணை கட்ட ஆளே கிடைக்க மாட்டேங்குதுன்னு சொல்றாங்க. அணை தாமதமானா அதனால வர்ற பிரச்சினையைத் தாங்கறது கஷ்டம். எங்க கட்சி எலெக்ஷனைச் சந்திக்கிறது கஷ்டம்; புரியுதா குறைந்தபட்ச கூலியை உயர்த்தி கலெக்டர்தான் ஆர்டர் போடணுமாம், இருக்கற கூலியை இரண்டு மடங்கு உயர்த்தி ஒரு ஆர்டர் போடுங்க.”

“இதுனால மத்த இடங்கள்ல பிரச்சினை வருமே?”

“எந்தப் பிரச்சினை வந்தாலும் நான் பார்த்துக்கறேன். அணை வேலை துரிதமா நடக்குதுன்னு நாம்ப காமிச்சாதான் வேலை நடக்கும். சும்மா கதை பண்ணிக்கிட்டு இருக்க முடியாது. அது மட்டுமில்ல. இந்த வருஷத்துக்குள்ள மொத்த ஒதுக்கீட்டில 10% நாம்ப செலவு செய்யணுமுன்னு உலக வங்கி நிபந்தனை போட்டிருக்கு.”

“சுதீரோட இடத்துக்கு ஒரு ஆபிசர் போடணும், யாராவது பழங்குடி வகுப்பிலிருந்து ஐ.ஏ.எஸ். அதிகாரியைப் போட்டா பத்திரிகைங்களோட எதிர்ப்பைச் சமாளிக்க முடியும். அவரு சொன்னா ‘நம்ப இனத்தவரைப் போட்டிருப்பாங்க. நம் நல்லதுக்குத்தான் சொல்லுவாரு’ அப்படின்னு பழங்குடி மக்களையும் நம்ப திருப்தி படுத்த முடியும்னு எனக்குத் தோணுது!”

“நாங்க சொல்றதை மட்டும் நீங்க செய்யுங்க. இந்த ஐடியா கொடுக்கற வேலையெல்லாம் விட்டுடுங்க. இப்போதைக்கு அந்த போஸ்ட் அப்படியே இருக்கட்டும். பழங்குடியினராப் போட்டு பழங்குடியினரை ஏமாத்தற காலமெல்லாம் மலையேறிப் போயிடுச்சி. அதுமட்டுமல்ல, அந்த சிமன்னு ஒரு பையன் அன்னைக்கு டி.வி. பேட்டில பேசினான். அவனுக்கு எதுவும் ஆயிடாமப் பாத்துக்குங்க. ஏன்னா இந்த நேரத்துல யாருக்கு என்ன ஆனாலும் நம்ப தலை உருளும். நமக்குக் காரியம்தான் முக்கியம்; வீரியமில்ல. புரியுதா?”

இத்தனை நாட்களாக வருடலாக இருக்கின்ற சுக்லாவினுடைய பேச்சு அன்று கனலாக இருப்பதாகத் தோன்றியது குல்கர்னிக்கு. அயர்வாக இருந்தது. இந்த ஆளுக்கு எவ்வளவு காரியங்களை விதியை எல்லாம் தளர்த்தி செஞ்சி கொடுத்திருக்கேன். இப்ப எப்படிப் பேசறான்? என்று மனதிற்குள் நினைத்துக்கொண்டார். மனத்தில் நினைக்கிற பலவற்றை வெளியே சொல்ல முடியாமல் இருப்பதுதான் அரசுப்பணி என்று நினைத்துக் கொண்டவராக அலுவலகம் திரும்பினர்.

⋆⋆⋆

“நீர்ப்பாசனத்துறை அமைச்சர் ஏற்கெனவே குடியமர்த்தப்பட்ட பழங்குடியினரைப் பார்வையிட்டார். அவர்கள் குறைகளைக் கேட்டறிந்தார்” என்கிற தலைப்புச் செய்திகளை வாசித்தபொழுது சுதீரின் கண்கள் பனித்தன.

இப்படிப்பட்ட முக்கியமான நிகழ்வில் தான் அருகில் இருக்காமல் போய்விட்டோமே என்கிற லேசான வேதனை அவருக்கு இருந்தது. இருந்தாலும் தான் தூக்கிப் போட்ட கல்லின் சலன வட்டங்கள்தான் இப்படி எதிரொலிக்கின்றன என்கிற உண்மை மகிழ்ச்சியாயிருந்தது.

எது எப்படி நடந்தாலும் என்ன என்கிற மெத்தனத்திலிருந்து அரசை விழித்தெழச் செய்கிற அதிசயம் நடந்திருப்பது மகிழ்ச்சியானதுதான்.

இந்த மனநிலை மாற்றம் அனைத்து வட்டங்களிலும் ஒரு சின்ன அதிர்வையாவது ஏற்படுத்தும் என நினைத்தார்.

ராதாவைப் பொறுத்தவரை இதிலெல்லாம் அவருக்கு நம்பிக்கை யில்லை. "இதெல்லாம் ஒரு அரசியல் ஸ்டண்ட் அவ்வளவுதான்" ஒருவேளை தான் தன்னை அரசு அதிகாரியாக வைத்துப் பார்ப்பதால் பல நேரங்களில் நம்பிக்கையைப் பிரதிபலிக்க முடிகிறதோ என்கிற எண்ணம் சுதீருக்கு ஏற்படுவதுண்டு.

"குடியமர்த்தப்பட்ட குடும்பங்களுக்கெல்லாம் நிவாரணத் தொகையாக ரூ.20,000 வழங்கப்படும்" என்கிற முதலமைச்சரின் அறிவிப்பைப் பார்த்ததும் இது தேர்தல் நெருங்குகிற பயத்தை உணர்த்தும் அறிவிப்புதான் என்று பட்டது.

★ ★ ★

சுதீருக்கு இரண்டு நாட்களாக யூதிகாவின் நிலை கவலையளிப் பதாக இருந்தது. உடல் கொதித்துக்கொண்டிருந்தது. சாப்பிட்ட தெல்லாம் வாந்தியாக வெளிவந்து கொண்டிருந்தது. பழக்கமில்லாத சூழல் யூதிகாவை வருத்திவிட்டது. கிராமத்தில் இருக்கிற பச்சிலை வைத்தியம் பயனளிக்கவில்லை.

"யூதி! நான் சொல்வதைக் கேள். பிடிவாதம் பிடிக்காதே. நீ பேசாமல் உன் அப்பா வீட்டில் போய் தங்கு. உன்னுடைய ஆத்மா ஒத்துழைத்தாலும் உடல் ஒத்துழைக்க மறுக்கிறது என்பது எனக்குத் தெரியும். எனக்கு உன் இருப்பு மிகுந்த கவலையைத் தருகிறது."

"இது சாதாரண காய்ச்சல்தான். சரியாகிவிடும். ஒரு முக்கியமான காலகட்டத்தில் நான் உங்களோடு இருப்பதுதான் என்னுடைய கடமை. நானும் இல்லாவிட்டால் நீங்கள் சாப்பிடக் கூட மாட்டீர்கள்."

காய்ச்சல் இறங்கியபிறகு யூதிகாவை அவளுடைய சொந்த ஊருக்கு அனுப்ப சம்மதிக்க வைப்பதற்கு சுதீர் மிகவும் சிரமப்பட வேண்டி யிருந்தது.

புகைவண்டியில் கையசைத்தவாறே அவள் பிரிந்துசென்ற பொழுது திருமணமான நாளிலிருந்து ஒருமுறை கூடத் தன்னை விட்டுப் பிரியாத மனைவி, இப்பொழுது முதல் முறையாகப் பிரிந்து செல்வதை நினைத்தபொழுது சுதீருக்கு நெஞ்சு சற்றுக் கனமாக இருந்தது.

21. ஆற்றுக் குளியல் சுகம் தந்ததால் உடலைத் துவட்டிக்கொள்ளாமல் இருந்துவிடுகிறோமா?

கரையருகே தலை கவிழ்ந்து அமர்ந்திருந்த சிமனுக்கு நேரம் போனதே தெரியவில்லை. அணை எதிர்ப்பு, போராட்டம், ஊர்வலம், பழங்குடியினரின் ஒருமித்த அமைப்பை ஏற்படுத்துவது என்றெல்லாம் ஓய்வு இன்றி உழைத்தாலும், இதயத்தின் ஒரு மூலையில் இன்னமும் ஈரமாய் மிருதுளாவின் நினைவுகள் இருந்தன. குடியேறிய பகுதியை விட்டு வெகு தூரமாய் அவள் போய்விட்டாள் என்பது தவிர வேறெந்த விவரமும் தெரியாத பொழுது அவளை எப்படித் தேடமுடியும்? வாசித்தறிந்தவளாக இருந்திருந்தால் எதாவது ஒரு பத்திரிகையில் சிமனின் படத்தையும் பேட்டியையும் பார்த்து விவரமறிந்திருப்பாள்.

சிமனின் மனம் இவ்வளவு திண்மையாய்க் கனத்துத் தொங்குவதற்குக் காரணம் உண்டு. நேற்றுதான் அர்ஜுனுடைய திருமணம். தனக்கு எவ்வளவோ இளையவன். தான் விவரமறிந்திருக்கப் பிறந்தவன். பக்கத்துக் கிராமத்தில்தான் பெண். இருபது வெள்ளாடுகளையும் பத்து மூட்டை மக்காச் சோளத்தையும் கொடுத்துவிட்டு பெண் எடுத்துக் கொண்டான்.

நேற்று இரவு முழுதும் பானமும், கொண்டாட்டமுமாய் சுற்றுப் பக்கத்தில் இருக்கிற பெண்களெல்லாம் சேர்ந்து குதியாட்டமும், கும்மாளமுமாய் இரவு முடிகிறவரை எல்லோரும் சந்தோஷமாய்த் தங்கள் மணநாட்களை நினைத்துக் கொண்டவர்களாக.

எல்லோரிடமிருந்தும் பிரிந்து ஒட்டாதவாறு தான் மட்டும் நின்றிருப்பதாகப் பட்டது சிமனுக்கு. இது இன்று நேற்றல்ல. ஆரம்பத்திலிருந்தே இன்றும் அகலமாய்த் தன்னுடைய சிறகுகளை விரிக்கவேண்டும் என்று கருதியதால்தான் ஊர் ஆலமரத்தடியில் விழுதுகளை ஊஞ்சலாக்கி விளையாடுவதில் மட்டும் அவனால் மகிழ்ச்சியடைய முடியவில்லை.

இந்தச் சூழலில் எப்படி இவர்களால் திருமணம் செய்துகொள்ள முடிகிறது? ஒருவேளை வாழ்க்கை ஒரு சகஜமான நிகழ்வு. விளையாடித் தீர்க்கிற சுகானுபவம் என்பதை இயல்பான வாழ்வுமுறை இவர்களுக்குப் பயிற்றுவித்திருக்கிறதா என்று எண்ணியவர்கள் அங்கே தாமரை இலைத் தண்ணீராய் ஒட்டாமல் நின்றிருந்த ராதாபடங்கரும், சிமனும், சந்தீப்பும்தான்.

நிதின்கூட அவர்களோடு ஒன்றி நடனமாடிக்கொண்டும், இளைஞர்களுடன் சேர்ந்து விளையாடிக்கொண்டும் லயித்திருந்தான்.

சந்தீப்புக்கும், சிமனுக்கும் இடையே இருந்த அதீத நெருக்கம் அந்த ஒருவனிடமாவது தன்னிடம் இருப்பதைச் சொல்லி மனத்தை லேசாக்கிக் கொள்ளலாமே என்கிற எண்ணத்தை அடிக்கடி ஏற்படுத்தும். இருந்தாலும் சிமனுக்கு ஒரு தடை நாம் இப்படியெல்லாம் சிலாகித்துக் கொண்டிருக்கும் மிருதுளாவைப் பற்றி யார் மூலமாகவாவது அவளுக்குத் திருமணமாகிவிட்டது என்ற செய்தி வந்தால்கூடத் தன்னால் தாங்க முடியாதே என்று தோன்றும்.

ஊர்முழுவதும் களித்திருக்க விழிகளில் அவ்வப்போது அரும்பித் துளிர்க்கும் நீரைச் சுண்டிவிட்ட வண்ணம் இன்னொரு உலகில் சயனித்திருக்கும் சிமனை, சந்தீப் மட்டும் உற்றுக் கவனித்துக் கொண்டிருந்தான்.

அவன் தோளில் கையமர்த்தித் தனியாய் அழைத்துச் சென்று கேட்டான்:

"உனக்கு என்ன நேர்ந்தது சிமன்?"

"ஒன்றுமில்லையே."

"நீ எதையும் மறைக்கத் தேவையில்லை. நான் உன்னை வெகு நேரமாகக் கவனித்துக்கொண்டுதானிருந்தேன். உன் கண்ணீர்த் துளிகள் உன்னைக் காட்டிக்கொடுத்துவிட்டன. என்னிடமிருந்து தப்ப முடியாது."

மௌனித்திருந்த சிமன் தலை கவிழ்ந்து அமர்ந்தான்.

"உன்னைவிட இளையவனான அர்ஜுனுக்குத் திருமணம் நிகழ்கிறது. ஆனால் நீ மட்டும் சிறுவயதிலேயே தாயன்பை இழந்து தனியனாய்க் கிடக்கிறாய் என்கிற வருத்தம்தானே காரணம்?"

"இல்லை சந்தீப். நீங்கள் நினைப்பது சரியல்ல. அணையை எதிர்த்து நாம் போராடுகிறோம் என்பதற்காக எல்லோருமே வேதனைப் பட வேண்டும் என்று நான் நினைக்கவில்லை. எதிர் பாராதவாறு என் வாழ்வில் நடந்துபோன விபத்து பற்றித்தான் நான் யோசித்திருந்தேன்."

சிமன் மிருதுளாவைப் பற்றி ஒன்றுவிடாமல் சொல்லி முடித்தான். சந்தீப்புக்கு அவன் அன்பின் ஆழம் புரிந்தது.

"சிமன், நடந்து போனது பற்றி எத்தனை காலம் கவலைப்பட முடியும்! காதல் என்பது சுகமானதுதான். உன்னைப் பொறுத்தவரை

நீ ஒழுக்கத்துடனும், உண்மையுடனும் நடந்துகொண்டாய். அதற்கு மேல் என்ன செய்யமுடியும். நீ மிருதுளாவை மறக்கவேண்டும் என்று சொல்லவில்லை; அது நிகழ வாய்ப்பேயில்லை. ஆனால் அதைப் போலத்தான் இதுவும். நீ விரைவில் திருமணம் செய்துகொள்ள வேண்டும். அது உன் தந்தை கோவிந்த் பாயிக்கு எவ்வளவு ஆறுதலைத் தரும் என்பதை நினைத்துப் பார். நீ மட்டும் உலகம் என்று பாவித்துக்கொண்டு வாழ்ந்து வருகிற அவருக்கு உன்னை அந்தக் கோலத்தில் பார்க்க எவ்வளவு ஆசையாயிருக்கும்."

சிமன் முகத்தில் எந்த மாற்றமும் ஏற்படவில்லை.

"அணை கட்டுவதை அரசாங்கம் நிறுத்தப் போவதாக அறிவிக்கிற வரை எந்தப் பேச்சுக்கும் இடமில்லை. மிருதுளாவையும் எனக்குள் நான் சாகடித்துவிட முடியாது."

"சந்தீப்! நம்மோடு ஆரம்பத்தில் சுத்திக்கொண்டிருப்பானே கோகுல், அவனைக் கொஞ்ச காலமாகவே காணோமே."

"ஆமாம் நிதின், நமக்கு எவ்வளவு உதவியாயிருப்பான், கொடுத்ததைச் சாப்பிட்டுக்கொண்டு துளியும் களங்கமில்லாமல்."

"என்னானான்?"

"என்னைக் கேட்டால்? நான்தான் பக்கத்து தாலுகாக்களுக்கு இரண்டுமாதம் போகும்படி ராதா தீதி செய்துவிட்டாரே. இங்கே நடந்தது எப்படித் தெரியும்?"

"எதற்கும் சிமனைக் கேட்கலாம்?"

"சிமனுக்கு மட்டும் எப்படித் தெரிந்திருக்க முடியும்? அவன்தான் மாநிலம் பூரா அலைந்துகொண்டிருக்கிறானே, இப்போது அவன் நேஷனல் ஃபிகர்."

"அதோ அவனே வந்துகொண்டிருக்கிறான்."

"சிமன், சிமன். இங்கே கொஞ்சம் வாயேன்" என்ன தலைபோகிற விஷயம் என்பதுபோல் மெத்தனமாக அவன் இருந்தான். சுதீர் சாப் அவனைக் கூட்டிக்கொண்டு ஒரு சில பிரமுகர்களிடம் அழைத்துச் செல்வதாகச் சொல்லியிருக்கிறார். அவன் மூளை முழுவதும் அதே சிந்தனைகள்.

"உன்னிடம் ஒரு முக்கியமான விஷயம் கேட்கணும்."

"என்ன?"

"இங்கே கோகுல்னு ஒருத்தன் இருப்பானே, சாதுவா, அவனைக் கொஞ்ச நாளாக் காணோமே..."

"அவன் கொஞ்சம் புத்தி சுவாதீனமில்லாதவன்."

"அதுக்கும் காணாமப் போறதுக்கும் என்ன சம்பந்தம்? அப்படி இருக்கறவங்க பலபேரு ரொம்ப உசந்த இடத்துக்குப் போயிடறாங்களே."

நிதினுடைய நகைச்சுவைக்கு யாரும் சிரிக்கவில்லை.

"நம்ப கிராமத்து ஜனங்க அக்கரையில போய் அணை கட்ட வேலை செய்யக்கூடாதுன்னு போட்ட தடையைப் பத்தி அவனுக்கு மட்டும் புரியல. நானு அதை அவனுக்குப் புரிய வைக்கவும் முயற்சி செய்யல. அந்தப் பக்கமாதான் போய் எடுபிடி வேலை செஞ்சிக் கிட்டிருந்தான்."

"என்ன சிமன், இவ்வளவு சாவகாசமா பதில் சொல்றே அவனை இப்பக் காணமே."

யாரோடயாவது எங்கேயாவது போயிருப்பான் எடுபிடி வேலை செய்யறதுக்கு. அவனை யாராவது கடத்திக்கிட்டா போயிருப்பாங்க. அவனால என்ன பிரயோஜனம். அவன் ஏதும் கல்லு கில்லு தூக்கித் தலையில போட்டுக்கக் கூடாதுன்னுதான் நான் ரொம்பவும் கவலைப் பட்டேன்!

"எனக்கென்னவோ ஒப்பந்தக்காரர்கள் மீது சந்தேகமாயிருக்கு. அவன் என்மேல ரொம்பப் பிரியமாயிருப்பான். நான் அவனுக்கு மார்க்கெட்டுலயிருந்து ஒரு வெள்ளி மோதிரம் கூட வாங்கிக் கொடுத் திருக்கேன். பாவமாயிருக்கு" சந்தீப்புக்குத் துக்கமாயிருந்தது.

"ஒரு சின்ன விஷயத்தைப் பெரிசு பண்ண வேணாம். நிதின் வேணுமின்னா ஒப்பந்தக்காரங்ககிட்ட இன்னைக்கு சாய்ந்தரமா விசாரிச்சிப் பார்க்கட்டும். நான் சுதீர் சாபோட துலியாவுக்குப் போறேன். அவரு அணையை எதிர்த்து வழக்குப் போடறது சம்பந்தமா பேசறதுக்குக் கூட்டிக்கிட்டுப் போறாரு."

***

மாலை மங்கிய சூரியனின் கதிர்கள் சிவப்பாய் வானத்தை அலங்கரித்துக் கொண்டிருந்தன. இருள் இன்னும் சில மணித் துளிகளில் அடர்த்தியாகிற கட்டியமாய் அது சிவந்திருந்தது.

நிதினும், ராம்லால், திலக் என்ற இரு இளைஞர்களும், அக்கரைக்குப் போனார்கள்.

ஒப்பந்தக்காரர் ஜோஷிதான் ஆரம்பக்கட்ட வேலைகளைக் கவனித்து வருகிறார் என்பது மட்டும் நிதினுக்குத் தெரியும்.

ஜோஷி கட்டிலில் அமர்ந்தவாறு பணம் பட்டுவாடா செய்த விவரங்களையெல்லாம் பார்த்துக்கொண்டு இருந்தார். கையில் டீ கிளாஸ் இருந்தது.

"ஜோஷி சாப்" என்ற மிரட்டலான குரல் தலை நிமிர வைத்தது.

"வாங்க, வாங்க வந்து உட்காருங்க. சாய் சாப்பிடுறீங்களா?"

"ஜோஷி சாப், டீ எல்லாம் வேணாம், சும்மா உங்களைப் பார்த்துட்டுப் போலாமுன்னுதான் வந்தோம்."

"அது சரி, எங்களுக்கும் ரொம்ப சந்தோஷமாயிருக்கு. நாமெல்லாம் விரோதிகள் மாதிரி செயல்பட்டுக்கிட்டு இருக்கறதால் என்ன லாபம். ஒருத்தருக்கு ஒருத்தர் பரஸ்பரம் உதவியா இருந்தா தான் ரெண்டு பேருக்கும் நல்லது."

"உங்களுக்கு நல்லது. சீக்கிரமா பிராஜக்டை முடிப்பீங்க. எங்களுக்கு என்னா நல்லது."

"ரொம்பக் கோபமா பேசறீங்க. சாயாவாது சாப்டலாமே?"

"ஜோஷி சாப், கோகுல்னு எங்க கிராமத்துப் பையனைக் காணோம். கடைசியா அவன் இங்கதான் வேலை செஞ்சுக்கிட்டு இருந்தான். அதுதான் விசாரிச்சிட்டுப் போலாமுன்னு வந்தோம்."

ஜோஷியின் முகம் திடீரென இருள்வதை நிதின் கவனிக்கத் தவறவில்லை.

"கோகுல்?.... யாரைச் சொல்றீங்க?"

"என்ன சாப், ஒரு பையன் கொஞ்சம் புத்திசுவாதீனமில்லாம இருந்தானே, கோகுல்னு-அவனைத்தான் சொல்றோம்."

"ஓ அவனா, ஆமா ஆமாம். நல்லா ஞாபகமிருக்கு. இங்க வந்து சாப்பாட்டுத் தட்டையெல்லாம் கழுவிக்கொடுத்து உதவியாயிருந்தான். நாங்களும் நல்ல சாப்பாடெல்லாம் குடுத்தோம். அப்பறம் திடீர்னு காணோம். ஒருவேளை கிராமத்துக்குத்தான் வந்திருப்பானோன்னு நெனைச்சோம். அங்கயும் வரலியா."

இதில் ஏதோ தவறு நடந்திருக்கிறது என்பது ராம்லாலுக்கும், திலக்கிற்கும் தெரியாவிட்டாலும் நிதினுக்குப் பொறிதட்டியது போல் புரிந்தது.

"சரி, ஜோஷி சாப், அப்ப நாங்க வர்றோம்."

"அப்படியே அணைக்கட்டு வேலை நடந்திருக்கே அதைப் பாத்துட்டுப் போங்க. வேலை ஸ்ட்ராங்கா நடந்திருக்கான்னு பாத்துச் சொல்லுங்க."

"நாங்க என்ன எஞ்ஜினியரா ஜோஷி சாப். அப்படியே பாத்தாலும் அணையை வீக்கா கட்டி அது தண்ணியிலே அடிச்சிக்கிட்டுப் போனா ரொம்ப சந்தோஷப்படுவோம்."

அணை ஆரம்ப வேலைகளுக்காக மண்ணைத்தோண்டி அக்கரையில் குவித்திருந்தார்கள். அதன்மேல் ஏறிவிழுந்து விடாதபடி சமநிலையில் சிரமப்பட்டு நடப்பதில் ஒரு சுகமிருந்தது.

எதேச்சையாய் கால் இடற, மண் சரிய, பளபளவென ஒரு வெள்ளி மோதிரம் மண்ணிலிருந்து லேசாகத் தலை நீட்டியது நிதினின் கண்களில் பட்டுவிட்டது.

---

22. வன்முறை எண்ணம் என்பது மனதின் எந்த ஒரு மூலையில் ஓரமாய்ப் புதைந்து கிடந்தாலும் போதும், வாய்ப்புக் கிடைக்கும் பொழுது வளர்ந்துவிடும்.

எது நடந்துவிடக் கூடாது என்பதில் ராதாவும், சிமனும் குறிப்பாக இருந்தார்களோ, எது தங்கள் இயக்கத்தைப் பலவீனப்படுத்திவிடும் என்று நினைத்திருந்தார்களோ அது நடந்தேறிவிட்டது.

ஆனால் அது நடக்கும்பொழுது ராதாவோ, சிமனோ, சுதீரோ சிந்தூர் கிராமத்தில் இல்லை. இருந்திருந்தால் நிச்சயம் தடுத்திருப் பார்கள்; முளையிலேயே கிள்ளியிருப்பார்கள். ஆனால் ஒவ்வொரு வரும் பணி நிமித்தமாய் வெவ்வேறு இடங்களுக்குச் சென்றிருந் தார்கள். அந்தச் சூழல் நிதினுக்குச் சாதகமாகப் போய்விட்டது.

மோதிரத்தை எடுத்துக்கொண்டு நேராக சந்தீப்பிடம் சென்று, "இதுதான் நீ கோகுலுக்குக் கொடுத்த மோதிரமா?" என்று கேட்ட போது, "ஆமாம். இது உனக்கெப்படிக் கிடைத்தது?" என்று பதில் கேள்வியை அவன் விடுத்தபோது நடந்ததையெல்லாம் விவரமாகச் சொல்லியிருந்தால்கூட நிதானமாய் ஆலோசித்து முடிவெடுத்திருக்கலாம்.

அவசரம், எல்லாவற்றிலும் வேகம். இளமை ரத்த நாளங்களை நிரப்பிக்கொண்டு வருகிற படபடப்பு. நிதின் இப்படியொரு சந்தர்ப்பத்திற்காகத்தானே காத்திருந்தான்!

உண்மையில் வன்முறை எண்ணம் என்பது மனத்தின் எந்த ஒரு மூலையில் ஓரமாய்ப் புதைந்து கிடந்தாலும் போதும். வாய்ப்புக் கிடைக்கும்பொழுது வளர்ந்துவிடும். வன்முறையில் ஈடுபடுகிறவரை, தன்னுடைய பலத்தைக் குறைத்து மதிப்பிடுகிற மனப்பான்மை உண்டு. ஈடுபட்ட பிறகு அதுவும் ஒரு போதைப் பொருளைப் போல் கெட்டி யாகப் பிடித்துக்கொண்டு கையைவிடாமல் இறுக்கிக் கொள்கிறது.

எப்பொழுதுமே நிதினைச் சுற்றி இருபது, முப்பது இளைஞர்கள் இருந்துகொண்டே இருப்பார்கள். அவர்களோடு சேர்ந்து புகைப்பது திருவிழாக்களில் நடனமாடுவது என்றெல்லாம் அவர்களுக்கு மிகவும் நெருங்கியிருந்தான். தங்களுடைய குணங்களில் சிலவற்றை வைத்திருப்பவர்களோடு எளிதில் ஒன்றிவிடுகிறார்கள். அப்படிப்பட்ட பழக்கங்கள் இல்லாத காரணத்தால் சந்தீப் ஒரு தூரத்திலேயே நின்றிருப்பதைப் போலத்தான் அவர்களுக்குத் தோன்றியது. எந்த வீட்டிற்குள்ளும் புகுந்துவிடுவது, அவர்கள் எதைச் சாப்பிட்டுக் கொண்டிருந்தாலும் தானும் அமர்ந்து அதைப் பகிர்ந்துகொள்வது, சின்னப் பிள்ளைகளுக்கு மாலை நேரங்களில் அட்சரங்கள் கற்றுத் தருவது என்றெல்லாம் நிதின் அவர்களிடம் அதீதமான நம்பகத் தன்மையை வளர்த்து வைத்திருந்தான்.

முப்பது, நாற்பது இளைஞர்கள் அவன் கூப்பிட்ட குரலுக்குத் திரண்டார்கள். இது எதுவுமே சந்தீப்புக்குத் தெரியாது. அவன் கோவிந்த் பாயினுடைய குடிலில் அமர்ந்து சிம்னி விளக்கில் அணைக்கு எதிரான பிரசுரங்களையும் ஜனாதிபதிக்குப் பழங்குடியினர் எழுதுகிற மாதிரி ஒரு கருணை மனுவும் தயாரித்துக் கொண்டிருந்தான்.

நிதின் குரலுக்கு ஈர்ப்பு சக்தி இருக்கத்தான் செய்தது.

"நாம்ப எல்லோரும் போய்த் தட்டிக் கேக்கணும். நம்ப கோகுலை ஒப்பந்தக்காரர்கள் கொன்னுட்டானுங்க. அவனுக்கு சந்தீப் கொடுத்த மோதிரம் மண்மேட்டுல கிடக்கறதைப் பாத்தேன். வாங்க எல்லோரும் அக்கரைக்குப் போலாம்."

சிமன், ராதா இவர்களுடைய சாத்வீகப் போக்கு சரிப்பட்டு வராது என்று வழிந்தோடுகிற தங்கள் இளமையின் கனத்தால் தவித்தவர் களுக்கு இப்படியொரு நிகழ்வு வாய்ப்பாக இருந்தது.

பற்ற வைத்த தீப்பந்தங்களுடனும், கடப்பாரைகளோடும் தங்களை நோக்கி வந்துகொண்டிருந்த கூட்டம் எதற்கு என்பது அக்கரையில் இருந்தவர்களுக்குத் தெரிந்திருக்கவில்லை. சாத்வீகமான சாதுவான சிந்தூர் கிராமவாசிகளை மட்டுமே பரிச்சயப்படுத்தி

வைத்திருந்த அவர்களுக்கு இப்பொழுதுகூட எதற்காக வருகிறார்கள் என்பதோ, தங்களைக் குறிவைத்து வந்திருக்கிறார்கள் என்பதோ தெரியவில்லை.

தோணிகள் கரையை அடைந்ததும் 'திபுதிபு'வென இறங்கி அவர்களின் சந்தடியிலும், பதற்றத்திலும் மட்டுமே தங்களை நோக்கி வந்திருக்கும் ஆபத்து அது என்பது 'சட்'டெனப் புரிந்தது.

"ஏண்டா! பாவிகளா அநியாயமா கோகுலை கொன்னுட்டீங்களே"

"நல்லாயிருப்பீங்களா!"

"உங்களைச் சும்மாவிட மாட்டேண்டா."

கூலிகள் தங்குவதற்காகப் போடப்பட்டிருந்த கூடாரங்கள் தீ வைக்கப்பட்டன. அடுக்கி வைக்கப்பட்டிருந்த பொருட்கள் சேதப் படுத்தப்பட்டன. ஒப்பந்தக்காரர்கள் அந்த நேரம் அங்கு இல்லை. தங்கியிருந்த அத்தனை கூலிகளுக்கும் அடி, சகட்டு மேனிக்கு விழுந்தது. காயம்படாமல் முதுகு வீங்கி கனக்குமாறு 'மொத் மொத்' என்று விழுந்த அடியை எதிர்ப்பதற்கு, எதிர்கொள்வதற்குக் கூட அவர்கள் தயார் நிலையில் இல்லை.

கூலிகளுக்கும் கோகுல் மரணத்திற்கும் எந்தவிதமான சம்பந்தமும் இல்லை என்பதைக் கூடப் புரிந்துகொள்ள விரும்பாத நிலையில் தாக்குதல் நடந்தது.

அணைக்கான கட்டுமான வேலைகளையெல்லாம் கடப்பாரையை வைத்துப் பெருமளவு சேதப்படுத்தினார்கள். கூலிகள் உண்பதற்காக வைத்திருந்த உணவுப்பொருட்களை எடுத்து நதியில் வீசினார்கள்.

"எங்க அந்த காண்ட்ராக்டர்ஸ்? மரியாதையா சொல்லுங்க. அவனுங்களைக் கொல்லாம விடமாட்டோம்" என்று அங்கிருந்தவர் களைப் பிடித்து உலுக்கினார்கள்.

★★★

எதிர்த் திசையில் கூடாரங்கள் எரிந்து புகை மேலெழும்புவதைப் பார்த்து அந்த ஜ்வாலையின் வெளிச்சம் பரவியதை எதிர்கொண்டு கோவிந்த் பாயி குடிலை விட்டு வெளியே வந்தார்.

விரும்பத் தகாதது ஏதோ நடந்துகொண்டிருக்கிறது என்பதை யுணர்ந்து சந்தீப்பை அழைத்தார். "தம்பி! அக்கரையில் தீப்பிடிச்சி எரியுது, என்னமோ நடக்குது. எனக்குக் கண் மங்கலா இருக்கறதுனால தெளிவாத் தெரியமாட்டேங்குது. கொஞ்சம் வந்து பாருங்களேன்!"

சந்தீப்புக்குத் தூக்கி வாரிப்போட்டது. அங்கே ஜ்வாலையின் நாக்குகளில் நிதினும், அவனுடைய குழு இளைஞர்களும் வன்முறையில் ஈடுபட்டுக்கொண்டிருப்பது புரிந்தது. உடனே ஓடிப்போய் அதைத் தடுக்க வேண்டும் என்ற பதற்றம் ஏற்பட்டது. நிதின் ஏதோ குழப்பத்தை ஏற்படுத்தியிருக்கிறான் என்பது மட்டும் புரிந்தது. அக்கரைக்குப் போவதற்கு அவன் மனம் துடித்தது.

"கோவிந்த் பாயி எல்லாத்தையும் கெடுத்திட்டானே நிதின். நான் அக்கரைக்குப் போவணுமே."

"முடியாது தம்பி! இப்பத்தான் தோணித் துறையிலே போய் பார்த்துட்டு வந்தேன். இருந்த இரண்டு தோணியையும் அவனுங்களே எடுத்துக்கிட்டுப் போயிட்டானுவ. இந்த சமயம் பார்த்து ராதா, சிமன், சுதீர் சாப் யாருமே இல்லயேப்பா! நம்பளைத் தவிக்க விட்டுட்டு எல்லோரும் போயிட்டாங்களே."

சந்தீப் தலையில் கையை வைத்துக்கொண்டு அமர்ந்து விட்டான். நடக்கவிருக்கிற பயங்கரமான எதிர் விளைவுகளை அவன் நினைத்துக்கூடப் பார்க்கவில்லை. ஆரம்பத்திலிருந்தே நிதின் ஏதாவது பிரச்சினையை ஏற்படுத்துவான் என்கிற அவனுடைய அனுமானம் தப்பவில்லை. ஆனால் அனுமானத்திற்காக என்ன அனுகூலங்கள் கிடைத்துவிடப் போகின்றன? விரக்தியையும் வேதனையையும் தவிர!

எல்லாம் நடந்து முடிந்த பிறகுதான் உணர்ச்சியின் உந்துதலால் மிகப்பெரிய தவறிழைத்துவிட்டோம்; இதன் விளைவுகள் மோசமாக இருக்கும் என்பது புரிந்தது. நிதினுக்கு தலை பாரமாக இருந்தது. நெஞ்சு கனத்தது. வன்முறையாளன் முதல் முறை வன்முறையில் ஈடுபடும் பொழுது இப்படித்தான் ஏற்படும். பின்னர் பழகிப் போய்விடும் என்றெல்லாம் அவனுக்குத் தெரிந்திருக்க நியாயமில்லை.

சாதித்த தெம்பில் அவனை மற்ற இளைஞர்கள் சூழ்ந்து கொண்ட பொழுது "நாம் ஒரு வாரத்திற்கு இங்கு இல்லாமல் இருப்பதுதான் நல்லது. நிச்சயம் நம்மைப் போலீஸ் தேடிவரும். நாம் வேறு எங்காவது ஓடிவிடலாம்; என்ன சொல்கிறீர்கள்?"

இப்படியொரு வழிகாட்டுதலை அவர்களும் எதிர்பார்க்க வில்லை. தைரியமாய் நெஞ்சை நிமிர்த்தி "பாருங்கள் நாங்கள் அவர்களைத் துவம்சம் செய்துவிட்டோம். இனி ஒரு பயல் அணை கட்டறேன்னு இங்கே வருவாங்களா, பார்க்கலாம்!" என்று சாதித்த சந்தோஷத்தில் வலம் வரவேண்டும் என நினைத்தவர்களுக்கு நிதினுடைய எச்சரிக்கை சலிப்பாய் இருந்தது.

"நீங்கள் போகலாம். நாங்கள் எங்கு போகமுடியும்! எங்களுக்கு ஏது போக்கிடம்? போக்கிடம் இல்லாததால்தானே அணையை எதிர்க்கறோம். நீங்க இப்படி சொல்லுவீங்கன்னு தெரிஞ்சிருந்தால் நாங்க வந்திருக்கவேமாட்டோம்" என்று ஒருவன் சொன்னதும் நிதினுக்குத் தவறு புரிந்தது.

"இல்லை நான் அதற்குச் சொல்லவில்லை. பயந்துகொண்டு நாம் எடுக்கிற நடவடிக்கை இல்லை. ஒரு தற்காப்புக்காகத்தான் நாம் மறைந்து வாழ்ந்தால்தான் தொடர்ந்து போராட முடியும் என்று நினைத்தேன்" என்று சொல்லிச் சமாளித்தான்.

உள்ளூர பயம் அவனைக் கவ்விக்கொண்டு இருந்தது.

"போலீஸைப் பற்றி எனக்கென்ன பயம்! நாமென்ன தப்பு செய்தோம். வாருங்கள் நாம் போகலாம்" என்று சமாளித்துத் தோணியில் தோழர்களுடன் ஏறினான். இந்தத் தோணி அலைகளில் அடித்துக்கொண்டு வேறு எங்காவது போய்விடாதா என்கிற விபரீத எண்ணம் அவன் உள்ளத்தை ஆக்கிரமித்துக் கொண்டிருந்தது.

★★★

"நிதின், என்ன காரியம் செஞ்சிட்டே, இது உனக்கே சரியாப்படுதா?" சந்தீப்பின் விழிகளை நேருக்கு நேர் எதிர்கொள்ள முடியவில்லை.

"நம்ப இயக்கத்துக்கு எவ்வளவு கெட்ட பெயரை வாங்கித் தரக்கூடிய செயலை நீ செஞ்சிருக்கே தெரியுமா. அதுவும் ராதா பஹன், சிமன், சுதீர் சாப் யாருமே இல்லாதபோது எவ்வளவு ஜாக்கிரதை யோட இருக்கணும்? இப்படி விளையாட்டுத்தனமா நீ செஞ்சது அவங்களுக்கு எவ்வளவு கெட்ட பேரை உண்டாக்கும்? இதுமேல விசாரணை, கேஸுன்னு எவ்வளவு தூரம் நம்ப சக்தி விரயமாகுமோ, அதிலேயும் அப்பாவிக் கூலிகளைப் போட்டு அடிச்சிட்டு வந்திருக்கீங்க. அவங்க என்ன பண்ணுவாங்க. வன்முறையை நாங்க எதிர்க்கறதுக்குக் காரணமே அது தவறான இலக்கை நோக்கிப் போயிடும்கறதுக்காகத் தான். இப்ப நான் என்ன பண்ண முடியும்."

சந்தீப் பேசியது எதுவும் நிதின் காதில் விழவில்லை. அவன் குற்ற உணர்வில் பீடிக்கப்பட்டு இருந்தான்.

'கொஞ்சம் அவசரப்பட்டுவிட்டோமே! இனி என்ன நடக்குமோ' என்கிற கவலை அவனுக்குள் பெரிதாகிக் கொண்டேயிருந்தது. ஆனால் அதை ஒத்துக்கொள்ள அவன் மனம் முன் வரவில்லை.

“கோகுலை அவனுங்க கொன்னுட்டாங்களே, அதுக்கு என்ன சொல்றே?”

“அது உனக்கு நிச்சயமா தெரியுமா? அதுக்கு நீ செஞ்சதுதான் பரிகாரமா?”

“இதுவரைக்கும் நீதி, நியாயமெல்லாம் உண்மைக்குச் சார்பாதான் நடந்துகிட்டிருக்கா?”

“நீ செஞ்ச தப்புக்குச் சமாதானம் சொல்லி ஒண்ணும் பிரயோஜன மில்லை.”

மேலாகத் தன்னை வெளிக்காட்டாமல் இருந்தாலும் இரவு முழுவதும் முள்குத்துகிற படுக்கையாய்த் தூக்கமற்று நிதினை அமைதியிழக்கச் செய்தது இருள்.

பல இரவுகளாய் அந்த ஓர் இரவு நீடித்து அவனைத் துன்புறுத்தியது.

23. சில நேரங்களில் ஆறுதல், சோகத்தைவிட உறுத்துவதாகப் போய்விடுகிறது. வார்த்தைகளின் ஆடம்பரங்கள் தொண்டைக்குழியை அறுக்கிற அபாயம் அதில் அடங்கியிருக்கிறது.

சந்தீப்புக்கு நடந்து முடிந்ததையெல்லாம் நினைத்துப் பார்த்த பொழுது கனவைப் போல இருந்தது.

நிதின் இளைஞர்களோடு மறுகரைக்குச் சென்று சேதம் ஏற்படுத்திவிட்டு வந்தபொழுது சந்தீப் நெஞ்சாரப் பயந்து கொண்டு தானிருந்தான். ‘என்ன நடக்குமோ என்ற அச்சம் உள்ளம் முழுவதும் பரவி, கனத்துத் தொங்கியது. இருந்தாலும் அவன் எதிர்பார்த்ததைக் காட்டிலும் பல மடங்காய் நடந்து முடிந்த விபரீதம் இருந்தது.’

‘திமுதிமுவென கரையில் வந்திறங்கிய போலீஸ் கண்ணை மூடிக்கொண்டு எதிர்ப்பட்ட இளைஞர்கள் அனைவரையும் அடித்து நொறுக்கியதையும் நிதினையும் இருபது இளைஞர்களையும்கூட வந்த கூலிக்காரர்கள் அடையாளம் காட்ட கழுத்தில் வன்மமாய்க் கை வைத்துத் தள்ளிப் பிடித்துப் போனதையும் சில நிமிடங்களில் நடந்து முடிந்துவிட்ட இந்தச் சம்பவத் தொகுப்பையும் உள்வாங்கிக் கொள்வதற்கே நேரம் பிடித்தது.’

சந்தீப்புக்கு என்ன செய்வது என்று தெரியவில்லை. இவை யனைத்தும் துணைக்கு யாருமே இல்லாத காலத்தில் நடந்தேற வேண்டுமா? சிமனோ, சுதீர் சாப்போ தவிர்த்திருக்கலாமே! இப்பொழுது என்ன மேற்கொண்டு செய்ய வேண்டும். ஒன்றுமே புரியவில்லையே! ஒருவேளை இப்படியொரு நிகழ்வை முன் கூட்டியே எதிர்பார்த்திருந்தால் அதற்கேற்றவாறு நம்மைத் தயார்ப்படுத்தியிருக்கலாமா? சந்தீப்பிற்குத் தங்கள் பக்கம் இருக்கும் பலவீனம் புரிந்தது. இது மிகப் பெரிய தவறின் காரணமாக ஏற்படும் தொடர் விளைவுகள் என்பதில் தன் சக்தி முழுவதுமாக உறிஞ்சப்பட்ட ஒரு மனநிலையில் அவன் இருந்தான்.

"நிதினுக்காக எப்படி வாதிடுவது? அவன் செய்தது மிகப் பெரிய குற்றம். அவனுடைய முன்கோபத்தின் காரணமாக மிகப் பெரிய தடைக்கல்லை இயக்கத்தின் வளர்ச்சியின் நுழைவாயிலில் வைத்து விட்டான். இயக்கத்தில் வன்முறை துளிர்க்க ஆரம்பித்தால், அது போதைப் பழக்கத்தைப் போல இளைஞர்களைக் கெட்டியாகப் பிடித்துக்கொண்டால் என்ன செய்யமுடியும்? எவ்வாறு இவற்றை யெல்லாம் எதிர்கொள்ள முடியும்? அணைக்கட்டுக்குச் சேதம் விளைவிப்பது, கூடாரங்களைக் கொளுத்துவது என்பதையெல்லாம் தேசிய அளவில் பேசும்பொழுது பலர் இயக்கத்திற்கு ஆதரவு தருவதை நிறுத்திக்கொள்வார்களே! நிதினுடைய விஷயத்தில் நாம் பயந்த மாதிரியே ஆகிவிட்டதே!"

கோவிந்த் பாயிக்குத் தன்னுடைய மகனையே போலீஸில் பிடித்துக்கொண்டு போய்விட்டதைப் போன்ற அயர்சி. இன்னும் என்ன என்ன சோதனைகளைச் சந்திக்க வேண்டியிருக்குமோ என்கிற அச்சம் உள்ளூர எழுந்து பன்மடங்கானது.

"தம்பீ, நீங்களும் இப்படியே உக்காந்திட்டா முடியுமா? நாம்ப சோந்தா எல்லோருமே சோந்து போயிடுவாங்க. நாம்ப தைரியமா இருக்கற மாதிரியாவது மத்தவங்க மத்தியிலே காட்டிக்கணும். ஆனது ஆயிப் போச்சி. மேற்கொண்டு என்ன செய்யணும்னு யோசிச்சிப் பாருங்க."

"நீங்க சொல்றதும் வாஸ்தவம்தான். ரங்காபூர் போலீஸ் ஸ்டேஷனுக்குத்தான் அவங்களைக் கூட்டிக்கிட்டுப் போயிருப்பாங்கன்னு நெனைக்கறேன். வாங்க போய் ஜாமீனுல எடுக்க முடியுமான்னு பார்ப்போம்."

தங்கள் கிராமத்தில் போலீஸ் நுழைவது இதுதான் முதல் தடவை. இதுவரை ஒரு வழக்குக்கூட போலீஸுக்குப் போனதில்லை. எல்லாப்

பிரச்சினைகளையும் அவர்களே தீர்த்துக் கொள்வார்கள். கோர்ட், ஜாமீன், கேஸ் இதெல்லாம் அந்நியமான நடைமுறை. அந்த வகையில் நாகரிக வளர்ச்சி தங்களைத் தீண்டாமல் இருந்ததில் பெருமைப்பட்டுக் கொண்டார்கள். இப்பொழுது அந்தத் திருப்தியும் சிதறிப்போனது.

இளைஞர்களின் பெற்றோர்கள் திகைப்பில் கண்ணீரோடும் அதிர்ச்சியோடும் நின்றிருந்தார்கள்! இதெல்லாம் அவர்களுக்குப் புதிது. 'என்ன நடக்கும்' என்பதை யோசித்துப் பார்க்கும் தன்மை கூட அவர்களிடம் இல்லை.

"கோவிந்த் பாயி! நீங்கள் அவர்களுக்கெல்லாம் ஆறுதல் சொல்லிவிட்டு வாருங்கள். அவர்கள் நம்பிக்கையோடு இருக்கட்டும். நாம் ஆக வேண்டியதைப் பார்ப்போம்."

சில நேரங்களில் ஆறுதல் சோகத்தைவிட உறுத்துவதாகப் போய்விடுகிறது. வார்த்தைகளின் ஆடம்பரங்கள் தொண்டைக் குழியை அறுக்கிற அபாயம் அதில் அடங்கியிருக்கிறது.

★★★

சப்-இன்ஸ்பெக்டர் நாபர் கோபத்தின் விளிம்பில் இருந்தார். அவர் மனத்தின் வேகம் விழிகளின் வழியாகத் தெறித்துக் கொண்டிருந்தது.

"எவ்வளவு கொழுப்பு இருந்தா அணைகட்ட வந்தவங்களை அடிச்சி நொறுக்கியிருப்பீங்க. அரசாங்கம்னா உங்களுக்குக் கிள்ளுக் கீரையாகப் போயிடுச்சா?" பல இளைஞர்களின் மீது ஊமை அடி கனமாக விழுந்தது.

"பொறுக்கிப் பசங்களே! திமிராடா உங்களுக்கு?" கன்னம் கன்னமாக விழுந்த அறையில் காவலர்களுக்குக் கை வலித்த காரணத்தால் தடியை அவர்கள் கையில் எடுத்துக்கொண்டார்கள்.

"இந்த அணைக்கட்டுன்னு இல்ல. இனிமே எந்த அணைக்கட்டுப் பக்கமும் போகாத மாதிரி அடிங்கய்யா, அப்பத்தான் இவனுங்களுக்குப் புத்திவரும்."

எல்லா இளைஞர்களும் வெறும் உள்ளாடையோடு நிறுத்தப் பட்டார்கள்.

"மிஸ்டர், நாபர் நான் சொல்றதைக் கொஞ்சம் கேளுங்க. இவங்களையெல்லாம் கூட்டிக்கிட்டுப் போனது நான்தான். என்னைத் தண்டிக்க உங்களுக்கு உரிமையுண்டு. இவங்களைத் தண்டிக்க முடியாது. எனக்குச் சட்டம் தெரியும். 'Abetment' தான் குற்றம். எனக்குத்தான்

நீங்க பனிஷ்மெண்ட் குடுக்க முடியும். எம்மேல வழக்குப்பதிவு செய்யுங்க. நான் எல்லாக் குற்றத்தையும் ஏத்துக்கத் தயார்.”

“ஹோய்! மரியாதையா பேசுடா. பேர் சொல்லிக் கூப்பிடற அளவுக்குப் பெரிய ஆளா நீ! தெரியும் சட்டம் அப்படின்னு நெஞ்சை நிமித்திக்கறியே! அப்ப ஏண்டா சட்டத்தை மீறின! சட்டப்படி ஒழுங்கா நடக்க வேண்டியதுதானே?” நிதின் முதுகில் கனமாக உதை விழுந்தது. எதிர்பாராத தாக்குதலால் இம்மாதிரியான அடிகளுக்கெல்லாம் பழகியிராத நிதின் அப்படியே சுருண்டு விழுந்தான்.

குல்கர்னி சாவகாசமாக எழுந்து காலைத் தேநீரைச் சுவைத்துப் பருகிக் கொண்டிருந்தார். சுகமான காற்றும் மெதுவாகக் காற்றில் கரைகின்ற பனிப்புகை மூட்டமும் சாளரத்தின் வழியாகத் தெரிந்தது.

‘எவ்வளவு சுகமான வாழ்க்கை. மாவட்டத்தில் நாம்தான் முதல் மனிதன். எத்தனை பணியாளர்கள்? எப்பொழுதாவது மேலிடத்தி லிருந்து யாராவது வந்தால்தான் கொஞ்சம் அலைய வேண்டி யிருக்கிறது. தலைநகரில் பணிபுரிந்தபொழுது எவ்வளவு சிரமப் பட்டோம். வேலைக்காரர்கள் கூடக் கிடைக்கவில்லை. இந்த அணை பிரச்சினை மட்டும் கிளம்பாமல் இருந்திருந்தால் எவ்வளவு நன்றாக இருக்கும்.”

தேநீரின் சுவை அதைப் பருகும் மனநிலையில்தான் பன்மடங்கு அதிகரிக்கிறது.

“சாப்! டி.எஸ்.பி. போன் பண்ணறாரு!” கார்ட்லெஸ் போனைத் தூக்கிக்கொண்டு ஓடிவந்தார்கள்.

தொலைபேசிச் செய்தியைக் கேட்கும்போது குல்கர்னியின் முகம் பல்வேறு கோணங்களில் மாறியதைப் பார்க்க முடிந்தது.

“நான் சொல்றதைக் கேளுங்கய்யா. ஆதிவாசி இளைஞர்களுக்குக் கொடுமைன்னு எழுதிட்டா என்ன பண்ணமுடியும்னு நினைக்கறீங்க? என்ன விளைவு ஏற்படும்னு தெரியுமா? நாளைக்கு Scheduled tribes commission வந்து விசாரணை நடத்தினா நீங்க அத்தனை பேரும் கூண்டோட கைலாசம் போவீங்க தெரியுமா! அந்தப் பசங்க மேல வழக்குப் பதிவு பண்ணிட்டு விட்டுடுங்க. பின்னாடி பாத்துக்கலாம்.”

“என்ன? ராதா படங்கர் கூட வந்த நிதின்தான் கலவரத்தைத் தூண்டி விட்டானாமா? அப்ப அவனை மட்டும் கோர்ட்ல Produce பண்ணலாம். இன்னைக்கி ஞாயித்துக்கிழமை; நாளைக்கு வரைக்கும் அவனை விசாரிங்க.”

“காண்ட்ராக்டர் ஜோஷி சுக்லாவுக்கு வேண்டியவர்னா அவரு சொல்றதையெல்லாம் கேட்டுட முடியுமா? நாளைக்கு யாரு பதில் சொல்றது. அதுவும் இப்ப இருக்கற பிரச்சினைகளுக்கு நடுவுல நம்ப மாவட்டத்துல இன்னொரு புதுப்பிரச்சினை தேவையா? நான் சொல்றதைக் கேளுங்க. உங்க எஸ்.பி. எங்க? என்ன? DIG மீட்டிங் போட்டுருக்காரா? ஞாயித்துக்கிழமையும் அதுவுமா என்னய்யா மீட்டிங்?”

போனை ‘டக்’ என்று வைத்து கடுகடுப்பானார்.

“அறிவு கெட்டவனுங்க. இவனுங்க ஏதாவது பண்ணி நாளைக்கு ஆதிவாசிங்களைக் கொடுமைப்படுத்தினாங்கன்னு பேரு வந்திட்டா என்னா பதில் சொல்ல முடியும்? இந்தப் போலீஸ்காரங்க எப்பவுமே இப்படித்தான். எதைச் செஞ்சாலும் ஓவரா செஞ்சி நமக்குத் தலைவலி கொடுப்பாங்க.”

★★★

சந்தீப்பும், கோவிந்த்பாயியும் ஒரு வழக்கறிஞரையும் கூட்டிக் கொண்டு போலீஸ் ஸ்டேஷனுக்குப் போகும்போது மணி மூன்றாகி விட்டது. தன்னுடைய சுருக்குப் பையில் கோவிந்த் பாயி எடுத்துக் கொண்டு வந்த பணம், சிமனுக்குக் கல்யாணம் பண்ணுவதற்காகப் பத்து வருடமாகச் சிறுகச் சிறுக அவர் சேமித்தது, எவ்வளவு ஆசை களுடனும், கற்பனைகளுடனும் அந்தக் கிராமத்திலேயே அதிகம் படித்திருந்த தன் மகனுக்குத் திருமணம் செய்ய வேண்டும் என்று அந்த ஒவ்வொரு ரூபாய் நோட்டையும் அவர் சேமித்திருந்தார் என்பது அவருக்கு மட்டுமே தெரியும். இன்று அதை எடுத்து எண்ணும் பொழுது அவரையும் மீறி விழிகளின் ஓரமாகக் கண்ணீர்த் துளி பெருகி வந்தது. அதை சந்தீப்புக்குத் தெரியாமல் துடைத்துக்கொண்டார்.

இல்லாதவர்களிடமிருந்து வெளிப்படும் தாராளகுணம்தான் தயாள குணமாக இருக்க முடியும் என்று சந்தீப் நினைத்துக் கொண்டான்.

போலீஸ் தானாவை அடைந்தபொழுது ஸ்டேஷனில் இருந்த பாரா பீஸியிடம் விவரத்தைச் சொன்னார்கள்.

“நீங்கள் ரொம்ப லேட்டா வந்திருக்கீங்க. எஸ்.ஐ. பன்னண்டு மணிக்கே போயிட்டாரு. நாளைக்குக் காலைதான் வருவாரு. ஆதிவாசி இளைஞர்கள் மேல வழக்குப் பதிவு பண்ணிட்டு உடனே விட்டுட்டாங்க. அவங்க எல்லோருமே பதினோரு மணிக்கே போயிட்டாங்க. இப்ப எங்க கஸ்டடியில ‘நிதி’ன்னு ஒருத்தர் மட்டும்தான் இருக்காரு.”

“எங்க இருக்காரு? நாங்க பாக்கணும்.”

கோவிந்த் பாயிக்கும், சந்தீப்புக்கும் நிதினைப் பார்க்க வேண்டும் என்கிற அவாவிலும், இப்படியொரு சூழலில் அந்த இளைஞனைப் பார்க்க நேர்ந்துவிட்டதே என்கிற நினைப்பிலும் அழுகை பீறிட்டுக் கொண்டு வந்தது.

ஆதிவாசி இளைஞர்கள் அத்தனை பேரும் உள்ளேயிருந்தால் கூட கோவிந்த் பாயி வருத்தப்பட்டிருக்க மாட்டார். ஆனால் தங்களுக்காகப் போராடும் இளைஞன், தங்கள் வாழ்க்கையோடு சிறிதும் தொடர்பில்லாத ஒருவன் இப்படிக் கஷ்டத்தை அனுபவிக்க அவருக்கு மனது வலித்தது.

“என்னதான் தீவிர எண்ணம் கொண்டவனாயிருந்தாலும் நிதின் நல்லவன். அவனுக்கு இப்படியொரு நிலையா?” என சந்தீப் எண்ணினான்.

உள்ளே கஸ்டடி அறைக்குள் இருட்டாக இருந்தது. அரைகுறை நிர்வாண நிலையில் ஓர் உருவம் அமர்ந்திருப்பது மங்கலான வெளிச்சத்தில் தெரிந்தது.

“நிதின்! நிதின்” என்று அழைத்தபடி சந்தீப் நிலையத்திற்குள் நுழைந்தபொழுது “வேண்டாம் சந்தீப்! வேண்டாம்! நீங்கள் யாரும் என்னை இந்த நிலையில் பார்க்க வேண்டாம். தயவு செய்து திரும்பிப் போய்விடுங்கள். சொன்னால் கேளுங்கள்” என்ற ஈனக்குரல் கெஞ்சலாய் நிதினிடமிருந்து வந்தது.

24. அரசாங்கம் என்பது வலுவானது. அதுதன் பாதங்களில் யாரை வேண்டுமானாலும் போட்டு மிதித்து நசுக்கிவிடலாம்.

சிந்தூருக்குத் திரும்பி வெகுநேரமான பின்னும் நிதினுடைய கூக்குரல் சந்தீப்பின் காதுகளிலும் கோவிந்த் பாயினுடைய மனத்திலும் எதிரொலித்துக்கொண்டேயிருந்தது.

“நாம் நிதினைப் பார்த்துவிட்டுத்தான் வந்திருக்க வேண்டுமோ?” என்றும் அவர்களுக்குத் தோன்றியது. அந்தக் குரலில் இருந்த வற்புறுத்தல் அதை மீறும் எண்ணத்தை அவர்களுக்கு ஏற்படுத்தவில்லை என்பது தான் உண்மை.

நிதினுடைய கோபமோ, சந்தோஷமோ, ஆதங்கமோ நியாயமானவை. அவை செயற்கை முலாம் பூசிக்கொள்ளாதவை. நாகரிகம்

என்கிற பெயரில் தன்னுடைய உணர்வுகளை அவனுக்கு மறைத்துப் பழக்கமில்லை. கோபம் வருகிறபொழுது அவனே கோபமாக மாறிப் போகிற மனோபாவம் கொண்டவன். அதனால் தான் பழங்குடியினரிடம் அவனால் அப்படியே ஒன்றிவிடவும் உறைந்துவிடவும் முடிந்தது. சந்தீப் அப்படிப்பட்டவனல்ல. அடிக்கடி தன்னைக் கிள்ளிவிட்டுக்கொண்டு தான் எதற்காக வந்திருக்கிறோம் என்பதை நினைவுபடுத்திப் பார்க்கிற பக்குவம் அவனிடமிருந்தது. “நம்மில் ஒருவன், இதுநாள்வரை நம்மோடு வாழ்ந்தவன்; நமக்கு மிகவும் பரிச்சயமானவன், நமது குடும்பத்தில் ஒரு அங்கத்தினரைப் போல” என்கிற எண்ணம் பழங்குடியினரிடம் நிதினைப் பார்க்கும்பொழுதுதான் ஏற்பட்டது. சந்தீப்பிடம் இடைவெளியொன்று கண்ணுக்குத் தெரியாமல் இருந்தது.

சந்தீப்புக்கோ, கோவிந்த் பாயிக்கோ இரவு ஒன்றும் சாப்பிடத் தோன்றவில்லை. தொண்டையில் ஏதோ கனமாய் அடைத்துக் கொண்டிருப்பது போன்ற உணர்வு. விடிந்ததும் கோர்ட்டுக்குச் சென்று ஆஜர்படுத்துவார்கள். ஜாமீனில் விடச்சொல்லி வழக்கறிஞர் மூலம் ஏற்பாடு செய்ய வேண்டும். நாள் முழுவதும் எதுவும் சாப்பிடாமல் பட்டினியாய் நிதின் இருந்திருப்பானே! என்றெல்லாம் மனம் இரவு முழுவதும் அடர்த்தியாய் இருந்தது. அந்த இருள் உருவெடுத்து ஓடி வந்து தன்னை உறிஞ்சிக் குடிப்பது போன்ற அயர்வில் சந்தீப்பின் ராத்திரி நீண்டிருந்தது.

அதே இரவுதான் நம்பிக்கையுமாய் எதிர்பார்ப்புமாய் சிமனுக்கும், சுதீருக்கும் கழிந்தது. அவர்கள் துலியாவில் ஒரு தன்னார்வத் தொண்டு நிறுவனத்தின் கட்டிடத்தில் தங்கியிருந்தார்கள். தரையில்தான் படுக்கை, தார்ப்பாயை விரித்துத் தரையின் ஈரத்தை மட்டுப்படுத்தியிருந்தது. இரவு 10 மணிக்கு மேலாகியும் தூங்கத் தோன்றவில்லை.

இன்னும் சாப்பாடு கூடத் தயாராகவில்லை. வறட்டு டீயில் எலுமிச்சம்பழச்சாறு கலந்து துவர்ப்பு ருசியில் பல விஷயங்கள் பரிமாறப்பட்டுக் கொண்டிருந்தன. சுதீருக்குச் சுகமளிப்பதாய் அந்தச் சூழல் இருந்தது. சில சமயங்களில் இப்படி இருப்பது எவ்வளவு சுதந்திரமாய் இருக்கிறது. பதற்றமின்றி நிதானமாக ஒவ்வொரு நொடியின் போக்கையும் மற்றவர்கள் தீர்மானிக்காமல் நாமே முடிவுசெய்து அனுபவித்திருப்பது எவ்வளவு களிப்பான வாழ்க்கை.

அந்தத் தொண்டு நிறுவனத்தின் செயலர் சிமனுக்கும், சுதீருக்குமிடையில் அமர்ந்துகொண்டிருந்தார். நாற்பது நாற்பத்தைந்து வயதிருக்கலாம். கறுப்பு முடிகளுக்கு இடையே வெண்மையாய்

செழுசெழுப்பாய் வளர்ந்திருந்த தாடியுடன் விழிகளில் தீட்சண்யத்துடன் அவரிருந்தார்.

"மிஸ்டர் சுதீர்! உங்களை நினைத்தால் எங்களுக்கு ஆச்சரியமாக மட்டுமில்லை. அதிசயமாகவுமிருக்கிறது. அதிகாரிகளைச் சந்திக்கச் செல்லும்போதெல்லாம் கால்கடுக்க நின்றிருக்க வேண்டிய கட்டங்கள் பலவற்றை நாங்கள் சந்தித்திருக்கிறோம். மக்களுக்காக அவர்களுடன் தங்கியிருந்து பணியாற்றுவதோடு மட்டுமல்லாமல் இவ்வளவு எளிமை யாக எங்களைப் போன்ற நிறுவனங்களில் தங்கி சாமானியமாய்த் தரையில் அமர்ந்து பழகுகிறீர்கள். ஒவ்வொரு அதிகாரியும் உங்களைப் போலவே இருந்தால் நாடு எவ்வளவு விரைவில் முன்னேறிவிடும் என்று எங்களுக்குத் தோன்றுகிறது."

"இதுபோன்ற வார்த்தைகளைக் கேட்டுக் கேட்டு எனக்கு அலுத்து விட்டது மிஸ்டர் எட்வின்! இந்த அதிசயத்தையும் ஆச்சரியத்தையும் மீறி நாம் என்ன செய்திருக்கிறோம் என்று பார்க்க வேண்டும். மாநிலம் முழுவதும் உள்ள அத்தனை தொண்டு நிறுவனங்களையும் ஒருங் கிணைத்துப் பொது பிரச்சினைகளுக்கான போராட்டங்களை நீங்கள் முன் வைத்திருக்கிறீர்களா என்பதைப் பார்க்க வேண்டும். இயக்கத்தை மேலே நடத்துவதற்குப் பணம் நிறைய தேவை. எவ்வளவு நாட் களுக்கு சிமனும் மற்றவர்களும் தங்கள் மூலதனத்தைப் போட்டுப் பணியாற்ற முடியும். நீங்கள் என்ன செய்தாலும். நதிக் கரையி லிருக்கிறவர்களின் வைராக்கியம் கொஞ்சம் குறைந்தாலும் அணை வேக வேகமாக வளர்ந்துவிடும் என்பதை மறந்துவிடாதீர்கள்."

"உங்களுக்குப் புரிகிறது. அந்தத் திசையில்தான் நாங்கள் சென்று கொண்டிருக்கிறோம். இதை வெறும் பழங்குடியினருடைய போராட்டமாக நாங்கள் நினைக்கவில்லை. இந்த மாத இறுதியில் இந்த மாநிலத்தில் உள்ள சுற்றுச்சூழல் சம்பந்தப்பட்ட அனைத்துத் தொண்டு நிறுவனங்களும் ஒன்றாகச் சேர்ந்து கவனத்தை ஈர்க்கும் வகையில் ஏதாவது செய்வது என்று முடிவெடுத்திருக்கிறோம்."

"நான் எவ்வளவு நாட்கள் இவர்களுடன் இருக்க முடியும் என்று சொல்ல முடியாது. இது மட்டுமல்ல; நாமெல்லோருமே இவர் களுடைய அந்தத் தீவிரத்தை நம்பி இந்தப் போராட்டத்தைத் தூபம் போட்டு வளர்த்தவர்கள்தான். நாம் இன்று அணைக்கு எதிராக வழக்குப் பதிவு செய்திருக்கிறோம் என்றால் அது எந்த அளவிற்கு வெற்றிகரமாக முடியும் என்று சொல்ல முடியாது. ஒரு இடைக்காலத் தடை கூடக் கிடைக்காமல் போகலாம். இதெல்லாம் சகஜம், அதற்காக இந்த முயற்சிகளை நாம் மேற்கொள்ளாமல் இருக்க முடியாது. அது நடந்து

கொண்டுதானிருக்க வேண்டும். நாம் எல்லா வழிகளிலும் பரிசோதனை செய்து பார்க்க வேண்டும். ஒரே தீர்வை கெட்டியாகப் பிடித்துக் கொண்டு உட்கார்ந்திருக்க முடியாது."

"அணைக்கு எதிராகக் கிளம்பியுள்ள பொது ஜனக்கருத்தின் வலுவை நீதிமன்றம் கணக்கில் எடுத்துக்கொள்வது என்று நினைக்கிறீர்களா?"

"என்னால் ஆரூடம் எதுவும் சொல்ல முடியாது எது வேண்டு மானாலும் நடக்கலாம். நாமும் மோசமான தீர்ப்புக்கு தயாராக இருக்க வேண்டும் என்றுதான் சொல்லுகிறேன். சிமனை நம்பி மட்டுமே பழங் குடியினரை நாம் வகைப்படுத்த முடியாது. இதில் யாருமே சாசுவதம் கிடையாது. அடுத்த நிலையில் இயக்கத்தை எடுத்துச்செல்வதற்குப் பலரை ஆயத்தப்படுத்த வேண்டும்."

"ராதாபடங்கர் இப்பொழுது எங்கே சென்றிருக்கிறார்கள்?"

"அவர் தலைநகருக்குச் சென்றிருக்கிறார். இந்த அணைப் பிரச்சினையை மனித உரிமைகள் குறித்த மீறலாகச் சித்திரித்தும் பன்னாட்டு நிறுவன அமைப்புகளில் ஏதாவது குரல் கொடுக்க முடியுமா என்பது அவரது சிந்தனை."

அதற்குள் அவர்களுக்கு இரவு உணவு பரிமாறப்பட்டது. சப்பாத்தி களுக்குத் தொட்டுக்கொள்ள அச்சாரும், பச்சை வெங்காயமும், பருப்பும் நன்றாக இருந்தது. உணவின் சுவை பசியின் அடர்த்தியிலும், சாப்பிடுகிற மனச் சூழலிலும்தான் கலந்திருக்கிறது என்று சுதீருக்குப் பட்டது.

"என்னுடைய மூன்று மாத விடுப்பு முடிகிறது. என்னை மாநிலத்தின் எந்த மூலையில் எந்தப் பணியில் அமர்த்துகிறார்கள் என்பது தெரியவில்லை. எந்தப் பணியாக இருந்தாலும் நான் ஏற்றுக் கொண்டுதானாக வேண்டும். தொடர்ந்து போராடி பிரச்சினைக் குரியவன் என்கிற பெயரை நான் பெற்றுக்கொள்ள விரும்பவில்லை. என்னால் முடிந்த அளவிற்கு நீதிமன்றத்தில்கூட அணைக்கு எதிராகத் தாக்கல் செய்கிற அளவிற்கு அரசுத் தரப்பில் ஆவணங்களைத் தயார் செய்துவிட்டுத்தான் நான் வந்திருக்கிறேன். அரசு அதிகாரி என்கிற முறையில் நான் அவ்வளவுதான் செய்ய முடியும். இப்பொழுது நான் செய்துகொண்டிருப்பதுகூட அரசு அதிகாரி செய்யக்கூடாத செயல்தான். ஆனால் சில நேரங்களில் கடமை என்பதை நாமும் நம் மனத்தெளிவும் தான் தீர்மானிக்கின்றன- என்று நான் கருதிக்கொள்கிறேன்."

சுதீர் எப்பொழுது வேண்டுமானாலும் தங்களை விட்டுப் பிரிந்து செல்லலாம் என்கிற செய்தி சிமனுக்கு அதிர்ச்சியாயிருந்தது. சிமனுக்கு சுதீரோடு மூன்று நாட்களாகப் பல்வேறு இடங்களுக்குச் சுற்றியதில்

முன்னிலும் அதிகப் பரிச்சயம் ஏற்பட்டது. எல்லா நேரங்களிலும் கனிவாகவும், பரிவாகவும் தன்னிடம் சுதீர் நடந்துகொண்ட அனுபவங்களால் அவரைப் பற்றிய மதிப்பு அவனிடம் பல மடங்காக அதிகரித்திருந்தது. அவன் விழிகளில் சின்னச்சின்னதாய் அரும்பிய நீர்த்துளிகள் அவனுக்குத் தெரியாமல் வழிந்திருந்தன.

"இந்த அணை கட்டுவது ஆரம்பிக்கப்படாமல் இருந்தால் இப்படிப் பட்ட நல்லவர்களைச் சந்தித்திருக்க முடியாமல் போயிருக்கும்?" என்று நினைத்துக்கொண்டான்.

"விரைவில் தேர்தல் வரப்போகிறது! அணையில் ஆளுங்கட்சிக்கு எந்தப் பிரச்சினையும் வராதா?"

"நம் நாட்டில் எந்தப் பிரச்சினையிலும் தாங்கள் நேரடியாகப் பாதிக்கப்படாதவரை பொதுமக்கள் கவலைப்படுவதில்லை. பழங்குடியினர் பாதிக்கப்படுவது பற்றி மற்றவர்கள் ஏன் கவலைப் படப்போகிறார்கள்? இரண்டாவதாக, சுற்றுச்சூழல் பாதிக்கப்படுகிறது என்றால் இன்னும் நூறு வருடத்திற்குப் பிறகு நடப்பதற்கு நாம் ஏன் கவலைப்பட வேண்டும்; இருக்கிற கவலைகள் போதாதா என்கிற மெத்தனமும் அவர்களுக்கு உண்டு. எந்தக் கட்சி வந்தாலும் அணை கட்டப்படும், அணை கட்டினால் தான் கட்சி நடத்த முடியும். பணம் வசூல் செய்ய முடியும். பணக்காரர்கள் எல்லாம் அணைக்கு ஆதரவாக இருக்கிறார்கள். ஏதாவது ஒரு காரணத்தைச் சொல்லி ராதாவைக் கூடக் கைது பண்ண முயற்சி செய்வார்கள். சிமனுடைய உயிருக்குக் கூட ஆபத்து நேரிடலாம். நான் பயமுறுத்துகிறேன் என்று நினைக்காதீர்கள். நாம் ஜாக்கிரதையாக இருப்பது நல்லது."

* * *

இரவு முழுவதுமாக விடியாமலிருந்தாலும் சந்தீப்பும், கோவிந்த் பாயியும் எழுந்து வேகவேகமாகக் குளித்துவிட்டுத் தயாரானார்கள். கோவிந்த்பாயி தயாரித்த தேநீர் அந்தக் குளிருக்கு இதமாக இருந்தது. தோணிக்காரனிடம் முந்தைய நாள் இரவே தயாராக இருக்கும்படி சொன்னது நல்லதாய்ப் போயிற்று. ஆற்றை எளிதில் கடந்து அக் கரைக்குப் போக முடிந்தது. வழக்கறிஞர் வீட்டிற்குச் சென்றபொழுது அவர் இன்னும் தயாராகவில்லை என்பது தெரிவிக்கப்பட்டது. வெகுநேரம் காத்திருக்க வேண்டியதாயிற்று.

அவர் வெளியில் வந்த பின்பும் சாவதானமாகத்தான் சந்தீப்பிடம் பேசினார்.

"இது சற்று சிக்கலான விஷயம். நாம் முயற்சி செய்து பார்க்கலாம். அணையைச் சேதப்படுத்த நினைப்பது என்பது தேசியக் குற்றமாகவும் தேசவிரோதச் செயலாகவும் கொள்ளப்படும். நாம் எதற்கும் முயற்சி செய்து பார்ப்போம். ஜாமீனில் வெளிவிடுவார்களா என்பது சந்தேகந்தான்..."

"இது திட்டமிட்டு நடந்த செயலல்ல. இது ஒரு விபத்து மாதிரி தற்செயலாக நடந்தது. கோகுலை அவர்கள் கொன்றுவிட்டார்கள் என்கிற உண்மை தெரிந்தவுடன் நிதின் உணர்ச்சி வசப்பட்டான் என்பதுதான் யதார்த்தம். அதை ஜோடித்து அரசுத் தரப்பில் வழக்குப் போட நினைக்கலாம். நிதின் அப்படிப்பட்டவனில்லை."

"நீங்கள் சொல்வதையெல்லாம் என்னால் புரிந்துகொள்ள முடிகிறது. ஆனால் அரசாங்கம் என்பது வலுவானது. அது தன் பாதங்களில் யாரை வேண்டுமானாலும் போட்டு மிதித்து நசுக்கி விடலாம் என்பதை நாம் மறந்துவிடக் கூடாது. இது போன்ற வழக்குகளில் அரசின் குறுக்கீடு பெரிய அளவில் இருக்கலாம். நான் நிதினுக்காக வாதிடுவது கூட எனக்குத் துணிச்சலான செயல்தான். நம் பக்கம் நியாயமிருக்கிறது என்பதையெல்லாம் நிறுத்துப் பார்த்துத் தீர்ப்பு வழங்குவார்கள் என்று எதிர்பார்க்க முடியாது."

"எங்களுக்குப் பயமாக இருக்கிறது. நிதின் ஒருநாள் கூட சிறைச் சாலைக்குள் போய்விடக்கூடாது என்பதில் குறியாக நாங்கள் இருக்கிறோம். நேற்று அவன் கதறிய கதறல் இன்னும் எங்கள் செவிகளில் எதிரொலித்துக் கொண்டிருக்கிறது. நீங்கள் நிதினை எப்படியாவது விடுவித்து விடவேண்டும்."

"பார்க்கலாம்; நான் உறுதியாகச் சொல்வதற்கில்லை."

"நாங்கள் பத்து மணிக்குக் கோர்ட்டுக்கு வந்துவிடுகிறோம்."

"சரி நீங்கள் கோர்ட் வாசலிலேயே தயாராக இருங்கள். நாம் சந்திக்கலாம். நீங்களும் ஏதாவது சாப்பிட்டுவிட்டு வந்துவிடுங்கள்."

வழக்கறிஞர் பத்து மணிக்கெல்லாம் சரியாக வந்துவிட்டார். நேரம் சென்றுகொண்டிருந்தது. ஆனால் தானாவிலிருந்து நிதினை இன்னும் ஆஜர்படுத்த யாரும் வரவில்லை. பதினொன்று பதினொன்று முப்பது என்று நேரமாகிக்கொண்டிருக்கிறது.

"எவ்வளவு நேரமாக நாம் இங்கேயே காத்திருக்க முடியும்? நீங்கள் போலீஸ் தானாவிற்குச் சென்று பாருங்கள். என்ன நடந்து கொண்டிருக்கிறது என்று. எவ்வளவு நேரம் இங்கேயே நின்று

கொண்டுதான் நேரத்தை வீணடிக்க முடியும். மேலும் எனக்குத் தாலுகா கோர்ட்டில் ஒரு வழக்கு இன்று ஹியரிங்குக்கு வருகிறது."

"சார் சார்! கொஞ்சம் பொறுங்கள் சார். எதுக்கும் ஒரு பத்து நிமிஷம் பார்ப்போம். உங்களைத்தான் மலைபோல நம்பியிருக்கோம்."

"அதெல்லாம் சரி. இன்னும் ஆளையே ஆஜர்படுத்தாதப்ப நான் என்ன செய்ய முடியும்? நீங்கள் ஸ்டேஷனுக்குப் போய் என்ன நடக்குதுன்னு பாருங்க."

ஸ்டேஷனுக்குச் சென்று சேர ஒரு மணியாகிவிட்டது. சந்தீப்புக்கும் கோவிந்த்பாயிக்கும் உடல் மிகக் களைப்பாக இருந்தது. 'தம்' பிடித்துக் கொண்டார்கள். இரண்டு நாட்களாக அலைந்ததும், சாப்பிடாம லிருந்ததும் மயக்கம் வருவது போலிருந்தது.

ஸ்டேஷனை நெருங்கியபோது கூட்டம் சுற்றி நின்று கொண்டிருந்தது.

"போங்கய்யா! உங்க வேலையைப் பாருங்க. இங்க என்னய்யா கூட்டம்" என்று ஒரு போலீஸ்காரர் கூட்டத்தைக் கலைக்க முனைந்து கொண்டிருந்தார்.

சந்தீப் ஒருவரை நெருங்கி, "என்ன நடந்தது? ஏன் கூட்டம்" என்று கேட்டான். "யாரோ பையன் தூக்கு போட்டுக்கிட்டானாம்."

சந்தீப்புக்கு திக்கென்றிருந்தது.

ஓட்டமாய் ஓடினான். கூட்டத்தை விலக்கி எட்டிப் பார்த்தபோது கஸ்டடி அறைக் கூரையிலிருந்த கொக்கியில் தூக்குமாட்டிக் கொண்டு நிதின் தொங்கிக்கொண்டிருந்தான்.

25. எந்தக் கடினமான செய்தியையும் மனம் கேட்கும் பொழுது இது பொய்யாக இருக்கக் கூடாதா? ஏதாவது அதிசயம் நிகழ்ந்து இதைப் பொய்யாக்கக் கூடாதா என்றுதான் எண்ணத் தோன்றுகிறது.

போஸ்ட் மார்ட்டம் செய்து விசாரணையெல்லாம் முடிந்து நிதினுடைய சடலத்தைப் பெறுவதற்குள் போதும் போதும் என்றாகிவிட்டது. அதற்குள் தொலைபேசியில் நிதினுடைய பெற்றோர்களுக்கு 'நிதின் உடல் நிலை சுகவீனமடைந்திருக்கிறது' என்று மட்டும் சந்தீப் தெரிவித்து அவர்களை டில்லியில் இருந்து வரவழைக்கச் செய்தான்.

நிதினுடைய பெற்றோர்கள் மருத்துவமனைக்கு வந்தபொழுது உண்மையெல்லாம் தெரிந்துபோனது. அவர்கள் முகமெல்லாம் இறுகிப் போயிருந்தது. எந்தச் சலனமுமில்லை. வீட்டிற்கு மூத்த மகன். அவனது திறமையிலும் அறிவிலும் நிறைய நம்பிக்கை வைத்திருந்தார்கள். சந்தீப்பால் அவர்கள் விழிகளை நேராக எதிர்கொள்ள முடியவில்லை. அவனுக்குக் குற்ற உணர்வு தோன்றியது. தான் அவர்கள் முன்னால் நிர்வாணமாக நிற்பதைப் போன்ற உணர்வு ஏற்பட்டது.

"என்னை மன்னித்துக்கொள்ளுங்கள் அங்கிள்" அவர்கள் கைகளைப் பிடித்துக்கொண்டு அழுதான்.

"நீ என்னப்பா செய்ய முடியும். எல்லாவற்றிலும் அவசரப்படுவான். மரணத்திலும் முந்திக்கொண்டுவிட்டான். தன் மரணத்தைத் தானே தீர்மானித்துக்கொண்டுவிட்டான். என்ன செய்வது."

கோவிந்த்பாயி தலையில் கை வைத்துக்கொண்டு அமர்ந்திருந்தார்.

இன்னும் எத்தனை உயிர்களை இந்த அணை பலி கொள்ளுமோ யார் கண்டது என எண்ணிக்கொண்டார்.

"இவர்தான் கோவிந்த் பாயியா? இவரைப் பற்றியெல்லாம் கூட நிறைய எழுதியிருக்கிறான்" என்று அந்தத் தாளாத துக்கத்திலும் நிதினுடைய அப்பா நினைவுபடுத்திக்கொண்டார்.

"போஸ்ட் மார்ட்டம் முடிந்துவிட்டது. பாடியை யாரிடம் ஒப்படைப்பது. பேரண்ட்ஸ் வந்திருக்காங்களா?"

"இதோ இவர்தான் நிதினுடைய அப்பா."

"என்ன செய்யப் போறீங்க? உடலை டில்லிக்கு எப்படி எடுத்துகிட்டு போகப் போறீங்க?"

"எங்களுக்கு அவன் மகனா இருந்ததைக் காட்டிலும், சிந்தூர் கிராமத்துக்குத்தான் பிரியமான பிள்ளையாயிருந்திருக்கான். அவனைச் சிந்தூரில் சேர்க்கிறதுதான் நியாயமானதாக இருக்கும்."

நிதினுடைய தந்தையின் பெருந்தன்மையான வார்த்தைகளின் மேன்மையில் சந்தீப்பும், கோவிந்த்பாயியும் உருகிப்போனார்கள்.

★★★

எத்தனையோ உயிர்களைக் காப்பாற்றிருக்கிற தோணி அக்கரையிலிருந்து ஓர் உயிரற்ற உடலைச் சுமந்துகொண்டு வந்தது. கிராமம் முழுவதும் நிதினை ஜாமீனில் எடுத்துக் கொண்டு வருவதற்குத்தான்

சந்தீப்பிற்கும் கோவிந்த் பாயிக்கும் இரண்டு நாட்கள் பிடித்திருக்கின்றன என்று நினைத்து நிதின் வரவிற்காக அக்கரையில் காத்திருந்தது.

நிதினுடைய கட்டுக்கட்டிய உடலைத் தோணியிலிருந்து எடுத்த போதுதான் அவர்களுக்கு விஷயம் தெரிந்தது. வெகு நேரமாகக் கட்டுப்படுத்தி வைத்திருந்த நிதினுடைய பெற்றோர்களுடைய அழுகை அந்தக் கிராமமே ஒட்டு மொத்தமாகக் கதறியழுதபோதுதான் வெடித்து வெளிப்பட்டது.

பக்கத்து வீட்டு மரணத்தைக் கூட லட்சியம் செய்யாத நகர நெரிசலில் மௌனமாய் இந்தத் தியாகம் கரைந்துபோயிருக்கும். இந்த சிந்தூரைவிட நிதினுடைய மரணத்தை உள்வாங்கிக் கொள்ள ஏற்ற இடம் வேறெதுவாக இருக்க முடியும் என்று நினைத்துக் கொண்டார்கள்.

வழக்குப் பதிவு செய்த திருப்தியில் ஊர் திரும்பிய சிமனுக்கு நிதினுடைய மரணம் அதிர்ச்சியாக இருந்தது. அவன் ஊருக்குத் திரும்பியதுமே நிதினையும், சந்தீப்பையும்தான் தேடினான். நாம் அணைக்கு எதிராக வழக்குப் பதிவு செய்துவிட்டோம். இடைக்காலத் தடை கிடைத்தாலும் கிடைக்கலாம் என்பதை அவர்களிடம்தான் முதன் முதலாகப் பகிர்ந்துகொள்ள முடியும்.

சோர்ந்து வருந்தியிருந்த சந்தீப்பிடம் விஷயத்தைச் சொன்ன பொழுது அவன் முகத்தில் எந்த மலர்ச்சியும் காணாதபோது சிமனுக்கு ஏமாற்றமாயிருந்தது.

"நிதின் எங்கே? அவரிடம் இதைச் சொல்ல வேண்டும். ரொம்பவும் சந்தோஷப்படுவார்" என்று அவன் சொன்ன மாத்திரத்தில் சந்தீப் குலுங்கிக் குலுங்கி அழ ஆரம்பித்தான்.

"நிதினை, இனி ஒருக்காலும் நீ பார்க்க முடியாது. அவன் இத் தலத்தோடு கலந்துபோய்விட்டான். பிரபஞ்சத்தோடு ஒன்றிப் போய் விட்டான்" என்று திரும்பத் திரும்பச் சொல்லி அழுதான். நடந்ததை ஒன்றுவிடாமல் கோவிந்த் பாயி விளக்கிச் சொன்னார். கோர்வையாக, நடந்த சம்பவங்களின் பயங்கர திருப்பங்கள் சிமனுக்கு அதிர்ச்சியா யிருந்தது.

அப்பொழுதுதான் நதியில் குளித்துவிட்டுத் திரும்பிக் கொண் டிருந்த சுதீரிடம் ஓடி இதைச் சொன்னபொழுது அவருக்கு இது நம்பத் தகுந்ததாயில்லை. எந்தக் கடினமான செய்தியையும் மனம் கேட்கும் பொழுது 'இது பொய்யாக இருக்கக்கூடாதா? ஏதாவது அதிசயம் நிகழ்ந்து இதைப் பொய்யாக்கக்கூடாதா' என்றுதான் எண்ணத் தோன்றுகிறது.

வெகுநேரம் சந்தீப், கோவிந்த்பாயி, சிமன், சுதீர் நால்வரும் ஒன்றும் பேசாமல் அமர்ந்திருந்தார்கள். யாருக்கும் எதுவும் பேசத் தோன்ற வில்லை. எது பேசினாலும் இத்தகைய சூழலில் செயற்கையாய் இருக்கும். மௌனமாய்த் தனக்குள்ளேயே நடந்தவற்றையெல்லாம் ஞாபக வலைகளில் சிக்க வைத்துப் பார்ப்பதில்தான் சோகம் குறையும். சோகம் குறைவதற்குச் சோகத்தில் முழுமையாக ஆழவேண்டும். தூக்குமேடைக் கைதி முதல்நாள் முழுவதும் சோர்ந்திருப்பானாம். தூக்கு போடுவதற்கு ஒரு மணி நேரம் முன்பாகத் தெளிவாக இருப்பானாம். அதைப் போலத்தான் இதுவும்.

சுதீருக்கு இருந்த மிகப் பெரிய ஏமாற்றமேதான் நிதினை ஒரு முறை பார்க்காமல் போய்விட்டோமே. அதற்குள் ஈமச் சடங்குகள் நடந்துவிட்டனவே என்பதுதான். இந்தச் சோகத்தை ராதாபஹன் எப்படித் தாங்கிக்கொள்ளப் போகிறார்களோ, எப்படி இந்த நிகழ்வு களின் பாரத்தில் அவர்கள் சோர்வடையப் போகிறார்களோ என்று எண்ணிக்கொண்டார்.

சிமனுக்கு ஒரு பெரிய சந்தேகம் உருவானது. நிதின் தற்கொலை செய்துகொள்ளுமளவு கோழையல்ல என்று அவனுக்குப் பட்டது. போலீஸார் அடித்த அடியில் அவன் இறந்திருக்கலாமோ அதை மறைப்பதற்காகத்தான் அப்படித் தூக்கு மாட்டி நாடகம் நடத்தியிருப் பார்களோ?

"சுதீர்சாப்! எனக்கு நிதினுடைய மரணத்தைப் பற்றிச் சந்தேகம் ஏற்படுது. நிதின் தற்கொலை செய்துகொள்ளுகிற மாதிரியான பயந்தாங் கொள்ளியல்ல. எந்த அவமானத்தையும் துடைத்து எறிகின்ற பக்குவம் அவருக்கு உண்டு."

"சிமன், நானும் முதல் நாள் மாலை காவல் நிலையத்துக்குப் போகாமலிருந்தால் அப்படித்தான் எண்ணியிருப்பேன். நிதினுக்கு மிகப்பெரிய பயம் ஏற்படத் தொடங்கிவிட்டது. நாங்கள் அவனைப் பார்க்கக்கூடாது என்று அவன் எழுப்பிய ஈனக்குரல் இன்னும் என் காதுகளில் ஒலித்துக்கொண்டிருக்கிறது. அவன் மரணம் நிச்சயமாகத் தற்கொலைதான். இதில் சந்தேகப்பட்டு நாம் குட்டையைக் குழப்புவதில் எந்த லாபமும் இல்லை. நீங்கள் என்ன சொல்கிறீர்கள் சுதீர் சாப்?"-சந்தீப்.

"காவல் நிலையத்தில் ஏற்படும் எந்த மரணத்தின் மீதும் கலெக்டர் தீவிரமான விசாரணை நடத்த வேண்டும். அது யாரும் வலியுறுத்தா மலேயே தானாக நடக்கும். இப்பொழுதுள்ள சூழ்நிலையில் குல்கர்னியிடம் எவ்வளவு தூரம் நியாயமான நேர்மையான விசாரணை

அறிக்கை வருமென்பதுதான் கேள்விக் குறியாக்கப்பட்டிருப்பதைப் பார்க்க முடிந்தது.

எப்போதும் இப்படித்தான் நான்கு நாட்களுக்கு வெறும் வாயை மெல்லுவதற்குப் பதிலாக அவல் கிடைத்ததற்காக இந்தப் பத்திரிகைகளுக்குச் சந்தோஷம். மக்களும் இதைக் கூடிய சீக்கிரத்தில் மறந்துவிடுவார்கள். பொதுமக்களுடைய ஞாபகசக்தியும் அதிக நாட்களுக்குத் தாக்குப்பிடிப்பதில்லை.

அதில் எங்காவது கூர்மையான விமரிசனங்கள் அணைக்கு எதிரான போராட்டங்களின் குரல் வளையை நெரிப்பதில் நிகழ்ந்துள்ளனவா என்று பார்த்தபோது பெருத்த ஏமாற்றமாயிருந்தது. நிதினுடைய மரணம் காகிதத்தை நிரப்புவதற்கும், ஹேஷ்யங்களை விவரிப்பதற்குமான வாய்ப்பாக எல்லோராலும் கையாளப்பட்டிருப்பது கோபத்தைத் தூண்டுவதாயிருந்தது. மரணம் என்பது தன்னைச் சாராதவர்களுக்கு நிகழ்கிற பொழுது அதனை எப்படி லாபகரமானதாக மாற்றிக் கொள்ளப் பயன்படுத்தப்படுகிறது என்கிற உண்மை அவருக்குக் கசப்பா யிருந்தது. தனக்குப் பிடிக்காத காரணத்தாலேயே அந்த உண்மைகள் இல்லாமல் மறைந்து போய்விடப் போவதில்லை. தனக்குப் பின்னாலும் அவை அப்படியே தானிருக்க வேண்டும். இருக்க முடியும்.

செய்தித்தாளின் மூலையில் தனக்கும் ஒரு செய்தியிருப்பதை முதலில் சுதீர் அறியவில்லை. தான் மத்திய அரசு நிர்வாகத்திற்கு மாற்றப்பட்டிருப்பதாகக் கட்டம் கட்டிப் போடப்பட்டிருந்த செய்தி அதிர்ச்சியாக இருந்தது. எதற்காக இப்படித் தன்னை மாநிலத்திலிருந்தே மாற்றுகிற அவசரம்? மாநிலத்தில் எந்த மூலையில் தான் பணி புரிந்தாலும் அணை எதிர்ப்பாளர்களைத் தூண்டிவிடும் வகையில்தான் செயல்படக்கூடும் என்ற அச்சமா? நிச்சயமாக இருக்க முடியாது.

டில்லியில் வீடோ, வாகன வசதியோ கிடைக்காமல்தான் சிரமப்பட வேண்டும் என்று தன்னைத் தண்டிக்கிற யுக்தியாக இதனைக் கையாண்டிருக்க வேண்டும். இப்படிப்பட்ட நியமனத்தை எதிர்த்து எந்த வழக்கும் போடமுடியாது. இவற்றையெல்லாம் உத்தேசித்து அவர்கள் முடிவெடுத்திருக்கலாம்.

சுதீரைப் பொறுத்தவரை அவர் ஏற்கெனவே எடுத்த முடிவு தான். ராதா வந்தவுடன் சொல்லிவிட்டு டில்லிக்குச் சென்று புதிய பணியில் சேர வேண்டியதுதான். அது எப்படிப்பட்ட பணியாக இருந்தாலும் சரி.

ராதா ஊருக்குத் திரும்பியபொழுது இரண்டு கனமான செய்தி களின் பாரத்தில் துவண்டு போனார். தான் நிலைகுலைந்து போனதை யாரும் அறிந்துகொண்டால் இயக்கத்தின் தளர்ச்சிக்கு வழிவகுத்து

விடும் என்பதால் வெளியே காட்டிக்கொள்ளாமல் தனக்குள்ளேயே உணர்வுகளைப் புதைத்துக்கொண்டார்.

"ராதாபஹன்! நான் இந்த ஊரைவிட்டுப் போகும்பொழுது கனத்த இதயத்துடன்தான் போகிறேன். என் இதயம் இங்கேயே இருக்கும். இந்த அணை என் அலுவலக வாழ்க்கையையே திசை திருப்பிவிட்டு விட்டது என்பதைப்பற்றி நான் கவலைப்படவில்லை. என் மனைவிக்கும் என்னைச் சார்ந்தவர்களுக்கும் மிகுந்த துன்பத்தைத் தந்ததைப் பற்றியும் எனக்கு வருத்தமில்லை. அதையெல்லாம் அவர்கள் மகிழ்ச்சியாகத் தான் எடுத்துக் கொள்ளுவார்கள். நான் நினைத்ததை முடிக்காமல் போகிற முதல் பணியாக இதுதான் இதுவரை நின்றிருக்கிறது. இதை முடித்து வைப்பதற்காக எப்பொழுதாவது இங்கு மறுபடி வருவேன் என்றுதான் தோன்றுகிறது."

"இந்தக் கணத்தில் நான் எதையும் சொல்ல விரும்பவில்லை. சொன்னால் அது சடங்குக்காகக் கூறுவதைப் போல் மாயையாக இருக்கும். நாங்கள் இங்கு வரும்பொழுது உங்களைப் போன்ற ஒருவர் அலுவலராக நியமிக்கப்படுவார் என்று நாங்கள் எதிர்பார்க்கவுமில்லை. அப்படி ஒருவர் அமைந்திருக்காமல் இருந்திருந்தால் இன்று ஏமாற்றமடையாமலிருந்திருப்போம்.

"ராதாஜீ! எனக்கு இன்றுவரை போன ஜென்மத்தின் மீதெல்லாம் நம்பிக்கையிருந்தது கிடையாது. வாழ்நாளின் மீது திருப்தி எதுவும் ஏற்படாமல் மனிதர்கள் மறுவாழ்வைச் சொல்லித் திருப்திப்பட்டுக் கொள்ளுகிறார்கள் என்று நான் கேலி செய்வதுண்டு. ஆனால் இப்பொழுது தோன்றுகிறது, இந்த நொடியில் கூடத் தோன்றுகிறது, இந்தப் பூமியில் எப்பொழுதாவது நான் பிறந்திருக்க வேண்டும் என்று. இந்த நதிக்கரையில் நான் விளையாடியிருக்க வேண்டும். இந்த ஆற்றில் குளித்துச் சுகமடைந்திருக்க வேண்டும். இந்த மரங்களின் வழியாக வழியும் தென்றலை அள்ளி அள்ளிப் பருகியிருக்க வேண்டும். ஏதோ ஒரு வகையில் இந்த மண்ணோடு நான் தொடர்புகொண்டிருக்க வேண்டும். நிறைவேறாத அந்த ஏக்கம்தான் என்னை இங்கே கொண்டுவந்திருக்க வேண்டும் இல்லையா?"

மறுகரையை அடைந்தபோது தான் தனித்து விடப்பட்ட பயம் வாழ்வில் முதல் முறையாக சுதீரின் உள்ளத்தில் இருளாகச் சுருண்டு விழுந்தது. அந்த மங்கிய மாலை வெளிச்சத்தில் அவர் நடந்து மறைந்து போவதை சிந்தூர் கிராமமே நின்று அழுகிற விழிகளோடு வேடிக்கை பார்த்தது.

★★★

சில நாட்களில் அணை வேலை ஆரம்பமானது. பலத்த போலீஸ் பாதுகாப்போடு வேலை தொடங்கியது. சுதீர் போகும் வரை நகராத அணைவேலை அவர் போவதற்காகக் காத்திருந்ததைப் போல இப்பொழுது பன்மடங்கு வேகமாய் நடக்கத் தொடங்கியது.

கோவிந்த் பாயி கயிற்றுக்கட்டிலில் அமர்ந்து அவற்றைச் சோகமே ததும்பிய உருவாய் வேடிக்கை பார்த்துக்கொண்டு வெம்பிக்கொண் டிருந்தார். ஆறுமாத காலங்களுக்குள் மறுகரையில் மிகப் பெரிய தடுப்புச் சுவர் எழும்பிக் கொண்டிருந்தது. மழைக்காலம் நெருங்கு கிறதே இந்தத் தடுப்புச் சுவர் என்ன செய்யுமோ என்கிற கவலை அவருக்கு. மழை பெய்கிறபோது தாய்க்குருவி குஞ்சுகளின் நிலையை நினைத்துக் கவலைப்படுகிற மனநிலையில்-அழுத்தத்தில் அவரிருந்தார்.

சிமனும் அங்குமிங்கும் போய்வந்தான். நிறைய போராட்டங் களெல்லாம் செய்தாயிற்று. தொண்டு நிறுவனங்கள் தேசம் முழுவதும் கிளர்ச்சி செய்தன. பெரிய பெரிய தியாகிகள் வெகு நாட்கள் உண்ணா விரதமிருந்து மெலிந்து போனார்கள். ஆனால் அணையின் வேகம் குறையாமலிருந்தது. "நாங்கள் செய்கிற காரியத்தைச் செய்துகொண்டு தானிருப்போம், நீங்கள் உங்கள் போராட்டத்தை எப்படி வேண்டு மானால் செய்து கொள்ளுங்கள்" என்று அரசாங்கம் சொல்வதைப் போலிருந்தது.

தாங்கள் பதிவு செய்த வழக்கு ஆறுமாதத்திற்குள் விசாரணைக்கு வந்திருக்கிறது என்பதில் ராதாவிற்கும், சிமனுக்கும் நிறைய எதிர் பார்ப்பு இருந்தது. இருவரும் சாலியாவிற்குச் சென்றார்கள். ஒரு சின்ன தடை ஆணை கிடைத்தால் கூடப் பரவாயில்லை. அது ஒரு உற்சாக டானிக்காக இருக்கும் என்று ராதா நினைத்திருந்தார்.

வழக்கை எடுத்து இருதரப்பு வாதங்களையும் நீதிபதி விசாரித்தார். சிமன் தரப்பு வக்கீல் அணையை உடனடியாகத் தடை செய்ய வேண்டும். குறைந்தது ஒரு இடைக்காலத் தடையாவது வழங்க வேண்டும். அணையை எதிர்ப்பவர்கள் பக்கம் இருக்கிற நியாயங்களை நன்றாக விசாரித்து இறுதித் தீர்ப்பு வழங்க வேண்டும் என்று வாதங்களை எடுத்து வைத்தார்.

எல்லோரும் நீதிபதியின் தீர்ப்புக்காகக் காத்திருந்தார்கள்.

"அணை என்பது தேசியக் கொள்கைகளின் அடிப்படையில் கட்டப்படுவது. இதைக் குறுகிய கண்ணோட்டத்துடன் பார்க்கக் கூடாது. எனவே வழக்கைத் தள்ளுபடி செய்கிறேன்" என்ற சொற்களை அவர் உச்சரித்தபொழுது சிமன் சோர்ந்து அமர்ந்துவிட்டான்.

26. தீர்ப்புகள் எல்லாம் நியாயங்களாகத்தானிருக்க வேண்டுமென்று முரண்டு பிடிக்க முடியாதல்லவா?

சிமன் தொய்ந்துதான் போனான். தன் ஒவ்வொரு நம்பிக்கையும் பொய்த்திருந்த வேளையில் நீதிமன்ற எதிர்பார்ப்புடன் நின்றிருந்தவனுக்கு வழக்கின் தீர்ப்பு அதிர்ச்சியாயமைந்திருந்தது. தீர்ப்புகள் எல்லாம் நியாயங்களாகத் தானிருக்க வேண்டுமென்று முரண்டு பிடிக்க முடியாதல்லவா?

திரும்பி வரும்போது மௌனமாய் வந்திருந்த அவனுடைய இருத்தல் ராதாவிற்குக் கனமாக இருந்தது. இல்லாமல் போகயத்தனிக்கிற சில இருத்தல்கள் அதிகமாக உறுத்தச் செய்கின்றன என்கிற உண்மை ராதாவிற்குத் தெரியும்.

"சிமன்! என்ன சோர்ந்துவிட்டாயா! இவ்வளவுதானா உன்னுடைய துணிச்சல் எல்லாம். சில பொதுக்காரியங்களில் ஈடுபடும்பொழுது உடனடியாகத் தீர்வு கிடைத்துவிட முடியுமா? தன் வாழ்நாளெல்லாம் போராடி அதற்காக விடிவு கிடைக்காமல் எத்தனை பேர் உலகில் பல்வேறு இடங்களில் மரணமடைந்திருக்கிறார்கள். இதையெல்லாம் ஆரோக்கியமா எடுத்துக்கணும்."

"உண்மைதான் பஹன். ஆனால் என்னைவிட்டு ஒவ்வொருவராகப் போயிக்கிட்டிருக்கிற மாதிரி தோணுது. இதுதான் ஒருவேளை என்னுடைய மனச்சோர்வுக்குக் காரணமா இருக்கலாமில்லையா? நிதின், சுதீர் இப்படி ஒவ்வொருவரா நம்மைவிட்டுட்டுப் போறாங்களே! அதுதான் இந்த இக்கட்டான நெருக்கடியில் எனக்குப் பாரமா இருக்கு."

"சுமன் நீ எல்லாத்துக்கும் தயாரா இருக்கணும். ஒரு வேளை நானே ஒரு நாள் உங்களையெல்லாம் விட்டுப்போக நேர்ந்தா கூட நீங்க தைரியமாகப் போராடணும். இங்க நடக்கற எல்லாத்தையும் மக்கள் முன்னாடி வச்சிப் பகிர்ந்துக்கணும். இது பல பிரச்சினைகளுக்குத் தீர்வைத் தரும். இந்த விஷயத்தில் பிரச்சினைதான் முக்கியமானதே தவிர பிரச்சினையை பின்னுக்குத் தள்ளி நாம்ப முன்னால வந்திடக்கூடாது."

"முதல் முறையாக எனக்குப் பயமாக இருக்குது பஹன். நாம்ப தோத்துடுவோமோங்கற பயத்தைவிட நம்பளை நம்பிப் போராடிக்கிட்டிருக்கிற ஜனங்களை நெனைச்சித்தான் பயமாயிருக்கு. நாம்ப அவங்களை ஒரு வகையில ஏமாத்தறமோன்னு கூடத் தோணுது. நாளைக்கு எத்தனை உயிரு பிரிஞ்சுப் போயிடும்னு நெனச்சிப் பாத்தாதான் கஷ்டமாயிருக்கு."

"வாஸ்தவம்தான் சிமன், எப்படிப் பார்த்தாலும் நாங்க உங்க பிரச்சினைக்கு அந்நியர்கள்தான். அதுக்கு மேலே நாங்க ஏற்படுத்திக்க நெனைக்கற உறவெல்லாம் வீண்தான். மேலோட்டமானதுதான். நீங்க இன்னும் ஆழமா யோசிக்கணும். நாங்க யோசிக்கறதை விட தீவிரமா சிந்திக்கணும். நாங்க சோர்ந்து போனா தப்பில்ல. இந்தச் சோர்வு பெருசா ஒண்ணும் பண்ணாது. ஆனா நீங்க எப்பவுமே தளர்ந்து போகக்கூடாது."

சுதீரிடமிருந்து கடிதம் வந்திருந்தது. சிமனுக்கும், ராதாவிற்கும் தனித் தனியாகக் கடிதங்கள்.

வெகு ஆத்மார்த்தமான கடிதம். சுதீரின் விசாரிப்புகளில் எல்லாம் விசனம் தடவப்பட்டு இருந்தது. "நான் அங்கு இல்லையே. உங்களோடு மிக முக்கிய காலகட்டத்தில் விலகி நிற்கும்படியாகிவிட்டதே" என்கிற அவருடைய கவலை போலியானதல்ல என்பது ராதாவிற்குத் தெரியும்.

ராதாவிற்கு சுதீர் கடிதம் சுறுசுறுப்பைத் தந்தது. ஆனாலும் அதன் இறுதியில் எழுதப்பட்ட செய்தி அவரை ஆழ்ந்த சிந்தனையிலாழ்த்தியது.

"யூதிகாவிற்குத்தான் உடல் நலம் சரியில்லை. அவளுக்கு ஏதோ Infection ஆகிவிட்டது என்று மருத்துவர்கள் கூறிவிட்டார்கள். வெகு நாட்களுக்குச் சிகிச்சை தேவைப்படுகிறது என்று தெரிகிறது. இந்த நிலையில் அவளோடு நான் இருக்க வேண்டிய கட்டாயம் அவளைத் திருமணம் செய்துகொண்ட காரணத்தினாலாவது இருக்கவேண்டிய மனிதாபிமானமாக இருப்பதனால் நான் இங்கே வெகு சமீபத்தில் வருவதற்கான வாய்ப்பு இல்லை என்றே படுகிறது."

சாதாரண வியாதியாக இருந்தால் சுதீர் இவ்வளவு தூரம் வருத்தப்பட்டு எழுத மாட்டார். ஏதேனும் நிச்சயம் மோசமான உடல் நலக்குறைவு இருக்க வேண்டும். இருப்பினும் நாகரிகம் கருதி அதனை மென்மையாக வெளிப்படுத்தியிருக்கிறார்.

ராதாவிற்கு மனம் இருண்டு போனது. சுதீரின் நியாயத்திற்கும் நேர்மைக்கும் கிடைத்த இன்னொரு சோகமாய் மனைவியின் உடல் நலக்குறைவு என்கிறபொழுது அதனை நேரில் சென்று பார்க்கக் கூட இயலாத நிலையில் தான் இறுக்கமாய் நகர முடியாதபடி நின்றிருப்பதையும் நினைத்து வேதனைப்பட்டார்.

கொஞ்சம் சுயநலத்திலிருந்து நகர்ந்து நிற்கும்பொழுது எவ்வளவு பெரிய சோகங்களைச் சந்திக்க வேண்டியதாயிருக்கிறது. அந்தக் கடிதம் கைநழுவி விழுகிறவரை அவர் வெறித்தவாறு நின்றிருந்தார்.

நிதி நிலையறிக்கையை அரசு சமர்ப்பித்தபொழுது எல்லாருக்கும் ஆச்சரியமாக இருந்தது. அறிக்கை முழுவதும் ஏகப்பட்ட சலுகைகள், சுக்லாவிற்குத் தான் வழங்கிய ஆலோசனைகள் எல்லாம் சரியான பரிமாணத்தில் ஏற்றுக் கொள்ளப்பட்டிருப்பது தெம்பையளித்தது. தன் கட்சி மீண்டும் ஆட்சிக்கு வந்துவிடும் என்கிற நம்பிக்கை அவருக்குப் பிரகாசத்தைத் தந்தது.

"பொது ஜனங்களுடைய ஞாபகசக்தி ரொம்பக் கம்மி அவங்க இந்த பட்ஜெட்டைப் பார்த்துட்டு எல்லாத்தையும் மறந்துடுவாங்க. நாம்ப கடந்த அஞ்சு வருஷமா நடத்துன ஆட்சியை ஒரு வருஷத்து பட்ஜெட்டால சரி செஞ்சிடலாம். அது மட்டுமில்ல இந்த பட்ஜெட்டை எதிர்க்கட்சி ஆட்சியைப் பிடிச்சா கூட நடத்திக் காட்டறது ரொம்பக் கஷ்டம். ஏன்னா, மத்தியில இருக்கற சர்க்கார் உதவி இல்லாம ஒண்ணும் நடக்காது. நமக்கு மத்தியிலயும் அண்டை மாநிலத்துலயும் நம்ப கட்சியே ஆட்சியில இருக்கறது எவ்வளவு வசதி."

"இந்த அணை கட்டறதுனால பழங்குடி மக்கள் மத்தியில் ஒரு விதமான வெறுப்பு ஏற்பட்டிருக்கே அதுக்கு என்ன செய்யப் போறீங்க?"

"பட்ஜெட்டை சரியாப் படிச்சிப் பாருங்க. பழங்குடியினருக்கு எவ்வளவு சலுகைகள். மேல்படிப்புக்கு, வேலை வாய்ப்புக்கு, சாலை வசதிக்கு, குடிநீர் வசதிக்குன்னு இதெல்லாம் எதுக்காக? மாநிலம் முழுசும் இருக்கற பழங்குடியினரெல்லாம் குளிர்ந்து போயிடுவாங்க."

"தன்னார்வத் தொண்டு நிறுவனத்தினர் எல்லாம் லேசில விட மாட்டாங்களே. அவங்கதான் ஒண்ணா சேர்ந்து பிரச்சினையைக் கிளறிவிட்டுக்கிட்டுயிருக்காங்களே."

"ஒவ்வொரு திட்டத்திலேயும் தன்னார்வத் தொண்டு நிறுவனங் களையும் ஈடுபடுத்தித்தான் செய்யணும். அவங்க பங்களிப்புக்குத் தகுந்த மாதிரி நிதியுதவி தாராளமாய் செய்யலாமுன்னு விதிகளைத் தளர்த்தியிருக்கோமே, கவனிச்சியா. எவன்யா பொதுச்சேவைக்காக மட்டும் தொண்டு நிறுவனம் நடத்தறான்? எல்லாமே வயித்துக்காகத் தானே பல தொண்டு நிறுவனங்கள் சுய வேலைவாய்ப்பு நிறுவனங்கள் தான்."

"எல்லோரையுமே சரிக்கட்டினதா சொல்றீங்களே. ஆனா எப்படி இரண்டுபேரைச் சரிகட்டப் போறீங்க?"

"யாரைச் சொல்றே?"

"சிமனையும், ராதாபடங்கரையும்தான்."

"அதைப்பத்திதான் யோசிச்சுக்கிட்டேயிருக்கேன். ஒன்றுமே அகப்பட மாட்டேங்குது. ஆனா அவங்களால மட்டும் பெரிசா என்ன செய்ய முடியும். நிதின்னு ஒரு பையன் மண்டையைப் போட்டான். சுதீரும் அந்த இடத்தை விட்டுப்போயிட்டான். இயக்கமே தள்ளாடிக் கிட்டிருக்கு. வழக்குத் தொடர்ந்தாங்க. அதுவும் தோத்துப் போச்சு. அவங்களே குழப்பத்திலயிருக்காங்க. அதுக்கு மேலே என்ன செய்ய முடியும். இனி அணையை யாரும் தடுக்க முடியாது. இப்பவே எவ்வளவு மளமளன்னு வளர்ந்துகிட்டிருக்கு. ஒரு பக்கத்துல தடுப்புச் சுவர் கூட வேகமா எழும்ப ஆரம்பிச்சிடுச்சி."

சுக்லாவின் சிரிப்பில் ஒருவித ஆணவமும் தன்னை யார் அசைக்க முடியும் என்கிற திமிரும் இருந்தன. முன்பு மாதிரி இப்பொழுது அவரிடம் பயமோ, அவநம்பிக்கையோ இல்லை என்பது மட்டும் தெளிவாகவே தெரிந்தது.

ராதாவிற்குப் பட்ஜெட்டைப் பார்த்ததும் சிரிப்பு வந்தது. இதெல்லாம் எதிர்பார்த்ததுதான். இப்படி நடக்காமலிருந்தால் தான் ஆச்சரியப்பட்டிருக்க வேண்டும். எவ்வளவு சாமர்த்தியமாகக் காய்களை நகர்த்தியிருக்கிறார் சுக்லா. "ஆனால் அவர் ஒரு விஷயத்தில் மட்டும் நிச்சயம் தோத்துப்போயிட்டார். அவரால் அணைக்கு எதிராக நாடு முழுவதும் பொதுவாகக் கிளம்பியிருக்கிற அபிப்ராயத்தை நிச்சயம் சரி செய்யமுடியாது."

எதிரில் வேகமாக வளர்ந்து வருகின்ற அணைக்கட்டின் உயரம் சந்தேகக் குறிகளாய்ப் படர்ந்திருந்த கவலையில், வெகு நாட்களாக வளர்ந்திருந்த தாடியுடனும் சிந்தனையில் நிலைத்து நிற்க முடியாமலும் தடுமாறியிருந்த சந்தீப்புக்கு ஏதும் பேசாமலிருந்த ராதாவின் மௌனம் புதிராயிருந்தது.

"பஹன்! உங்களிடம் நான் ஒன்றைச் சொல்லுகிறேன் என்று தவறாக நினைத்துக்கொள்ளாதீங்க. எனக்கு நம் அணுகுமுறையில ஒரு கேள்விக்குறி இருக்கு. எங்கேயோ நாம் தவறிவிட்டோமோன்னு படுது. நாம் இந்தப் பிரச்சினையை அரசியல் பூர்வமாக அணுகலை யோன்னு எண்ணறேன்."

"எனக்குப் புரியலே?"

"ஆளும்கட்சியோட இந்த முடிவை எதிர்க்க எதிர்க்கட்சிகளை ஒண்ணு சேத்து, ஒரு வியூகம் அமைச்சிருந்தா ஒருவேளை அது அவங் களுக்கு வெற்றியைத் தேடித் தந்திருக்கலாம். அது மட்டுமில்லாமல்

பெரிய அளவில் அணைப் பிரச்சினை பேசப்பட்டு பரவலான விழிப்புணர்வு ஏற்பட்டிருக்கும் இல்லையா? அரசியல் தப்புன்னு நெனைக்கற ஒரு மாதிரியான அறிவு ஜீவித்தனம் நம்முடைய யதார்த்தத்தைச் சீர்குலையச் செய்யுதோ என்கிற நடுக்கம் எனக்கு வருது. ஒரு மாபெரும் வாய்ப்பை நமக்குத் தனிப்பட்ட முறையில உள்ள காழ்ப்புணர்வால் இழந்துடக் கூடாது பாருங்க."

"சந்தீப், இந்த அணையை மட்டும் எந்தக் கட்சியும் எதிர்க்க மாட்டாங்க. ஏன்னா அணையை எதிர்த்தாக்க எந்தக் கட்சிக்கும் நிதியாதாரம் கெடைக்காதுன்னு இதுவரைக்கும் நாம்ப அணையைப் பத்தி எவ்வளவோ பேசியும் எழுதியும் இருக்கோம். ஆனா எதிர்க்கட்சியைச் சார்ந்தவங்க யாரேனும் ஏதாவது பேசியிருக்காங்களா, எழுதியிருக்காங்களா, சித்தாந்தம்ங்கற பேருல தங்களுக்குத் தேவையான ஆதாயத்தை அவங்க இழந்துடுவாங்களா, ஆளும் கட்சி எதிர்க்கட்சி அப்படிங்கறது எல்லாமே வர்ற விகிதத்தில் எவ்வளவு பங்குங்கறதைப் பொறுத்துதான். இதையெல்லாம் அனுபவம் மூலமாகத்தான் புரிஞ்சிக்க முடியும்."

"நாம் அணுகியாவது பாத்திருக்கலாமே."

"சந்தீப் உனக்கு ஒரு அதிர்ச்சியான உண்மையை நான் சொல்றேன் கேளு. இந்த அணைக்கான திட்டம் உருவானதே எதிர்க்கட்சித் தலைவரா இருக்காரே அவரோட ஆட்சியிலதான்."

27. வெற்றியா தோல்வியா என்கிற கேள்வியைக் காட்டிலும் எவ்வளவு கனமான தோல்வி, எவ்வளவு இழப்புகளுடனான வெற்றி என்பதுதான் மிகவும் முக்கியமான பரிமாணமாக முன்னால் நிற்கிறது.

"தேர்தல் அறிவிப்பு வெளிவந்துவிட்டால் அதிகாரிகளை மாற்ற முடியாது. அதற்குள் எல்லாத் தரப்பிலும் தேவையான மாறுதல்களைச் செய்ய வேண்டும். நமக்குத் தோதான அதிகாரிகளை வேண்டிய இடங்களில் நாம் போட்டாக வேண்டும். சுக்லா, நீங்கள்தான் மாவட்டத்திலிருக்கிற நரம்புத் துடிப்புகளையெல்லாம் அறிந்து வைத்திருப்பவர் சீக்கிரம் ஒரு பட்டியல் தயாரியுங்கள், அதிக அவகாசமில்லை.

முதலமைச்சர் குரலில் பதற்றமும், அவசரமும் தெரிந்தன.

"முக்கிய மந்திரிஜி! நான் எல்லாவற்றையும் பார்த்துக் கொள்கிறேன். நீங்கள் ஒன்றும் கவலைப்பட வேண்டாம். தேர்தலில்

நாம்தான் ஜெயிக்கப் போகிறோம். அணை கட்டறதுக்காக விட்ட காண்டராக்ட்ல பர்சண்டேஜ் கொடுக்கறதுக்கு எல்லோரும் தயாரா இருக்காங்க. தேர்தல் நிதி அப்படீன்னு கொஞ்சத்தையும், மீதியை பிளாக்காகவும் தரச் சொல்லியிருக்கேன்."

"தேர்தலில் அளவுக்கதிகமாகச் செலவு பண்ண முடியாதுன்னு தான் விதிமுறைகள் கெடுபிடியாக இருக்கும் போலிருக்கிறதே. நாம்ப தேர்தல் நிதியை வைச்சி என்ன செய்ய முடியும்."

"ஜி! நம்ப வேட்பாளராகத் தேர்ந்தெடுக்கப் போறவங்க எல்லோருமே புதுசு. அவங்களைப் பத்தி ஏற்கெனவே மக்களுக்கு எந்த அபிப்ராயமும் இருக்க முடியாது. ஒட்டுமொத்தமா கட்சி பேரில பெரிய அளவில் விளம்பரம் பண்ணலாம். ஆனா அதை அடக்கி வாசிப்போம். இந்தத் தேர்தல்ல புதுமுகங்களா இருக்கற மாதிரிப் பாத்துக்கணும். எல்லாத்தையும் நான் கவனிச்சிக்கிறேன்."

"நம்ப கட்சியில ஊழல் என்கிற பேரில் மாட்டிக்கிட்டு பேரை அசிங்கப்படுத்திக்கிட்டவங்க எல்லோரையும் ஓரங்கட்டணும். புரியுதா, அப்பதான் நமக்கு 'க்ளீன் சீட்' கிடைக்கும். நாம்ப இதுவரைக்கும் சந்திச்ச தேர்தல்களிலிருந்து இது முற்றிலும் வேறுபட்ட தேர்தல். நாம் ரொம்ப ஜாக்கிரதையா இதை அணுகணும்."

"சில அதிகாரிகளையும் நாம்ப மாத்த வேண்டியதாயிருக்கு. முதலில் கலெக்டர் குல்கர்னியை மாத்தணும். நம்ப மேலே ஏற்பட்டிருக்கிற கெட்ட பேரை மாத்திக்கறதுக்கு இதுதான் சரியான சந்தர்ப்பம்."

"குல்கர்னியை மாத்தணுமா? அவர்தான் நமக்கு ரொம்ப விசுவாசமா நடந்திருக்காரே? நீங்க சொன்ன ஒரு பேச்சைக் கூட மீறலையே."

"வாஸ்தவந்தான் ஜி! ஆனா குல்கர்னியால பழங்குடியினர் மத்தியிலே ஏற்பட்டிருக்கிற கெட்ட பெயர் நம்ம கட்சிக்கு விரோதமா சில மாவட்டங்களில் வேலை செய்யலாம். அதைப் போக்க குல்கர்னியைத் தூக்கி ஒரு உபயோகமில்லாத துறையில போடணும். அதுமட்டு மில்லாம பழங்குடியினர் பிரச்சினையை சரியாக அணுகாத காரணத் திற்காக அவர்மீது விசாரணையொன்று நடத்தவும் உத்தரவிடணும்."

"இதன் மூலம் நம்ம இமேஜை நிமித்த முடியுமா?"

"நிச்சயம் முடியும். குல்கர்னிகிட்ட இதுபத்தி நான் தனியாப் பேசிக்கறேன். இதெல்லாம் கண் துடைப்புன்னு சொல்லி சமாதானப் படுத்திக்கறேன். குல்கர்னியால நமக்கு எதிரா எதுவும் பேசமுடியாது. ஏன்னா அவரப் பத்திய அத்தனை தகவல்களும் எனக்கு அத்துபடி."

★★★

“போராட்டமென்பது அவ்வளவு லேசான காரியமல்ல. இந்தப் பயணத்தில் சிலர் இறந்து விழுந்துவிடுவார்கள்; சிலர் களைத்துத் தொய்ந்துவிடுவார்கள். ஆனால் பயணம் மட்டும் தொடர்ந்து கொண்டேயிருக்க வேண்டும். போராட்டத்தை ஏதேனும் ஒரு வடிவத்தில் தொடர வேண்டும். இல்லையென்றால் தீவிரம் குறைந்துவிட்டது என்று எண்ணிவிடுவார்கள். எவ்வளவு நாளானாலும் சரி, வைராக்கியத்தை மட்டும் சேமித்துக்கொண்டு மனதை இழந்துவிடாமல் எதிர்க்க வேண்டும். வெற்றியா, தோல்வியா என்கிற கேள்வியைக் காட்டிலும் எவ்வளவு கனமான தோல்வி, எவ்வளவு இழப்புகளுடனான வெற்றி என்பதுதான் மிகவும் முக்கியமான பரிமாணமாக முன்னால் நிற்கிறது.”

சிமன் தூக்கம் வராமல் சிந்தித்துக்கொண்டிருந்தான். கோவிந்த்பாயி சிந்திக்கிற மகனுக்காக இஞ்சி, ஏலக்காய் எல்லாம் போட்டு வற டீ தயாரித்துக்கொண்டிருந்தார்.

“தம்பி! ஒண்ணும் கவலைப்படாதப்பா. இவ்வளவு இருட்டிலயும் ஒரு சின்ன சிம்னி விளக்கை வச்சிகிட்டு நாம்ப காரியம் பாக்கலயா. அதுமாதிரிதான் இதுவும். நம்மால முடிஞ்சவரைக்கும் நம்மைச் சுத்தி ஒரு வெளிச்சத்தை ஏற்படுத்திக்கணும். அதுபோதும்.”

“அப்பா! அர்ஜுன், ராம்லால் எல்லோரையும் வெவ்வேறு கிராமத்துக்கு அனுப்பி வச்சிருக்கோம். நமக்கு இருக்கற வைராக்கியம் எல்லோருக்கும் இருக்கும்னு சொல்ல முடியாது. தொடர்ந்து மூட்டின தீயை ஊதிக்கிட்டேயிருந்தாதான் பத்தவச்ச நெருப்பு அணையாம பாதுகாக்க முடியும்.”

“வர்ற வெள்ளிக்கிழமை என்னப்பா செய்யறதா முடிவு பண்ணியிருக்கீங்க?”

“அணை கட்டறதைத் தடுக்கறதுக்காகப் போறோம்.”

“அய்யோ வேணாம்பா! அப்புறம் முந்தி நிதினுக்கு நடந்த மாதிரி ஏதாவது நடந்துரப் போகுது. எனக்குப் பயமாயிருக்குப்பா.”

“அப்ப நடந்தது வேற. இப்ப நடக்கப் போறது தார்மீக அடிப் படையில ஒரு குறியீடா நாம்ப தெரிவிக்கிற எதிர்ப்பு. நிதின் விஷயத்துல வன்முறையாப் போனதால வம்பு வந்திச்சி. இப்ப நானு, ராதா எல்லோருமே முன்னால நின்னு பண்ணப் போறோம். எந்த வில்லங்கமும் வராது.”

“எத்தனை பேர் கலந்துக்கப் போறோம்?”

“இந்தக் கிராமங்களில் இருக்கற எல்லா மக்களும் ஒண்ணா போய் நிக்கப் போறோம். எலெக்க்ஷன் நெருங்கற நேரத்துல இது மாதிரி நாம்ப செஞ்சாதான் பொதுமக்களோட கவனம் அணை பக்கம் திரும்பும். பழங்குடியினர் தங்களுக்கு அரசு அறிவிச்சிருக்கற சலுகைகளைக் கண்டு குளிர்ந்து போனதா மத்தவங்க நெனைச்சிக்கக் கூடாது பாருங்க.”

“என்னமோ தம்பீ! சாயா குடிப்பா. ஆறிடப் போகுது.”

வெளியே நிலவு முழு வீச்சில் காய்ந்துகொண்டிருந்தது. அதில் ஏதோ இனம்புரியாத சோகம் கலந்திருப்பதாக கோவிந்த்பாயிக்குப் பட்டது.

★★★

வீட்டைக் காலி பண்ணும்போது குல்கர்னிக்கு மனது கனத்தது.

“எவ்வளவு தூரம் இந்த அரசுக்குச் சாதகமாகப் பணியாற்றினோம்! எவ்வளவு வளைந்துகொடுத்திருப்போம்! இப்படி திடுதிப்பென்று மாற்றிவிட்டார்களே! நமக்கு மூத்த அதிகாரி ஒருவர் அடிக்கடி சொல்வாரே, The Government is neither grateful nor graceful அப்படீன்னு. அது எவ்வளவு வாஸ்தவமாகிவிட்டது. அதுவும் நம்மைப் போயி கால்நடைகள் துறையில் போட்டுருக்காங்க. மாடு மேய்க்கற துறைக்குப் போகத்தான் இவ்வளவு கஷ்டமா!”

குல்கர்னி மாற்றல் ஆணையால் ரொம்பவும் ஆடிப்போயிருந்தார். வீட்டிலிருந்த சாமான்களையெல்லாம் வேலையாட்கள் ‘பேக்’ செய்துகொண்டிருந்தார்கள்.

“இதுவரைக்கும் நாம்ப எத்தனையோ கலெக்டர்களைப் பார்த்திருக்கோம். இவ்வளவு சாமான் வேற யாரும் எடுத்துக்கிட்டுப் போகல.”

“இவரு மட்டும் வரும்போதே இத்தனை சாமானோடயும் தான் வந்தாரா. எல்லாம் வந்த அன்பளிப்பு. ஜனவரி ஒன்றாம் தேதி மட்டும் எவ்வளவு பிரசன்டேஷன் (Presentation) வரும் தெரியுமா?”

“எத்தனை வந்து என்னய்யா பிரயோஜனம். ஏதாவது ஒரு பொருள் நமக்கு என்னைக்காவது கொடுத்திருப்பாரா? எல்லாத்தையும் போகும்போது எடுத்துக்கிட்டேவா போகப் போறாரு?”

அரண்மனை வேலைக்காரர்கள் எல்லோருமே ஒன்றுந் தெரியாதவர்களல்லர் அவர்களும் உற்றுக் கவனிப்பவர்கள்தான். அவர்களுடைய பணிவும், பவ்யமும் உண்மையானதல்ல. வெறுமனே

காட்டுகிற நடிப்புதான். நுட்பமாகக் கவனிப்பவர்களுக்குத்தான் இது தெரியும்; புரியும்.

இந்த மரியாதையையும், பணிவையும் உண்மையென நினைத்து மார் தட்டிக்கொள்பவர்கள் வெகு சீக்கிரமே பாதாளத்தில் விழுந்து விடுகிறார்கள். விழிப்புணர்வுடன் இருப்பவர்கள் மட்டுமே இவை முக்கியமானவையல்ல என்கிற சத்தியத்தில் வாழ்வை அணுகுபவர்கள்.

"ஏம்பா! சுதீர் சாரும் இதே ரேங்க்தான். ஆனா ஜனவரி 1-ஆம் தேதி ஊரிலேயே இருக்க மாட்டார். யார் கிட்டேயும் எதையும் அன்பளிப்பா ஏத்துக்க மாட்டாரு. நல்ல அதிகாரிகளும் நிறைய பேர் இருக்கத்தான் செய்யறாங்கப்பா."

கோணிப் பைகளில் தைத்து அடிபடாமல் எடுத்துச் செல்லும்படி கவனமாக ஒவ்வொரு சாமானும் லாரியில் ஏற்றப்பட்டுக் கொண்டிருந்தன.

எல்லாத் தோள்களும் கைகளும் களைத்துப் போயிருந்தன.

★★★

அக்கரை ஓரமாக நீளமாக நின்றிருந்தது பேரணி. அத்தனை கிராமங்களும் காலியாகித் திரண்டு வந்திருந்தது போன்ற வரிசை.

சிமனும், ராதா படங்கரும் நேராக ஒப்பந்தக்காரர்களிடம் சென்றார்கள்.

"எங்களுக்கு உங்கள் மீது எந்த விரோதமும் இல்லை. நாங்கள் யாரும் வன்முறையில் ஈடுபடப் போவதில்லை. இதை ஒரு அடையாளமாக நடத்துகிறோம். அணையை நிறுத்துவதற்கு கோஷம் போடப் போகிறோம். உங்களை வேலை செய்யவிடாமல் தடுப்போம். நீங்கள் போலீஸிற்குத் தகவல் தெரிவிக்கலாம். அவர்கள் எங்களைக் கைது செய்ய வேண்டும் என்பதுதான் எங்கள் விருப்பம்."

"இதனால் என்ன சாதிக்கப் போகிறீர்கள்?" ஜோஷியின் குரலில் நக்கல் தெறித்தது.

"எங்கள் எதிர்ப்பை இந்த அணையின் கடைசி கல் வைக்கும் வரை கூட நாங்கள் தொடர்ந்துகொண்டிருப்போம். சின்னச் சின்ன சலுகைகளால் எங்களை விலைக்கு வாங்க முடியாது என்பதை அரசுக்குத் தெரிவிப்போம் அவ்வளவுதான்."

அவ்வளவு பெரிய பேரணியிடம் அத்தனை ஒழுக்கமும், அமைதியும் காணமுடியுமா என்பது சந்தேகமே. எங்கே மனிதர்கள்

நாகரிகம் அடைந்ததாகக் கூச்சலிடுகிறார்களோ அங்கே இப்படியொரு பேரணியைத் திரட்டுவது எவ்வளவு கடினம். ஆனால் இங்கே அது இயல்பாக நடந்திருக்கிறது என்றால் அதற்குக் காரணம் அவர்கள் எதிர்கொள்ளும் பிரச்சினையின் தீவிரம்தான்.

வெயில் ஏற ஏற வெப்பம் தாங்காமல் பக்கத்தில் வளர்ந்திருந்த செடிகளின் இலைகளைப் பரப்பி அவற்றின் மீது நின்றிருந்தனர். அதைப் பார்ப்பதற்கு ஜோஷிக்கே பாவமாயிருந்தது.

"தேர்தலைப் பகிஷ்கரிப்போம்"

"அணையை நிறுத்துங்கள்"

"பழங்குடியினர் உரிமைகளைப் பறிக்காதீர்கள்."

"எங்களை இடம் பெயர்க்காதீர்கள்."

"நாங்கள் அணை கட்ட விடமாட்டோம்."

"நதியின் ஓட்டத்தைத் தடுக்காதீர்கள்."

"எங்கள் கிராமங்களை நீரில் மூழ்கடிக்காதீர்கள்"

"சுற்றுப்புறச் சூழலைச் சேதப்படுத்தாதீர்கள்"

கோஷங்களை விட்டுவிட்டு எழுப்பிக்கொண்டேயிருந்தனர்.

போலீஸ் வருவதற்கு மதியம் இரண்டு மணியானது. கையில் குழந்தைகளுடன் அதுவரை எந்த முணுமுணுப்புமின்றி பெண்மணிகளும் ஈடுபாட்டுடன் நின்றிருந்தனர்.

"மிஸஸ் ராதாபடங்கர்! நீங்கள் கலைந்துசெல்லாவிட்டால் நாங்கள் கூட்டத்தைத் தடியடி செய்து கலைக்க வேண்டியிருக்கும்."

"அது நாங்கள் வன்முறையில் ஈடுபட்டோ, உங்களைத் தாக்கியோ ஏதாவது செய்தால்தான். தேர்தல் வருகிற இந்நேரத்தில் அப்படியொரு அசட்டுத்தனத்தை நீங்கள் செய்தால் மேலிடம் உங்களைப் பாராட்டும் என்று நினைக்காதீர்கள்."

"எங்களைப் பயமுறுத்துகிறீர்களா?"

"நாங்கள் அனைவரும் கைதாவதற்குத் தயாராக இருக்கிறோம். நீங்கள் தாராளமாகக் கைது செய்துகொள்ளலாம்" சிமன்.

"இத்தனை பேரை எப்படி நாங்கள் கைது செய்ய முடியும்?"

"நான் இவர்கள் அனைவரையும் கலைந்து போகச் சொல்லுகிறேன். ஏனென்றால் அணைக்கட்டைத் தடுப்பது குற்றம் என எனக்குத் தெரியும்.

“அதை உடனடியாகச் செய்யுங்கள்”

“அது எனக்குச் சம்மதம். ஆனால், என்னை நீங்கள் கைது செய்ய வேண்டும்” - சிமன்.

“என்னையும்தான்” - ராதா படங்கர்.

“இதில உங்கள் உள்நோக்கம் என்ன?”

“உள்நோக்கம் ஒன்றும் இல்லை. அணையை எதிர்ப்பதற்கு பழங்குடியினர் முழுமூச்சாகக் கிளம்பிவிட்டார்கள். இனி அவர்களை ஒன்றும் செய்ய முடியாது என்கிற சமிக்ஞையை அரசுக்குத் தெரிவிக்க விரும்புகிறோம்.”

ராதாவும், சிமனும், அணைக்கு எதிராகப் பழங்குடியினரைத் தூண்டிவிட்டதாகக் காரணம் காட்டிக் கைது செய்து அழைத்துச் செல்லப்பட்டனர்.

சிறிதும் மனமின்றி அவர்கள் வார்த்தைக்குக் கட்டுப்பட்டு கிராமத்தினர் அனைவரும் அமைதியாகக் கலைந்து மறுகரைக்குச் சென்றுகொண்டிருந்தனர். அவர்கள் எல்லோரும் திரும்பிப் போவதற்கு மாலை நேரமாகிவிட்டது. சந்தீப் அனைத்தையும் பொறுப்புடன் நிர்வகித்தான்.

கோவிந்த்பாயிக்கு மட்டும் பெருமையாக இருந்தது. வருத்தம் துளியுமில்லை.

“இப்படிப்பட்ட மகனைப் பெற்றுக் கொள்வதற்கு எவ்வளவு பெரிய புண்ணியம் நான் பண்ணியிருக்கணும். ஊருக்காகத் தன்னையே தியாகம் செஞ்சிப்புட்டானே!” என்று மனதுக்குள் சொல்லிக் கொண்டார்.

28. மழைதான் மனிதர்களுக்கு வானம் வழங்குகிற தாய்ப்பால் என்றெல்லாம் கவிதை வரிகளை நினைவு படுத்தி மகிழ்ந்தாலும், மழை சகஜ வாழ்க்கையை நசுக்கி விடுகிறது என்பது உண்மைதானே.

இந்த மரங்களெல்லாம் வெறும் மரங்கள் மட்டும்தானா? ஒவ்வொன்றிலும் சின்னதாய் உலகமே சேமிக்கப்பட்டிருக்க வில்லையா? பறவைகளுக்குச் சரணாலயமாகவும், பாதசாரிகளுக்குப் பாதுகைகளாகவும், பயணிகளுக்கு நிழற்குடையாகவும், பனித்துளி களுக்குப் பஞ்சுமெத்தையாகவும். வண்டுகளுக்கு வாசக சாலையாகவும்,

பூக்களுக்குப் பிரசவ விடுதியாகவும் ஒவ்வொரு மரமும் தென்றலை வருடி, மேகத்தைத் தாலாட்டி எப்படியெல்லாம் பரிமளிக்கிறது.

'இயற்கை சிலந்தி வலையாய்ப் பின்னப்பட்டிருக்கிறது. இதில் எங்கே இழை மெலிதாக அறுந்தாலும் மொத்த வலையுமே சிதைந்து போகிற அபாயமிருக்கிறது. பூக்களைப் பறிக்கும்போது நட்சத்திரங்கள் கூடக் கண்ணவிழ்ந்து போகும்' என்று எப்போதோ வாசித்த வரிகள் சந்தீப்புக்கு ஞாபகத்திற்கு வந்தன.

இந்தியாவிலிருக்கிற அத்தனை நியாயமான தொண்டு நிறுவனங்களும் தேர்தல் நாளன்று சின்னச் சின்ன அமைதியான கவன ஈர்ப்புப் பேரணிகளில் ஈடுபட வேண்டுமென்று கடிதப் போக்குவரத்து நடத்துகின்ற பணியை மட்டுமே அவன் நடத்திக்கொண்டிருந்தான். கிராமங்களில் மக்களின் மனத்தில் எரிந்துகொண்டிருக்கிற ஜ்வாலை அணைந்துவிடாமல் பார்த்துக்கொள்கிற பொறுப்பு சிமன் இல்லாத காரணத்தால் அவன்மீது விழுந்தது. அர்ஜுன், ராம்லால் எல்லோரும் கை கொடுத்தனர்.

அக்கரையில் அணைக்கட்டுக்கு ஒரு கிலோமீட்டர் தொலைவில் ஒரு சின்ன நாளா இருக்கிறது. 'மச்சநாளா' என்று அழைப்பார்கள். அந்த வழியே வருகிற பழங்குடியினர்கள் தங்களிடம் இருக்கிற எந்தத் தின்பண்டமாக இருந்தாலும், அதில் கொஞ்சம் அந்த நாளாவில் போடுவது வழக்கம். செவலையாய் நீளம் நீளமாய் மீன்கள் துள்ளிக் குதித்து அந்தத் தின்பண்டங்களை வாங்கிக்கொள்ளும். சில நேரங்களில் தண்ணீருக்கு மேலே எழும்பித் துள்ளிக் காண்பிக்கும். அந்த மீன்கள் குழந்தைகளைப் போலத்தோன்றும். அந்த மீன்கள் மற்ற மீன்களி லிருந்து வித்தியாசமாக இருப்பதாகத் தெரியும். அந்த நாளாவில் யாரும் மீன் பிடிக்கமாட்டார்கள். 'குழந்தையை யாராவது கொன்று தின்னமுடியுமா?' அந்தப் பகுதியிலிருக்கும் மீன்களுக்கு மட்டும் துள்ளிக்குதிக்க யார் கற்பித்தார்கள் என்று சந்தீப் நினைப்பதுண்டு. அவ்வழியே வரும்போது கட்டாயம் கடலைப்பொரி கொடுத்துவிட்டு வருவதுண்டு. அந்தக் கரையிலமர்ந்து அந்த மீன்களுக்கு உணவு தருகையில் அவை மனித இனத்தின் மீது வைத்திருக்கும் எதிர்பார்ப்பு மனிதாபிமானம் இன்னும் இறந்துவிடவில்லை என்று சொல்லுவதாக அவனுக்குப் படும்.

அணை எழும்ப ஆரம்பித்த சில நாட்களிலேயே மச்சநாளாவில் மீன்கள் உணவுக்காக மேலே 'துள்ளிக் குதிப்பது' மறைந்து போனது. தண்ணீர் ஓட்டத்தில் நிகழ்ந்த மாற்றங்களை அதிர்வுகள் மூலம் உணர்ந்து கொண்டுவிட்டனவா? அல்லது கட்டுமானத் தொழிலாளர்கள்

மீன்களைப் பிடிக்க முயற்சி செய்திருப்பார்களோ? சந்தீப் சென்றமுறை வரும்போது மச்சநாளா அவனுக்கு ஏமாற்றத்தைத் தந்தது. பாரம் பரியத்தை நசுக்கிவிடுகிற எதுவும் முன்னேற்றமாக இருக்க முடியுமா?

ராதா படங்கரின் கைது குறித்துச் சுற்றுச்சூழலிலும், அணை எதிர்ப்பிலும் நம்பிக்கை வைத்திருந்த அனைவரும் குரல் கொடுத் தார்கள். ஒட்டுமொத்தமான கருத்தை ஏற்படுத்த வேண்டும் என்கிற ராதாவின் கருத்து கொஞ்சம் கொஞ்சமாகக் கைகூடி வருவது புரிந்தது. ராதாவின் கைதை எதிர்த்து, சுற்றுச்சூழல் பாதுகாப்பில் நம்பிக்கை கொண்ட ஷர்மா உண்ணாவிரதம் இருக்கப்போவதாக அறிவித்தார். பகுகுணாவிற்கு அடுத்தபடியாக மரங்களைப் பாதுகாப்பதிலும், இமயமலையில் மரங்கள் வெட்டப்படுவதை எதிர்ப்பதிலும் முக்கிய இடம் ஷர்மாஜிக்கு இருந்தது. ஆரம்பத்திலிருந்தே அணைக்கு எதிராகக் குரல் கொடுத்தவர், தேரி அணையை எதிர்த்துப் பல கிளர்ச்சிகள் நடத்திச் சிறை சென்றவர்; இதுவரை நாடு தழுவிய போராட்டங்கள் பலவற்றிற்கு முன் நின்றவர்; மரங்களில்லாமல் குறைந்த செலவில் வீடு கட்டும் திட்டங்களை முன்வைத்தவர். அரசியல் கட்சிகளுக்கு அப்பாற்பட்டவர் என்பதால் அறிவு ஜீவிகள் மத்தியில் மிகுந்த மரியாதையும் மதிப்பும் பெற்றிருப்பவர்.

ஷர்மாஜியின் ‘சாகும்வரை உண்ணாவிரதம்’ பெரிய எதிர் பார்ப்பை ஏற்படுத்தியது. தேர்தல் வருகிற நேரத்தில் முன் பக்கங் களைக் கொட்டை எழுத்தில் ஆக்கிரமித்துக்கொண்டு வெளியான செய்திகள் ஆரோக்கியமானதாக இல்லை.

சந்தீப்பினால் ராதாவோடோ, சிமனோடோ தொடர்புகொள்ள முடியவில்லை. அவர்களுடன் ஏற்படுத்திக்கொள்ளுகிற கடிதத் தொடர்பு எதுவும் பரிசீலனைக்குட்படுத்தப்படும் என்பதால் கடிதப் போக்குவரத்து வைத்துக்கொள்வது புத்திசாலித்தனமாய்ப்படவில்லை.

எதைப்பற்றியும் கவலைப்படாத அரசாங்கம் ஷர்மாஜியின் உண்ணாவிரதத்தையும் சாதாரணமாக எடுத்துக்கொண்டால்?... சந்தீப்புக்கு மனம் கனமாக இருந்தது.

★★★

“இந்த மாதத்தில் மழை கொட்டோ கொட்டுன்னு கொட்டும். என்ன ஆகுமோ இந்த வருஷம்னு நெனைச்சாதான் பயமாயிருக்கு” கோவிந்த்பாயி சந்தீப்புடன் கவலையாய்ப் பேசினார்.

சிமனைக் கைது செய்து அழைத்துச் சென்றபோது கூட கண்கலங்காதவர். அவர் கவலைப்படுகிறார் என்றால் ஏதாவது

உண்மையான பிரச்சினை இருக்க வேண்டும் என நினைத்துக் கொண்டான் சந்தீப்.

"எதையாவது மனசுல வைச்சித்தான் இப்படிப் பேசறீங்களா?" இப்போதெல்லாம் பழங்குடியினர் மொழியிலேயே பேசுகிற கலை அவனுக்குக் கைவந்துவிட்டது.

"ஆமாம் தம்பி, நாங்க இங்க இருக்கற ஆறு, காடு, பறவை, தண்ணீ, மீனு, ஆகாசம் எல்லாத்தோடையும் ஒண்ணாக் கலந்து வாழறவங்க. எங்களுக்குக் காலையில குயிலு கத்தற சத்தம்தான் கடிகாரம். எந்த மாற்றம் ஏற்பட்டாலும் எங்களால உடனடியா உணர முடியும். எப்படின்னு கேட்டா சொல்லத் தெரியாது."

"ஏன் இப்படிச் சொல்றீங்க, மழையினால் கிராமத்துப் பகுதி பாதிக்கப்படும்னு நெனைக்கறீங்களா? ஏன்னா இதை நாம்ப வெளியுலகத்துக்குத் தெரியப்படுத்தலாமே."

"தெரியப்படுத்தறதால என்ன தம்பி பிரயோஜனம்? இது உசிருங்க சமாச்சாரம்பா. தூரத்தில இருந்து வீசற காத்தை வச்சி அதில் இருக்கற ஈரப்பதத்தைத் தெரிஞ்சிக்கிட்டு மழை வருமா வராதா, இந்த வருஷம் எவ்வளவு மழை வரும். விட்டுவிட்டுப் பெய்யுமா தொடர்ந்து பெய்யுமா, செடி கொடியில் பூச்சி விழுமா விழாதான்னு எங்களால் சொல்ல முடியும் தம்பி! எங்களுக்குப் படிப்பு கிடையாது. ஆனால் இயற்கையோட சத்தங்களுக்கும், சுழற்சிக்கும் உட்படுத்திக்கிட்டு வாழறதால இதெல்லாம் எங்களுக்கு அத்துபடி. வெளியில போய் நாலெழுத்துப் படிச்சிருக்கிற எம்மவனுக்கு இதெல்லாம் தெரியாது."

"இந்த வருஷம் மழையால என்ன ஆகும்னு நெனைக்கறீங்க கோவிந்த்பாயி."

"இப்பக் காத்துல இருக்கற ஈரப்பதத்தையும் வழக்கத்துக்கு மிஞ்சியிருக்கிற குளிர்ச்சியையும் பாத்தா மழை நெறயா வரும்னு தோணுது."

"அதனால ஏதாவது பாதிப்பு வருமா? விவரமாகச் சொல்லுங்க."

"தம்பி! எதித்தாப்புல இருக்கற கரையில முதல்ல அடர்த்தியா வளர்ந்திருந்த அத்தனை மரத்தையும் வெட்டிட்டாங்க. நெறய கற்களையும், பெரிய பெரிய இரும்புச் சாமான்களையும் கரை நெடுக்கப் போட்டு வச்சிருக்காங்க. தடுப்புச் சுவர் வேற பெரிசா கட்டி யிருக்காங்க. மழை பெய்யும்போது அதிகமான தண்ணி ஆத்தை ஒட்டி

யிருக்கிற நாளாக்கள் வழியா ஓடும். மழைக் காலங்களில் மட்டும்தான் நாளாக்கள் நிரம்பும். வெப்பக் காலத்துல காஞ்சிபோயி இருக்கும். ஆனால் இப்ப நாளாக்களையெல்லாம் மணல் எடுத்து ஆழப்படுத்தியும் சில நாளாக்களை தூந்துபோக வச்சும் செஞ்சிருக்காங்க. எதிர்த்தாப்படி இருக்கற தடுப்புச் சுவரினால தண்ணியெல்லாம் அடிச்சிக்கிட்டு நம்பப் பக்கமாகத்தான் வரும். இந்தப் பக்கம் எந்தப் பாதுகாப்பும் இல்லை. தண்ணீரினால் கரை அடிச்சிக்கிட்டுப் போனாலும் ஆச்சரியப்படறதுக் கில்லை. இதையெல்லாம் எங்க சொல்ல முடியும். யாரு, புரிஞ்சுக்கப் போறாங்க."

கோவிந்த்பாயி சொன்னதைக் கேட்டதும் சந்தீப்புக்குத் திக்கென்றிருந்தது. இப்படியொரு ஆபத்து காத்திருக்கிறதா? பட்ட காலிலேயே படும் என்பதுபோல இன்னொரு அடி விழுந்தால் அதை இவர்கள் எப்படித் தாங்கிக்கொள்ளப் போகிறார்கள்.

"தம்பி! இந்நேரம் அந்த சிமன் என்ன பண்ணிக்கிட்டிருப் பானோ? அவனோடதான் ராவுல சாப்புடுவேன். எங்க போனாலும் ராவுல இங்கத்தான் சாப்பாடு. தெனமும் நெனைச்சிக்கிட்டு சரியா சாப்புடறானோ இல்லையோ..."

★★★

ஷர்மாஜியின் உண்ணாவிரதம் தொடர்ந்துகொண்டிருந்தது. மூன்றாவது நாள் நான்காவது நாள் என்று கட்டம் கட்டி பத்திரிகைகளில் செய்தி வெளியானது.

நிறைய பொதுச் சேவை நிறுவனங்கள் ஷர்மா உண்ணா விரதத்தைக் கைவிட வேண்டும் என்றும், ராதாவை விடுதலை செய்ய வேண்டும் என்றும் கோரிக்கைகள் விடுத்த வண்ணமிருந்தன.

சுக்லாவிற்கு முதல் மந்திரியிடமிருந்து ஃபோன் வந்தது. துலியாவில்தான் சுக்லா கேம்ப் அடித்திருந்தார்.

"சுக்லாஜி! இப்ப என்ன புதுப் பிரச்சினை கிளம்பியிருக்கிறது."

"அதைப்பத்தி ஒண்ணும் கவலைப்படாதீங்க. எலெக்ஷன் நேரத்திலே இந்த மாதிரி சில 'லோக்கல்' தலைவலியெல்லாம் வரத்தான் செய்யும். ஆனா அதைப்பத்தி கவலைப்படத் தேவை யில்லை."

"நீங்க சாவகாசமா இருக்காதீங்க சுக்லா. ஏன்னா இன்னைக்கு ஏழாவது நாளாச்சி. கிழவன் மண்டையைப் போட்டுட்டான்னா

அதைப் பூதாகரமாக்கி நமக்கு எதிரா மக்களைத் திருப்ப எதிர்க்கட்சிங்க முயற்சி பண்ணுவாங்க. அணைப் பிரச்சினையில் அவங்க பேசாம இருக்காங்கன்னா அவங்களுக்கும் போக வேண்டிய பர்சண்டேஜ் போகுதுங்கற காரணத்தாலதான் புரிஞ்சிக்கங்க.”

“வாஸ்தவந்தான், விட்டுப் பாப்போம். உடனடியா உண்ணா விரதத்தைக் கைவுடுங்கன்னு சொன்னா அப்புறம் ஆளாளுக்கு உண்ணா விரதம் இருக்க ஆரம்பிச்சுடுவானுங்க. கிழவன் இனிமேல் உண்ணா விரதமிருக்கக் கூடாதுன்னு மனசுக்குள்ள நெனைக்கற அளவுக்குப் பலவீன மடையணும் அப்பதான் அடுத்த முறை உண்ணாவிரதமிருக்க மாட்டான்.”

“இரண்டு மாசம் விட்டா தானாப்போயிடற கேஸையெல்லாம் நாம்ப பெரிய தியாகியா ஆக்கக்கூடாது பாருங்க. அதனால்தான் சொல்றேன். துலியாவிலதான் அவரு இருக்காரு. அதனால் நீங்க சூழ்நிலையை அனுசரிச்சி என்ன செய்யணுமோ செய்யுங்க. ஏதாவது அறிக்கை விடுங்க. எம்பேரில அறிக்கை கொடுக்கணும்னு நெனைச்சா ஒரு வார்த்தை எங்கிட்ட சொல்லிடுங்க. சென்ட்ரல்ல இருந்து உண்ணா விரதத்தைப் பத்தி ஏதாவது கேட்டா பதில் சொல்லத் தயாரா இருக்கணும். அதுக்காகத்தான் அடுத்தவாரம் எலெக்ஷன் notification வருதுங்கறதை நாம்பளும் மனசுல வச்சிக்கணுமில்லையா?”

★★★

நான்கு நாட்களாகப் பெய்கிற கனத்த மழை சந்தீப்புக்குப் பெருத்த கவலையை ஏற்படுத்தியது. அவன் மனம் முழுவதும் வெளிச்சக் கீற்றுகளுக்கு இடமின்றி இருண்டிருந்தது. வெயிலடிக்கிறபோது இருக்கற சுறுசுறுப்புத் தன்மை பிடிக்கிறது. மழைதான் மனிதர்களுக்கு வானம் வழங்குகிற தாய்ப்பால் என்றெல்லாம் கவிதை வரிகளை நினைவுபடுத்தி மகிழ்ந்தாலும், மழை சகஜ வாழ்க்கையை நசுக்கிவிடுகிறது என்பது உண்மைதானே.

ஆனால் இப்போது சந்தீப்பின் மனம் கனத்திருப்பதற்குக் காரணம் அதுமட்டுமல்ல. அவன் மூளையில் கோவிந்த்பாயி கொடுத்த எச்சரிக்கை எதிரொலித்துக்கொண்டிருந்தது. வெள்ள அபாயம் ஏற்படுமோ, கிராமங்கள் அடித்துச் செல்லப்படுமோ எனத் தோன்றியது.

நான்காவது நாளாக இடைவிடாமல் பெய்கிற மழையால் ஆற்றுநீர் அதிகரித்துக்கொண்டிருப்பது அபாய எச்சரிக்கையாக சந்தீப்புக்குத் தோன்றியது. அர்ஜுன், ராம்லால் எல்லோரிடமும் சிந்தூரில் உள்ள குடும்பங்களை எச்சரிக்கலாமா என்றும் அவனுக்கு எண்ணம் ஏற்பட்டது.

கரை எந்த நிமிடத்தில் வேண்டுமானால் இடிந்து விழலாம். சிந்தூரை வெள்ளநீர் அள்ளிக்கொண்டு போகலாம் என எண்ணினான். சிந்தூரில் இருக்கிற குடும்பங்களை உள்கிராமங்களுக்குப் போகச் சொல்லலாம் அதுதான் உசிதம். எப்படிச் செய்வது எவ்வாறு தொடங்குவது.

"தம்பி, எல்லாத்தையும் வீட்டுல இருக்கிற பொருளையெல்லாம் மூட்டை கட்டிக்கிட்டு உள்ளாரப் போகச் சொல்றதுதான் நல்லதுப்பா. ஏன்னா எந்த நொடியில் வேண்டுமானாலும் கரை இடியலாம். சிந்தூருங்கற கிராமம் பூமியில் இருந்து முழுசா அழியற நேரம் ஆரம்பமாயிடுச்சி. இங்க இருக்கற அழகான மரம், மூங்கில் காடு, குடிசை வீடுங்க, நாங்க வளத்துக்கிட்டிருக்கற வாயில்லாத ஜீவன்கள் எல்லாம் அப்படியே அழிஞ்சி போயிடப்போகுது. குறைஞ்ச பட்சம் மனுசங்களையாவது காப்பாத்தலாம். அரசாங்கம் அழிக்க முடியாத சிந்தூரை அணை அழிச்சிடுச்சி."

"கோவிந்த்பாயி! இப்ப நேரம் இல்லை. சீக்கிரம் நாம்ப செயல் பட்டாகணும். இருட்டறதுக்குள்ள எல்லாத்தையும் காலி பண்ணச் சொல்லணும். இருட்டிட்டா ரொம்பக் கஷ்டம்."

அர்ஜுன், ராம்லால் எல்லோரும் களத்திலிறங்கினார்கள்.

"ஓடுங்க! ஓடுங்க உயிரைக் காப்பாத்தப் பாருங்க. மாடு கன்னைப் பத்தியெல்லாம் கவலைப்படாதீங்க, மனுசங்க பொழைச்சாப் போதும்."

உயிரைத் தக்க வைத்துக்கொள்ளும் ஆசையில் திபுதிபுவென எதை எடுத்துக்கொண்டு ஓடுவது எனத் தெரியாமல் கிடைத்ததைச் சுருட்டிக் கொண்டு கிராமத்தினர் காலியாகிக்கொண்டிருந்தனர். இதுவரை கண்டறியாத அனுபவம்.

'வெள்ளமெல்லாம் வராது; வந்தா பாத்துக்கலாம்' என சாவகாசமாக இருந்தவங்களையும் வலுக்கட்டாயமாக நகர்த்த வேண்டிய பொறுப்பு சந்தீப்புக்கும் கோவிந்த்பாயிக்கும் இருந்தது.

எல்லோரும் காலி செய்த பிறகுதான் சந்தீப்புக்கு நிம்மதி வந்தது.

சகஜமாக எதுவுமே நடக்காததுபோல்தான் வழக்கமாக அமரும் கயிற்றுக்கட்டிலில் சுருட்டைப் பற்ற வைத்துக்கொண்டு கோவிந்த்பாயி அமர்ந்தார்.

"வாங்க கோவிந்த்பாயி! நாம்பளும் போயிடலாம்"

"நீ போப்பா, பின்னாடியே வந்துடறேன்."

"வாங்க எப்ப வேணுமுன்னா வெள்ளம் வரலாம்."

கோவிந்த்பாயி சிரித்துக்கொண்டார்.

"சுருட்டு கொஞ்சம் நமத்துப்போச்சு. சரியா புகை வரமாட்டேங்குது."

"என்ன கோவிந்த்பாயி விளையாடுறீங்களா?"

குடிசைக்கு முன்னாலிருந்த பெரிய வேப்பமரம் அடியோடு சரிந்து விழுந்தது. அடிக்கிற காற்றில் கூரையின் ஓலைகளெல்லாம் பறந்தன. தோணிக்காகப் போடப்பட்டிருந்த குடிசை கரையோடு அடித்துச் சென்றது.

"ஒரு நிமிஷம் தாமதிச்சாலும் ஆபத்து வாங்க ஓடிடலாம்."

"நான் என் குடிசையைவிட்டு எங்கேயும் வரமாட்டேம்பா. நானு இங்கதான் இருப்பேன். இந்த ஆறுதான் என்னை வளத்துச்சி. இப்ப அது விரும்பினா என்னை எடுத்துக்கிட்டுப் போகவும் அதுக்கு முழு உரிமையிருக்கு. நானு எங்கயும் போக மாட்டேன்."

கரை கொஞ்சம் கொஞ்சமாகக் கரைந்துகொண்டிருந்தது. கிராமத்தின் முகப்பைத் தாண்டி வெள்ளம் பெரிதாகியது.

"வாங்க கோவிந்த்பாயி வியாக்கியானத்தை வேண்டுமானால் அப்புறம் வச்சிக்கலாம்."

"தம்பி! நான் சொன்னா சொன்னதுதான். நீங்க போங்க."

ராம்லாலும், அர்ஜுனும், சந்தீப்பை வலுக்கட்டாயமாக இழுத்துக்கொண்டு ஓடினார்கள். மழை காற்றில் சலசலவென அடித்து முகத்தை ஈரப்படுத்தியது. கரையைத் தாண்டி அதிகரித்த வெள்ளத்தில் அதற்குமேல் என்ன செய்வது என்பது புரியாமல் சந்தீப்பும் ஓட வேண்டியதாயிருந்தது.

மாலை மயங்குகிற நேரத்தில் இருளிலும் தொலைவில் கோவிந்த் பாயினுடைய குடிசை தண்ணீரில் இடிந்து மிதந்து செல்வதை கண்ணுற முடிந்தது. 'என்னை வேண்டுமானால் இந்தத் தண்ணீர் மூழ்கடிக்கும், நான் எங்கும் போகமாட்டேன்' என்று அவர் சொன்னது நடந்துவிட்டது. கோவிந்த்பாயி ஆற்றோடு போய்விட்டார்.

சிமன் திரும்பி வரும்போது அவன் வீடுமிருக்காது; கோவிந்த் பாயியும் தென்படமாட்டார். சந்தீப்புக்கு அழுகை வந்தது. மழையை மீறிய அந்த அழுகையின் சூடு அவன் கன்னங்களில் வழிந்தது.

29. இந்த ரணம் ஆறுவது கஷ்டம். இன்னும் அதிக நாட்களாகலாம். ஏன், கடைசிவரை தழும்பாக இருந்து கைவைக்கும்போதெல்லாம் காயத்தை நினைவு படுத்துகிற நிகழ்வாகவும் இருக்கலாம்.

சிந்தூரில் நடப்பது எதுவும் சிமனுக்குத் தெரிந்திருக்கவில்லை. சினிமாவில் வருவதுபோல் கோவிந்த்பாயினுடைய மரணம் சிமனுக்குத் தெரியவில்லை. அவன் தூக்கத்திலிருந்து எழுந்து 'அப்பா' என்று கத்தவுமில்லை.

அவன் நிம்மதியாகத் தூங்கிக்கொண்டிருந்தான். எல்லாம் நன்றாக நடக்கும் என்கிற நம்பிக்கையின் அடர்த்தியில் அவன் தூக்கம் நிகழ்ந்து கொண்டிருந்தது. சின்ன மரணத்திற்கொப்பானதாய் ஒவ்வொரு தூக்கமும் நிகழ்கிறது.

வெகுநாட்களுக்குப் பிறகு எவ்வளவு நிம்மதியாய் அவன் தூங்க முடிந்தது. சிறைச் சூழலுக்குத் தன்னை அனுசரித்துக் கொள்ளும்வரை மிகுந்த சிரமத்துக்குள் நுழைய வேண்டியிருந்தது. ஆரம்பத்தில் சிமனுக்குப் பெருமையாயிருந்தது. சிறைக்குள் நுழையும்போது நிறைய அனுபவங்களைச் சுவாசிக்கும் வாய்ப்பு கிடைத்ததற்காக மகிழ்ந் திருந்தான். வெகுவிரைவிலேயே நீர்க்குமிழி போல் அந்த எதிர்பார்ப்பு கரைந்து போனது.

சிறைச்சாலை என்பது கெளரவமானவர்கள் வந்து போகிற இடமல்ல என்பதும் தன்னைத் தியாகத்துக்குட்படுத்திப் பரிசோதிக்கும் களமல்ல என்பதும் புரிந்தது. அவனால் தூங்கவும், சாப்பிடவும் முடியவில்லை. தன்னைச் சுற்றியிருக்கும் முரட்டு முகங்களுக்கு நடுவில் குறுகலான சந்துக்குள் புகுந்து மூச்சடைக்கிற நெருக்கம் அவனுக்கு ஏற்பட்டது. சிறை என்பது தவறு செய்பவர்களைத் திருத்துகிற இடமாக இல்லாமல் அவர்களைப் பழைய நிலைக்கே திருப்புகிற இடமாகத்தான் இருக்கிறது என்னும் உண்மை அவனுக்கு மகிழ்ச்சியைத் தரவில்லை. ஒவ்வொரு நொடியையும் யுகமாய்க் கழிக்கிற அவஸ்தையில் அவன் சுவாசம் அடைபட்டது.

அவனை எல்லோரும் வித்தியாசமாகப் பார்த்தார்கள். அவர் களுக்கு அவனைப் பற்றிய தகவல்கள் எல்லாம் புதிதாக இருந்தது. தன்னைத் திரியாக்கும் தியாகத்தில் சிறைக்கு வந்தவர்கள் யாரையும் அவர்கள் சந்தித்ததில்லை.

அவன் எல்லோரிடமிருந்தும் ஒதுங்கியிருந்தான். அவனுக்கு நிறைய தனிமை தேவைப்பட்டது. இளைத்தும் மெலிந்தும் அவன் உருமாறிப் போனான். சிந்தூரின் அழகிய சூழலை அடிக்கடி மனதில் நிறுத்திப் பார்த்தான். கோவிந்த்பாயி பற்றி நினைத்துக்கொள்வான். சந்தீப் அவரை நன்றாகக் கவனித்துக்கொள்வான் என்று ஆறுதலடைவான்.

ஆழமாய்த் தூங்கிக்கொண்டிருக்கும் அந்த இரவின் அமைதியில் நிரந்தரமாய் ஊக்கத்தை நோக்கி ஒருயிர் பூமியை விட்டு எட்ட எட்டப் போய்க்கொண்டிருக்கிறது என்கிற நிஜம் தெரியாமல் ஒரு குழந்தையைப் போல் மென்மையாய் அவன் துயின்றுகொண்டிருந்தான்.

விடியப்போகிற பகலில் படும் சூரியனின் கதிர்கள் எப்படிச் சுட்டெரிக்கப் போகின்றன என்பது தெரியாமல் அவன் தூங்கிக் கொண்டிருந்தான். இன்னும் ஓர் இரவு இவ்வளவு அமைதியாக இருக்காது. இப்பொழுது வரும் காலத்திற்கும் சேர்த்து தூக்கத்தைச் சேமித்துக்கொள்ளட்டும் என்கிற தொனியாய் வரமாய் அந்த வாய்ப்பை இருத்தல் அவனுக்கு அளித்திருந்தது.

எல்லாம் அடங்கிப்போயிருந்தது; நதியில் வெள்ளம் அடை மழையென அத்தனை இயற்கைச் சீற்றங்களும். சிமன் ஊருக்கு வரும்போது ஊரில் வெள்ளம் வந்து ஏகப்பட்ட பாதிப்பு என்று மட்டும்தான் அவனுக்குச் சொல்லப்பட்டது.

சந்தீப் அவனை பெயிலில் அழைத்து வருவதற்குப் படாதபாடுபட வேண்டியதாயிருந்தது. பொருளாதார ரீதியிலும், வழக்குமன்ற உதவியிலும் துலியாவில் எட்வின் மிகுந்த துணையாயிருந்தார். சிமனைத் தோணியில் அழைத்து வரும்போது கூட சந்தீப்புக்கு அவனிடம் உண்மையைச் சொல்ல மனம் வரவில்லை. ராதாவைப் பெயிலில் அழைத்துவர மறுப்புத் தெரிவிக்கப்பட்டது.

எப்படி இந்த உண்மையை சிமன் ஏற்றுக்கொள்ளப் போகிறான்? அடுத்த கரையை அடைவதற்கு இன்னும் கொஞ்சம் நேரமாகாதா? கோவிந்த்பாயி ஆற்றோடு போய்விட்டார் என்ற பயங்கரம் அவனுக்குத் தெரியும்போது எந்த முகத்துடன் அவனை எதிர்கொள்ள முடியும்? சந்தீப்புக்கு ரண வேதனையாக இருந்தது.

கரையில் இறங்கியபோது வெள்ளத்தினால் ஏற்பட்ட சேதத்தின் பரிமாணம் சிமனுக்குத் தெரிந்தது.

"எங்க வீடு என்னாச்சி? சிந்தூர் கிராமம் என்னாச்சி?... சந்தீப், உண்மையைச் சொல்லுங்க!"

சந்தீப் எதுவும் சொல்லவில்லை.

"என்னாச்சி? ஒரு வீடு கூடத் தெரியவில்லையே? எல்லாமே ஆத்தோட போயிடுச்சா. சந்தீப், வாயைத் திறந்து பேசக்கூடாதா? உன்னை நம்பித்தான் எல்லாத்தையும் ஒப்படைச்சிட்டு நான் ஜெயிலுக்குப் போனேன்."

சந்தீப் சிமனை அரவணைப்பாய்த் தட்டிக் கொடுத்தான்.

"நம்ப கையில இருக்கிற விஷயமாப்பா இது? பிரளயம் மாதிரி வெள்ளம் வரும்போது நாம்ப அற்ப மனிதர்கள் என்ன பண்ண முடியும். நீ படிச்சவன், உனக்கு இதெல்லாம் தெரியாதா?"

"எங்க அப்பா எங்க? எங்கிருக்கிறார்? நான் வருவேன்னா இந்நேரம் வந்திருப்பாரே. இத்தனை நாளா ராத்திரி சாப்பாடு கூடச் சரியாச் சாப்பிட்டிருக்க மாட்டாரே? அவரு எங்க? அதையாவது சொல்லு. அவரை நான் பாக்கணும். எந்த சிந்தூர் தண்ணீரில் மூழ்கப் போகுதுன்னு போராடுனோமோ அந்த அழகு கிராமத்தை ஆறு எடுத்துக்கிட்டுப் போன வேகத்தை அவருகிட்ட சொல்லித்தான் நான் மனசைத் தேத்திக்க முடியும்."

சந்தீப் குலுங்கிக் குலுங்கி அழுதான். அவனால் அதற்குமேலும் தன்னுடைய துக்கத்தைக் கட்டுப்படுத்த முடியவில்லை.

"சிமன், என்னை மன்னிச்சிடு."

"சந்தீப், என்னாச்சி? ஏன் அழறே?"

"சிமன், உங்கப்பா ஆத்துக்குத் தன்னை அர்ப்பணிச்சிட்டாரு. நாம்ப இனிமேல் அவரைப் பாக்க முடியாது."

"என்ன? அர்ஜுன், ராம்லால் உண்மையைச் சொல்லுங்க. சந்தீப் சொல்றதுல எனக்கு நம்பிக்கையில்லை. எங்கப்பா என்னை விட்டுப் போயிருக்கமாட்டாரு. அவரால என்னை விட்டுப் போக முடியாது. அவரு இல்லாம என்னால ராவுல சரியா சாப்பாடு கூடச் சாப்பிட முடியாதுங்கற விஷயம் அவருக்குத் தெரியும்."

சிமன் அர்ஜுனையும், ராம்லாலையும் பிடித்துக் குலுக்கினான்.

எங்கிருந்தாவது 'தம்பி' என்று கூப்பிட்டுக்கொண்டே கோவிந்த் பாயி வந்துவிடமாட்டாரா என்கிற ஏக்கத்தில் திரும்பித் திரும்பிப் பார்த்தான்.

இவர்கள் சொல்வதெல்லாம் பொய்யாக இருக்காதா என்கிற எண்ணம் இருந்தது.

"சிமன், சந்தீப் சொல்றது எல்லாம் உண்மைதான். நாங்க எவ்வளவோ வற்புறுத்திக் கூப்பிட்டோம். என்னோட குடிலைவிட்டு வரமாட்டேன்னு சொல்லிட்டு அப்படியே ஆத்துல வீட்டோடப் போயிட்டாரு. அவரு பிடிவாதம்தான் தெரியுமே?"

"அப்பா!" என்று கதறியபடியே அமர்ந்துவிட்டான் சிமன். மாபெரும் அதிர்ச்சியாய் அவன் நெஞ்சில் அந்த உண்மை இறங்கியது.

சந்தீப்புக்கோ, அர்ஜுனுக்கோ, ராம்லாலுக்கோ அவனை எப்படித் தேற்றுவது எனத் தெரியவில்லை.

சில நேரங்களில் ஏதும் பேசாமலிருப்பதுதான் நல்லது. பேசுவது துக்கத்தைக் குறைப்பதைக் காட்டிலும் அதிகப்படுத்தி விடுகிற அபாயங்கள் உண்டு.

இந்த ரணம் ஆறுவது கஷ்டம். இன்னும் அதிக நாட்களாகலாம். ஏன், கடைசிவரை தழும்பாக இருந்து கை வைக்கும் போதெல்லாம் காயத்தை நினைவுபடுத்துகிற நிகழ்வாகவும் இருக்கலாம்.

தானாக ஆறட்டும், கொஞ்சம் கொஞ்சமாக சிமன் யதார்த்த உலகத்திற்குத் திரும்பட்டும்.

★★★

கோவிந்த்பாயினுடைய மரணம் சிமனைக் காட்டிலும் அதிகமாக ராதாவைப் பாதித்தது. சிறையில் அவருக்குக் கிடைத்த செய்தி இதயத்தை இழக்கச் செய்வதாக இருந்தது.

"அணையைக் கட்டி முடித்துவிட்டார்கள்" என்கிற செய்தி அவர் செவிகளில் விழுந்திருந்தால் கூட அவ்வளவு தூரம் அவர் சேதப் பட்டிருக்க மாட்டார். கோவிந்த்பாயி என்கிற உருவம் அவரைப் பொறுத்தவரை தந்தையைப் போன்ற உருவமாய் மனதில் பதிந்திருந்தது. அவருடைய சுண்டுவிரலைப் பிடித்துக் கொண்டு நடக்கின்ற பாதுகாப்பு அவர் அருகில் இருக்கும் பொழுது கிடைக்கும்.

மென்மை, அமைதி, ஆழமான நோக்கு என்பதையெல்லாம் வார்த்தது போன்ற வடிவம். இயற்கையைப் பயிலுவதற்கு அவரிட மிருந்ததால்தான் ராதா கற்றுக்கொண்டார். இதுநாள்வரை சிறையி லிருந்த போது ஏற்படாத வருத்தம் ராதாவிற்கிருந்தது. "இந்த மரணத் திற்குத் தான்தான் தார்மீகப் பொறுப்பு" என்று தோன்றியது. 'சிமன் அருகிலிருந்திருந்தால் கோவிந்த்பாயி இப்படி ஆற்றில் மூழ்கியிருப் பாரா?"

ராதாவிற்கு உடனடியாகச் சிறையை விட்டுப் போக வேண்டும் என்று தோன்றியது. சிமனுக்கருகிலிருந்து அவன் கைகளைப் பிடித்துக் கொண்டு ஆறுதல் சொல்ல வேண்டும் போலிருந்தது. 'சிமனால் எப்படித் தாங்க முடியும்? இந்த இழப்பை யாரால் ஈடு செய்ய முடியும்?' சிமன் இப்படியெல்லாம் இழப்பதற்கு அணைக் கட்டுத்தானே காரணம். ஒவ்வொன்றாய் அவனைச் சுற்றியிருந்த பந்தங்களை யெல்லாம் அவன் இழந்துவிட்டான். இனி இழப்பதற்கென்று எதுவுமில்லை? ராதாவிற்குத் தலை சுற்றியது. விழிகளில் தாரை தாரையாக நீர் வழிந்தது. மனமெல்லாம் கனத்தது.

பகிர்ந்துகொள்ள முடியாத துக்கம் எவ்வளவு பயங்கரமானது என்பது புரிந்தது. சிந்தூர் கிராமத்தையே வெள்ளம் அடித்துச் சென்று விட்டது என்கிற உண்மையின் தீவிரம் எவ்வளவு மோசமானது? இனி சிந்தூரில் கால் எடுத்து வைக்க அந்தக் கிராமமிருக்காது என்கிற யதார்த்தம் அவரை அலைக்கழித்தது.

அணை ஆரம்பிக்கப்பட்ட சில நாட்களிலேயே பல கிராமங்கள் தண்ணீரில் மூழ்க நேரிடும் விளைவுகள் அவரை வெகுவாகப் பாதித்தன. சுற்றுப்புறச் சூழலைப் பற்றிய தன்னுடைய மதிப்பீடுகளும் பழங்குடி யினரைப் பற்றி அரசுக்கு இருக்கின்ற அலட்சியமும் திரும்பத் திரும்ப நிரூபிக்கப்படும் போதெல்லாம் வெற்றி பெற்ற மகிழ்ச்சியைவிட தோல்வியுறுகின்ற அவலம்தான் அதிகமாக ஏற்பட்டது.

உணவும் உறக்கமும் அந்நியமாகியிருந்தது. பட்டினியின் பாதிப்பில் உடல் வற்றி வாந்தியும் மயக்கமும் ஏற்பட்டது. இதுநாள் வரை சிறை வாழ்க்கையைக் கூடப் பயனுள்ளதாக மாற்றி எதிர் காலத்தைத் திட்டமிட்டுக்கொண்டிருந்த அவருக்குத் தன்னுடைய முன் மொழிவுகள் எல்லாம் இப்போது கேள்விக்குறியாகி நின்றன.

இப்பொழுதும் அணைக்கு எதிராக ஏதேனும் மெல்லிய அனுதாபம் அரசிடமிருந்தோ எதிர்க்கட்சிகளிடமிருந்தோ தோன்றுமா என அவர் எதிர்பார்த்தது வியர்த்தமாயிற்று. அப்படி யார் பகிரங்கமாக எதிர்த்தாலும் தேர்தலில் அவர்கள் காணாமல் போய்விடுவார்கள்.

முதல் முறையாகத் தன்னுடைய அணுகுமுறைகளைச் சுய பரிசீலனை செய்யும் கட்டாயத்திற்கு ராதா தள்ளப்பட்டார். அதற்குப் பிறகு அவரால் தூங்கவே முடியாத நிலை ஏற்பட்டது. இரவின் கருமை இதயத்திற்குள் நுழைகிற பீதியாய் இருள் கவிழ்ந்த நிலையில் நிமிடங்கள் நகர்ந்தன.

★★★

ஷர்மாஜியின் உண்ணாவிரதம் பதினைந்தாவது நாளைக் கடந்திருந்தது. மருத்துவர்கள் அவரைப் பரிசோதித்து "நீங்கள் உண்ணாவிரதத்தை முடித்துக்கொள்வது நல்லது. இல்லாவிட்டால் சிறுநீரகம் பாதிக்கப்படலாம். செயல்படுவதைக் கூட நிறுத்தி விடலாம்" என்று எச்சரிக்கை செய்தார்கள்.

'நிறைய வயதாகிறது. இந்த வயதில் இந்தச் சிரமங்களெல்லாம் தாளாது. கிழவனுக்கு ஏதாவது ஆகிவிட்டால் தேர்தல் அறிவித் திருக்கிற நேரத்தில் அரசாங்கத்துக்குப் பொல்லாப்பு வந்துவிடும்' என்று ஆளுங்கட்சி தீவிரமாகச் சிந்திக்க ஆரம்பித்தது.

"ஷர்மாஜி! உங்க மேல நாங்க எவ்வளவு மதிப்பும், மரியாதையும் வச்சிருக்கோம். நீங்க கட்சிக்கெல்லாம் அப்பாற்பட்டவர். உங்களை மாதிரி அபூர்வமான மனுஷங்க இருக்கறதுனாலதான் இன்றும் மழை பெஞ்சிக்கிட்டிருக்கு."

சுக்லாவின் பேச்சுக்கெல்லாம் பதில் சொல்லும் தெம்புகூட இல்லாமல் ஷர்மா எலும்பும், தோலுமாகப் படுத்துக்கிடந்தார். அவர் இருந்த நிலை சுக்லாவுக்குக் கவலையாக இருந்தது. ஒரு நிமிஷம் தங்கள் கட்சியே கவலைக்கிடமாகப் படுத்துக்கிடப்பது போன்று கற்பனை செய்து பார்த்தார்.

"முக்கிய மந்திரி கூட நீங்க உண்ணாவிரதத்தை முடிச்சிக் கிடணும்னு கோரிக்கை விட்டிருக்காரு. நீங்க தயவு செஞ்சு உண்ணா விரதத்தை முடிச்சுக்கங்க. உங்க கோரிக்கையைக் கட்டாயம் நிறை வேத்தி வக்கிறோம். நாங்க தேசிய நலனுக்கு எதிரா எதுவும் செய்ய மாட்டோம். இன்னும் ரெண்டே நாளில் ராதாவை விடுதலை செய்யறதுக்கு ஏற்பாடு பண்ணிடறோம். நீங்க உண்ணாவிரதத்தை முடிச்சிக்கிட்டதா அறிவிச்சி சாப்புட்டு பழையபடி தெம்பா இருக்கணும்கறதுதான் எங்களோட ஆசை."

சுக்லாவிற்கு ஷர்மாவை மசிய வைப்பதற்கு வெகுநேரம் பிடித்தது. அரசு கொடுத்த உறுதியின் பெயரில் ஷர்மா உண்ணா விரதத்தை முடித்துக்கொண்டு பழரசம் சாப்பிட்டதாக அடுத்த நாள் தினசரிகளில் புகைப்படம் வந்தது. ராதாவின் விடுதலைக்கான ஏற்பாடுகள் நடப்பதாகச் செய்திகள் வெளியாயின.

"தேசத்தின் நலனுக்காகப் பாடுபடுகின்ற ஓர் உத்தமர் உயிர் வாழ வேண்டும். சுற்றுப்புறச் சூழலில் அக்கறை அதிகமாகக் கொண்ட பொறுப்புணர்வு சுற்றுப்புறச் சூழலினைப் பேணிக்காப்பதில் ஆர்வம் கொண்ட இந்த அரசு விரும்புகிறது" என்று முதலமைச்சர் சொன்னதாக

சுக்லா வெளியிட்ட அறிக்கை எல்லாச் செய்தித்தாள்களிலும் பெரிய எழுத்தில் வெளியாயிருந்தது.

சிந்தூர் கிராமம்தான் அந்தப் பகுதியிலேயே செழிப்பான கிராமம். நதியின் முகப்பிலேயே நின்றிருப்பதால் வனப்பும், வசீகரமுமாய் இருந்தது. கிராமம் முழுவதும் மரங்களும் கால்நடைகளும் மிகுந்து அக்கரையிலிருந்து பார்க்கையில் தென்றலாய் நெஞ்சத்தை வருடும் வகையிலிருந்த கிராமம் அரித்துக்கொண்டு போய்விட்டது. இனி 'சிந்தூர்' வரைபடத்திலிருக்காது. அணை வந்து மூழ்கப் போகிற அது தன் கற்பைக் காப்பாற்றிக் கொள்வதற்கு முழுவதுமாய் மூழ்கி உயிரை விட்டுவிட்டது.

★★★

வெள்ளத்திற்குப்பின் ஆத்தங்கரை மயானமாகியிருந்தது. புலம்பல்களும், அழுகைகளும் எதிர்காலத்தைத் தொலைத்துவிட்ட ஒரு கூட்டத்தின் திக்கற்ற நிலையும் சில வருடங்களுக்கு முன் குதூகலமும்... மகிழ்ச்சியும் கவலை என்றால் என்ன என்பதே தெரியாமலுமிருந்த பழைய நினைவுகளை சிமனுக்கு ஞாபகப் படுத்தின.

பழங்குடியினரைப் பொறுத்தவரை அவர்கள் வளர்க்கின்ற மாடு கன்றுகள்தான் அவர்கள் சேமிப்பு. பணமாகச் சேமித்து வைப்பதில் அவர்களுக்கு உடன்பாடில்லை. பணம் என்பது வெறும் காகிதமாய்த் தான் இன்றும் அவர்களுக்கு இருந்து வந்தது. அத்தனை சேமிப்பையும் வெள்ளம் இழுத்துக்கொண்டு போய்விட்டது.

உயிரைக்காப்பாற்றிக் கொள்ள எத்தனிக்கும் முயற்சியில் உடைமைகளையெல்லாம் ஒட்டுமொத்தமாக இழந்துவிட்டார்கள். நிலம், பயிர், சேமிப்பு, கால்நடை என எல்லாவற்றையும் தொலைத்து விட்டு அனாதைகளாக அவர்கள் நின்றார்கள்.

"சந்தீப்ஜி! எங்களை ஏன் காப்பாற்றினீர்கள்? நாங்கள் இனி எப்படி உயிர்வாழப் போகிறோம்? எல்லாவற்றையும் தொலைத்து விட்டு எத்தனை நாள் உயிரோடு இருக்க முடியும்? நாங்களும் அப்படியே ஆத்தோடு அடித்துக்கொண்டு போயிருப்போமே! இப்படியொரு வாழ்க்கையை நாங்கள் வாழ வேண்டுமா?"

"கோவிந்த்பாயி மகராஜன் ஆத்தோட போயிட்டார். நாங்க அணுஅணுவாக இல்ல சாகணும்."

பசிக்கு அழும் குழந்தைகளும் பயத்தில் அழும் தாய்மார்களுமாய் முதல் முறையாக வெட்கமின்றி கையேந்துகின்ற நிலைக்குத் தள்ளிவிட்ட திருப்தியில் நாகரிகம் மகிழ்ந்துகொண்டிருந்தது.

சந்தீப்புக்கும், சிமனுக்கும் அந்த ஓலங்கள் எல்லாம் இம்சையா யிருந்தன.

"கொஞ்சம் பொறுங்க. உங்களையெல்லாம் அப்படியே நாங்க தவிக்க விட்டுவிடுவோமுன்னு மாத்திரம் நெனைக்காதீங்க. அப்பா ஆத்தில் அடிச்சிட்டு போனதைப் பத்தி லேசா எடைபோட்டுப் பேசாதீங்க. அவர் இப்ப நேத்து இல்ல 'நான் என் குடிசையைவிட்டு எங்கயும் போகமாட்டேன்னு ஆரம்பத்தில இருந்து சொல்லிக்கிட்டு வந்தாரு. அவர் மரணம் அரசாங்கத்துக்கு எச்சரிக்கையா இருக்கட்டு மேன்னும் அவர் செத்துப் போனாரு. எதேச்சையாவோ, வாழ்க்கைக்குப் பயந்துகிட்டோ அவர் ஆத்தில மூழ்கல. நம்ப எல்லாத்தையும் விட தைரியசாலியாகவும், திறமைசாலியாகவும் இருந்தார். எந்த வெள்ளத்திலயும் எதிர் நீச்சலடிக்கிற திறமையும் அனுபவமும் அவருக்கு இருந்தது. நான் சொல்றதைப் பொறுமையாகக் கேளுங்க" என்று அவர்களை சிமன் ஆசுவாசப்படுத்தினான்.

"தன்னுடைய அப்பாவை இழந்துட்டு நிக்கற சிமனுக்கு நீங்க தானே ஆறுதல் சொல்லணும்? அதை விட்டுவிட்டு உங்க பிரச்சினையை அவன் தலையில ஏத்தறீங்களே? நாம்ப எல்லோருமா சேர்ந்து வாழ முயற்சி செய்வோம்; இல்லேன்னா நாம்ப ஒண்ணா சாவோம். சாவு எப்படியும் வரத்தான் போகுது. நான் சொன்னா கேளுங்க!" என்றான் சந்தீப்.

"கொஞ்சமாவது உங்களுக்கு அக்கறையிருக்கா? இந்த சந்தீப் நம்மோட ஏன் இந்த வெள்ளத்திலேயும், மழையிலேயும் அவஸ்தைப் படணும்? இவரு இந்த ஊர்க்காரரா? நமக்காக ஜெயில்ல இருக்காங்களே ராதா அவங்க நம்பகூடப் பிறந்தவங்களா? அவங்க எல்லோரும் நமக்காகக் கஷ்டப்படணும். ஆனால் நாம்ப மட்டும் சொகுசுப்படணுமா? சொல்லுங்க!" அதற்குமேல் சிமனால் பேச முடியவில்லை. திக்கித்திக்கி அழ ஆரம்பித்துவிட்டான். சந்தீப்புக்கும் குரல் தழுதழுக்க ஆரம்பித்துவிட்டது.

எல்லோரும் அவனைச் சமாதானப்படுத்த ஆரம்பித்தார்கள். ராம்லால், அர்ஜுன், திலக் எல்லோரும் ஆறுதலாய் அவனை அணைத்து வேறுபக்கம் அழைத்துச் சென்றார்கள்.

சந்தீப் மட்டும் அங்கேயே நின்றிருந்தான்.

வெ.இறையன்பு

"நான் சொல்றதைக் கேளுங்க. இன்னும் கொஞ்ச நேரத்தில உள்கிராமங்களிலிருந்து உங்களுக்குச் சாப்பாடு வரும். இரண்டு மூணு நாளைக்கு இப்ப ஏதாவது ஏற்பாடு செஞ்சிடுவோம். அதுக்குள்ளே ஏதாவது நிவாரணம் வருதான்னு பார்ப்போம். நாம்ப இத்தனை பேர் இருக்கும்போது நம்பகிட்ட என்ன இருக்குதோ அதைப் பகிர்ந்திக்கு வோம். எல்லோருமா அரைவயித்துக் கஞ்சி குடிக்கலாம்." சந்தீப் கண்களில் வழிந்த நீரைக் கட்டுப்படுத்திக் கொண்டான். மௌனம் அங்கு வெகு நேரம் நீடித்தது.

"சந்தீப், இந்த ஆத்தை எனக்கு அறிமுகப்படுத்தி வச்சவரே எங்கப்பாதான். எனக்கு இந்த ஆற்றினுடைய சுழிவுகளைப் புரிந்து கொள்ள வைத்தவர் அவர்தான். என்னைத் தன் வேட்டியில் முடிந்து நீந்தக் கற்றுக்கொடுத்தவரும் அவர்தான். எனக்கு மரங்களின் குளிர்ச்சியை இயற்கையின் அழகை, பறவையின் பாடலைப் புரிய வைத்தவர் அவர்தான். இந்த வயதிலும் அவர் சுண்டுவிரலைப் பிடித்துக்கொண்டே நடப்பது போன்றுதான் எனக்குத் தோன்றும்."

"எங்கள் வீட்டுக்கு முன்னால் இருக்கும் அழகிய மரத்தடியில் கட்டிலைப் போட்டுக்கொண்டுதான் உட்காருவார். அவருக்கு அந்த மரம் அவ்வளவு பிடிக்கும். அதில் ஒரு கயிற்றைக் கட்டக்கூட அனுமதிக்க மாட்டார். ஆனா இப்ப அந்த மரமும் இல்லை அவரும் இல்லை."

"எம்மேல எவ்வளவு பிரியமா இருப்பாரு. அவருக்கு நான் மட்டும்தான் உலகம். 'அரசாங்கத்திற்கு எதிராகப் போராடவேணாம் அவங்க சொல்றபடி கேட்டிருவோம்'னு சில பேர் ஆரம்பத்துல சொன்னப்ப 'நீங்க வேணுமின்னா உயிருக்குப் பயந்துகிட்டு ஓடிப் போயிடுங்க. நான் இங்கதான் இருப்பேன். சிந்தூர் தண்ணீருல மூழ்கும் போது நானும் மூழ்கிடுவேன்'னு சொன்னாரு. அப்படியே செஞ்சிட்டாரு."

எல்லோரிடமும் சொல்லிச் சொல்லி தன்னுடைய துக்கத்தைக் குறைத்துக்கொள்ள முயன்றுகொண்டிருந்தான். ஆனால் எவ்வளவு முறை பகிர்ந்துகொண்டும் அவன் துக்கம் அதிகரித்துக் கொண்டு தானிருந்தது. கோவிந்த்பாயி மீது அவனுக்கிருந்த அன்பு அப்படி ஆழமானது; அத்தனை உண்மையானது.

கோவிந்த்பாயினுடைய பொருள் என்று ஞாபகார்த்தமாய் அவனுக்கு எதையும் அவர் விட்டு வைக்கவில்லை. அவனுடைய ஞாபகங்களில்தான் முற்றிலுமாக அவர் நிறைந்திருக்கிறாரே அப்புறமென்ன."

★★★

ராதாவிற்குத் தான் இன்னுமிரண்டு நாட்களில் விடுவிக்கப் படலாம் என்பது தெரிந்துபோனது. சர்மாஜி மட்டும் உண்ணா விரதமிருக்காமலிருந்தால் அந்த விடுதலை தனக்குக் கிடைத்திருக்காது என்பது ராதாவிற்குத் தெரியும். தேர்தல் நெருங்குகிற நேரத்தில் தன்னுடைய நடவடிக்கைகள் எப்படி இருக்குமோ என அரசு பயப்படுவதிலிருக்கிற ராஜதந்திரமும் குயுக்தியும் ராதாவிற்குப் புரிந்தது.

வேறு சமயமாயிருந்தால் சர்மாஜியினுடைய உண்ணாவிரதம் புறக்கணிக்கப்பட்டிருக்கும். அவர் இறந்துபோனால் என்ன பேரிழப்பு? நெடுநாள்வரை வாழ்ந்துவிட்டார் என்று அரசு பொறுப்பிலிருக்கிற வர்கள் சமாதானம் அடைந்துவிடலாம். அவருக்கு ஒரு நினைவாலயம் எழுப்பியோ சிலை வைத்தோ தங்களுக்கு அவரிடம் இருக்கும் விசுவாசத்தை நிறைவேற்றிவிடலாம். மக்களுக்கும் இவை எல்லாம் மறந்துவிடலாம்.

தேர்தல் நெருங்குகிற நேரத்தில் அப்படி ஒரு அசம்பாவிதம் நிகழ்வதை அரசு விரும்பவில்லை. தனக்குச் சாதகமாக எல்லாக் காய்களையும் நகர்த்துவதில் சுக்லா குறியாக இருப்பார் என்பது அரசியல் வட்டத்தில் எல்லோருக்கும் தெரியும்.

வெற்றியை அடைவதற்கு எதையும் விட்டுக்கொடுக்கத் தயாராகி விடுவார் அவர்.

ராதா வேறு நேரமாக இருந்தால் சர்மாவிற்குக் கடிதம் எழுதி இருப்பார். "தாங்கள் எனக்காக உண்ணாவிரதம் இருப்பது எனக்கு வேதனையைத் தருகிறது. உங்கள் உடல் நலம் பாதிக்கப்படுவதைப் பற்றிச் சிறிதும் கவலைப்படாத அரசியல்வாதிகள் மத்தியில் உங்கள் உயிரைப் பலிதருவதற்கு நாங்கள் தயாராக இல்லை. நீங்கள் நிறைய நாட்கள் வாழ வேண்டும். எங்களுக்கு உங்கள் உயிர் முக்கியமானது. உங்கள் பங்களிப்பு இந்த நாட்டிற்கு அதீதமானது" என்று.

ஆனால் அரசியலில் நடக்கின்ற செயல்களை உற்றுக் கவனித்ததால் அவர் அப்படி எழுதவில்லை. அப்படி எழுதினால் அது போலித் தனமான செய்கையாகக் கருதப்படும். மேம்போக்காக வாழ்கிறவர்கள் மத்தியில் உண்மைக்குப் பயணம் செய்வது என்பது ஆபத்தானது மட்டுமல்ல, விபரீதமானதும் கூட.

கோவிந்த்பாயி இறந்தபோது சிறையை விட்டுப்போக வேண்டும். சிமனுக்கு ஆறுதல் சொல்ல வேண்டும் என மனம் துடித்தது. இப்பொழுது ஆறுதல் சொல்வதற்கு என்ன இருக்கிறது? இந்நேரம் எல்லாம் ஆறிப்போயிருக்கும். துக்கம் நேருகிற அந்த நிமிடத்தில்

அருகில் இல்லாமல் அதற்குப்பிறகு எவ்வளவு தூரம் வருந்தினாலும் என்ன நிகழ்ந்துவிடப் போகிறது? எப்படியேனும் நிகழ்ந்துகொள்ளட்டும். இந்த விடுதலை உண்மையான விடுதலையாக இருக்க முடியுமா? சிறையிலிருந்து வெளிவருதல் விடுவித்தல் மட்டும்தானே? அதில் எங்கே விடுதலையிருக்க முடியும்?

போராட வேண்டிய காரணமும், போராட்டத்திற்கான பிரச்சினையும் மட்டும் துளிர்த்துத் துளிர்த்துச் செத்துக் கொண்டிருக்கையில் வெளியே இருக்கிற இருத்தல் சுகமானதாகவும் சுதந்திரமானதாகவும் எப்படி யிருக்க முடியும்?

★★★

இயந்திரப் படகுகளில் அரிசிமூட்டைகளும், தானியங்களும் துணிமணிகளும் கரைக்கு வந்திறங்கின. நிறைய அதிகாரிகள் வந்திருந்தார்கள். புதிதாக வந்திருந்த கலெக்டர் வெள்ளத்தினால் சிந்தூர் கிராமமே காணாமல் போனதைப் பற்றியும் கோவிந்த்பாயி இறந்து போனதைப் பற்றியும் அரசுக்குத் தகவல் அனுப்பியிருந்தார். தேர்தல் நெருங்குகிற நேரத்தில் பாதிக்கப்பட்ட கிராமங்களுக்கு அதுவும் குறிப்பாக சிந்தூருக்கு எல்லா நிவாரணப் பணிகளையும் துரிதமாக நிறைவேற்றும்படி அரசு மாவட்ட ஆட்சியருக்கு உத்தரவிட்டு இருந்தது.

"நாங்க இங்கு வந்திருக்கறது உங்களுக்கு உதவறதுக்காகத்தான். அணையைப் பொறுத்தவரைக்கும் உங்களுக்கு எவ்வளவு விரோதம் இருந்தாலும் அதைப்பற்றி இப்ப நாம்ப பேச வேணாம். எங்களைக் கலெக்டர்தான் அனுப்பிச்சாரு. அவரே வரணும்னுதான் பிரியப்பட்டாரு. ஆனா தேர்தல் நேரம் பாருங்க. அதனால் ஏகப்பட்ட வேலை. உங்க எல்லோருக்கும் தானியம், துணிமணி, புதுசா வீடு கட்டறதுக்கு நிதியுதவி எல்லாம் தருவதற்காகத்தான் நாங்க வந்திருக்கோம். நீங்க எங்களுக்கு இதையெல்லாம் வினியோகிக்கறதுக்கு உதவிபண்ணணும். எங்க கிராம அதிகாரிங்களோட நீங்க போய் இடிஞ்ச வீடு, பாதிக்கப் பட்ட நபர், ஏற்பட்ட சேதம் இதை எல்லாம் கச்சிதமா எங்களுக்கு விளக்கிச் சொன்னா நாங்க வந்த காரியம் சீக்கிரம் முடிஞ்சிபோயிடும். நாங்க உங்களையெல்லாம் மனப்பூர்வமாக நம்பறோம்."

"எந்த இழப்பை சார் உங்களால் ஈடுகட்ட முடியும்? எங்க ஊர்ப் பெரியவர் கோவிந்த்பாயி ஆத்தோட போயிட்டாரே அவருக்கு எப்படி ஈடுகட்டப் போறீங்க? சொல்லுங்க?" என்று ராம்லால் இடைமறித்தான்.

“விதண்டாவாதமாப் பேசினா பிரச்சினை தீராது. எங்களோட நீங்க ஒத்துழைங்க. நீங்களே சரியாச் சாப்புட்டுக் கூட ரொம்ப நாளாயிருக்கணும். நீங்க இனிமேல் ஆக வேண்டியதையாவது கொஞ்சம் மனசு வச்சிப் பார்த்தீங்கன்னா நல்லாயிருக்கும்.”

“சார். அரசாங்கத்துல இருந்து எங்களுக்கு எந்த உதவியும் வேணாம். நாங்க அரசு தந்த உதவியையும் ஏத்துக்கலேன்னு போய்ச் சொல்லுங்க. நீங்க யாரும் இங்க வரவேணாம். திரும்பிப்போயிடுங்க.” சிமன் குரலில் கண்டிப்புத் தெரிந்தது.

வெள்ள நிவாரணம் என்றால் அரைகுறையாக இழந்த வீடுகளையும் முழுசா இடித்துவிட்டு நிவாரணத்தொகை கேட்கிற மக்களைப் பார்த்துப் பழக்கப்பட்ட அதிகாரிக்கு சிமனுடைய பேச்சு விநோதமாக இருந்தது.

“நீங்கதான் சிமனா? தம்பி, உங்களைப் பத்திக் கேள்விப் பட்டிருக்கேன். ஆனா இந்த விஷயத்துல நீங்க உணர்ச்சிவசப்பட்டுப் பேசறது நல்லால்லே. நீங்க நிவாரணம் வேணாம்னு சொல்றதுனால உங்களுக்குத்தான் நஷ்டம். நான் சொல்றதைக் கேளுங்க.”

“எவ்வளவோ பெரிய நஷ்டம் ஏற்பட்டுடிச்சி. நீங்க கொடுக்கற தானியம்தான் நஷ்டமாப்போயிடுச்சென்று நாங்க வருத்தப்படுவோம்னு நெனைக்கறீங்களா? நாங்க எப்ப வேணுமுன்னா செத்துடுவோம்னு தெரிஞ்சிதான் போராடிக்கிட்டிருக்கோம். அரசுக்கு எதிராதான் எங்க போராட்டம்கிற போது அவங்க தர்ற சலுகையை மட்டும் நாங்க வாங்கிக்கிடுவோம்னு நெனைக்கறீங்களா?”

“அதை நீ ஒருத்தன் மட்டும் முடிவு பண்ண முடியுமா? எல்லோரையும் கலந்து பேசி முடிங்கப்பா. அவங்க கருத்து உன்னோட கருத்திலிருந்து மாறுபட்டிருந்தா என்ன செய்யப்போறே?”

“எங்களுக்கு எதுவும் வேணாம். சீக்கிரம் திரும்பிப் போயிடுங்க” என்று ஒட்டுமொத்தமாய்க் குரல் கூட்டத்திடமிருந்து எழுந்தபோது, நிவாரண அதிகாரிக்கு மலைப்பாக இருந்தது. சிறிது நேரம் நின்று பார்த்துவிட்டு இயந்திரப் படகிலேயே திரும்பிப்போனார்.

“சிமன் நாம்ப துலியாவுக்குப் போய் ஏதாவது ஏற்பாடு பண்ணணும். சிந்தூர் மக்கள் சேமிச்சி வச்சிருந்த தானியங்கள் எல்லாம் தண்ணீல அடிச்சிக்கிட்டுப் போயிடிச்சி. எத்தனை நாளைக்கு அடுத்த கிராமத்து மக்கள் தயவுல அவங்க கூழ் குடிக்க முடியும்?” சந்தீப்

“கவலைப்படாதே சந்தீப். நாளைக்கு எட்வின் உதவிகளோட வருவார். துலியாவுல எங்கிட்ட இந்த விஷயத்தைச் சொன்னாரு.

நம்பளை நம்பி இருக்கிறவங்களை அப்படியெல்லாம் நான் கைவிட்டற மாட்டேன்; புரியுதா?" சந்தீப்புக்குக் கண்களில் நீர் அரும்பியது.

சந்தீப்பும், அர்ஜுனும் சிமனுக்கு ஆதரவாக இருந்தார்கள். சிமன் தைரியமாக எடுக்கிற முடிவுகளுக்கெல்லாம் உறுதுணையாக அவர்கள் இருந்தார்கள். தன்னருகில் தூணைப் போல் திடமாகவும், நடவடிக்கைகளில் நிதானமாகவுமிருந்த சந்தீப்பின் தோள்களில் ஆதரவாகச் சாய்ந்துகொண்டான்.

"சந்தீப்! அரசு குடுக்க வந்த நிவாரணத்தையெல்லாம் நான் திருப்பி அனுப்பியதைப் பத்தி நீ என்ன நெனைக்கற. தப்புன்னு நெனைக்கிறியோ?"

"சிமன், ஏன் அப்படி உனக்குத் தோணுது?"

"இல்ல சந்தீப், எங்கப்பா போனதிலேயிருந்து நான் செய்யறது எல்லாம் தப்பா இருக்குமோ என்ற பயம் எனக்குத் தோன ஆரம்பிச்சிடிச்சி."

"சிமன்! அப்படியெல்லாம் நினைக்காதே. நீ திடமாகவும், தைரிய மாகவும் இருக்கறதுலதான் இந்த இயக்கமே நடந்துக்கிட்டிருக்கு. எப்பயாவது நாம்ப செய்றது தப்போன்னு நீ நெனைச்சாலே எல்லாமே தப்பாய்ப் போயிரும். கயித்துமேலே நடக்கிறவன் நாம்ப எப்படி விழாம நடக்கறோமுன்னு நெனைச்சா அடுத்த நிமிஷமே கீழே விழுந்துவிடுவான்."

"சந்தீப்! நீ என்ன நெனைக்கறே? நாம்ப அரசாங்கத்துக் கிட்ட யிருந்து பொருள்களை வாங்கியிருந்தா கேவலமாப் போயிருக்காது?"

"நீ சொல்றதுதான் வாஸ்தவம். ஒரு கிராமம் மூழ்குனதுக்கு நிஜமாகவே வருத்தப்படறதா இருந்தா, அம்பது கிராமமும் இந்தப் பகுதியில் ஒட்டுமொத்தமா மூழ்கிப் போவுமே அதுக்கு என்ன பரிகாரம் செய்யப் போறாங்க? அவங்க தர்ற உதவியைக் கைநீட்டி வாங்கிப்புட்டா காலமெல்லாம் தப்பு செஞ்ச மாதிரி நெஞ்சில குத்தாதா?"

சிமனுக்குக் கண்களில் நீர் வழிந்தது. அப்படியே சந்தீப்பை இறுகத் தழுவிக்கொண்டான்.

"சந்தீப். நீ மட்டும் எங்களை விட்டுப் போயிடாதே நீ இல்லாம இருந்திருந்தா இந்தூருல இருந்த அத்தனைபேரும் செத்துப் போயிருப் பாங்க. நாங்க உனக்கு வாழ்நாள் எல்லாம் கடமைப்பட்டிருக்கோம்."

"சிமன்! என்ன பெரிய வார்த்தையெல்லாம் சொல்லிக்கிட்டு, நானும் இந்த ஊர்க்காரனாதான் என்னை நெனைச்சிக்கிட்டு இருக்கேன். ஏன் என்னைப் பிரிச்சிப் பேசறே? சிந்தூர்ல இருந்த அத்தனை பேருக்கும் உள் கிராமங்கள்ல ஏதாவது நிலம் ஒதுக்கித் தந்தாத்தான் என்னோட கடமை முடிஞ்சதா நான் நெனைப்பேன். அர்ஜுன், திலக், ஏற்கெனவே இது சம்பந்தமா முயற்சி செய்யப் போயிருக்காங்க. எல்லோரும் கிட்டத்தட்ட ஒத்துக்கிட்டாங்க. நீயும் எட்வின் கிட்டயிருந்து உதவி வந்துரும்னு சொல்ற. நாம்ப ராதா பஹன் வந்ததும் இரண்டு மூன்று தொண்டு நிறுவனங்கள்கிட்ட சொல்லி இந்த மக்களுக்கு ஆடு, கோழி, பசு எல்லாம் வாங்கித் தரச் சொல்லுவோம். எல்லாப் பிரச்சினையும் இன்னும் ஒரு மாதத்துல நீங்கிடும். ராதா பஹன் வந்ததும், நாம்ப மறுபடியும் அணை எதிர்ப்புப் போராட்டத்தில் ஈடுபடுவோம் போதுமா?"

"அது போதும் சந்தீப்!" சிமன் சந்தீப்பை இன்னும் இறுக்கமாகத் தழுவினான். அதில் தாயிடம் கட்டிக்கொள்ளும் குழந்தையின் பாசமும் எதிர்பார்ப்பும் இருந்தன.

ஒரு மாதத்திற்கு மேல் சிறையிலிருந்தாயிற்று வெளியே வரும் போது ராதாவிற்கு அது வித்தியாசமாயிருக்கவில்லை. 'வெளியே மட்டும் என்ன வாழுகிறது? அதுவும் ஒருவகையில் ஜெயில் மாதிரி தான். என்ன பெரிசாய் சுதந்திரம் இருக்கு? சொல்லப் போனால் ஜெயிலில் இன்னும் அதிகம் சுதந்திரமிருக்கு' என எண்ணிக் கொண்டார்.

ஜெயிலில் இருந்த ஒவ்வொரு நொடியும் தன்னுடைய வருங்காலத் திட்டங்களைச் சரியாகக் கவனித்துக்கொள்ள யாரும் தொந்தரவு செய்யாத ஒரு இடமாக அவருக்கு அது அமைந்திருந்தது. எட்வின் அவரை அழைத்துவர வந்திருந்தார். துலியாவிற்கு ரயிலில் ராதாவிற்காக டிக்கெட் முன்பதிவு செய்திருந்தார், எட்டு மணிநேரப் பயணம்.

ராதாவிற்கு இருக்கையை அடையாளம் காட்டிவிட்டு, "நான் பக்கத்துக் கம்பார்ட்மெண்டில் வருகிறேன். அடுத்த ஸ்டேஷன்ல தான் இரவு உணவு கிடைக்கும். உங்களுக்கு என்ன வேண்டும்?" என்று கேட்டுவிட்டுத் தன் கம்பார்ட்மெண்டுக்குச் சென்றார்.

ராதாவிற்கு மகிழ்ச்சியாக இருந்தது. எவ்வளவு நம்பிக்கையான மனிதர் என்று நினைத்துக்கொண்டார்.

எதிரில் நியூஸ் பேப்பரால் தன் முகத்தை மறைத்துக்கொண்டு அமர்ந்திருந்தவரிடம், "ட்ரெயின் எத்தனை மணிக்கு துலியா போய்ச்

சேரும்?" என்று ஜன்னல் வழியாகப் பார்த்துக்கொண்டு வினவிய போது அவர் பேப்பரை விலக்க, தெரிந்தமுகம், ராதாவை ஒரு நிமிடம் தடுமாற வைத்தது.

"எப்படியிருக்கிறாய்?"

"நன்றாகத்தானிருக்கிறேன். முன்னிலும் ஆரோக்கியமாக பயனுள்ளவளாக நாலு பேருக்குப் பிரயோஜனமானவளாக."

"மேற்கொண்டு என்ன செய்யப்போகிறாய்?"

"தொடர்ந்து சேவை செய்யப் போகிறேன். எதையும் பிரதி பலனைப் பார்த்துக்கொண்டு செய்வதில்லை. நீங்கள் எப்படியிருக் கிறீர்கள்?"

"நன்றாக இருக்கிறேன். எனக்குப் பிரமோஷன் ஆகிவிட்டது. எனக்குப் பதவி உயர்வு தந்திருக்கிறார்கள். பெரிய வீடு, கார் எல்லாம் தந்திருக்கிறார்கள்."

"அப்படியா, நீங்கள் சந்தோஷப்பட்டால் சரி. திருப்திதான் முக்கியம். எதைச் செய்வதில் யாருக்குத் திருப்தி என்பதில்தான் வேறுபாடு மனிதர்களிடம் இருக்கிறது."

"நீ இன்னும் மாறவில்லை."

"நான் நிறைய மாறிக்கொண்டுதான் இருக்கிறேன்."

"இழந்துகொண்டிருக்கிறாய் என்று சொல்."

"மற்றவர்கள் அகராதியில் நான் இழந்துகொண்டிருப்பவள். என்னைப் பொறுத்தவரையில் நிறைய பெற்றுக் கொண்டிருப்பவள்."

"அப்படி என்ன பெற்றுவிட்டாய்? உன்னுடைய போராட்டத்தினால் என்ன சாதித்துவிட்டாய்? உன்னை நீயே ஏமாற்றிக் கொள்வதைத் தவிர."

ராதா சிரித்தார். "உண்மைதான் நான் ஒன்றுமே சாதிக்கவில்லை. பெரிய வீடு, பிரமோஷன் எதுவுமே எனக்குக் கிடைக்கவில்லை."

"கிண்டல் செய்கிறாயா?"

"அய்யய்யோ! கிண்டல் எல்லாம் இல்லை. அணை எதிர்ப்பில் கூட நான் ஒன்றும் சாதிக்கவில்லை. நான் மட்டும் என்ன பெரிதாகச் சாதிக்கமுடியும்?"

"அப்படியென்றால் உனக்கு யாருமே துணையில்லை என்கிறாயா?"

"இல்லை." வேகமாய் மறுத்தார் ராதா. "நிறைய நல்ல இதயங்கள் துணையிருக்கிறார்கள். அவர்களுடைய முயற்சியால் தான் எல்லாவற்றையும் சாதித்திருக்கிறார்கள். பெரிய விஷயங்களை யெல்லாம் - மற்றவர்கள் கனவில்கூட நினைத்துப் பார்க்க முடியாத வற்றை எல்லாம் தங்கள் வைராக்கியத்தால்."

"அப்படி என்ன பெரிதாகச் சாதித்துவிட்டார்கள்? அணை உருவாவதை அவர்களால் கனவில்கூடத் தடுக்க முடியாது."

"உண்மைதான். அவர்கள் வைராக்கியத்தையும் எதிர்ப்பையும் மீறி அணை வந்தாலும் வந்துவிடலாம். ஆனாலும் அவர்கள் வெற்றி பெறுவார்கள்."

"எப்படி?"

"இதுதான் இந்தியாவில் கட்டப்படுகின்ற கடைசி, பெரிய அணையாக இருக்கும். இன்னொரு பெரிய அணை இந்த நாட்டில் உருவாகாது."

அந்தப் பதிலில் எதிரே அமர்ந்திருந்த சுனில் மௌனமாகி ஜன்னல் வழியாகப் பார்வையை வீசி, தன் ஏமாற்றத்தைச் சமாளித்துக் கொண்டான்.

ரயில் கிளம்பி ஓட ஆரம்பித்தது. அதன் வேகத்தைக் காட்டிலும் ராதாவின் மனம் வேகமாய் ஓடிக் கொண்டிருந்தது. விரைவாய் ஆழமாய் ஆனால் சலனங்களற்று, ஓசைகளற்று தனக்குள்ளாகவே.

★★★